एक ना धड

ॲड. विलास नाईक

'दिलीपराज प्रकाशन प्रा. लि.'च्या नवीन पुस्तकांची यादी व माहिती हवी असल्यास आपला पत्ता, दूरध्वनी क्रमांक किंवा Email आमच्या *diliprajprakashan@yahoo.in* या Email address वर पाठवावा किंवा आमच्याशी दूरध्वनी क्रमांक फॅक्ससहित : ०२०-२४४८३९९५/२४४९५३१४ /२४४७१७२३ यावर संपर्क साधावा. आमच्या वेबसाईटला एकदा अवश्य भेट द्या.

Blog : http:.//diliprajprakashan.blogspot.com

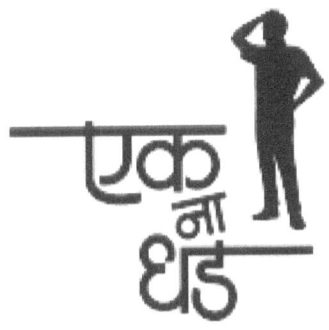

एक ना धड

ॲड. विलास नाईक

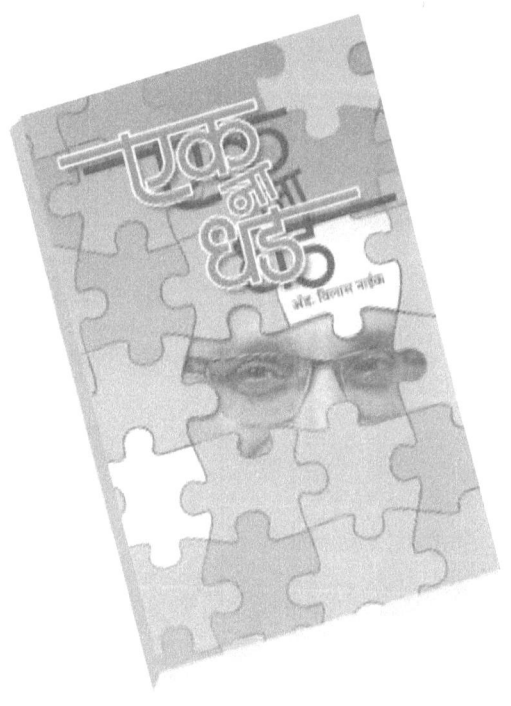

दिलीपराज प्रकाशन प्रा. लि.
२५१ क, शनिवार पेठ, पुणे - ४११०३०

◆ **प्रकाशक**
राजीव दत्तात्रय बर्वे,
मॅनेजिंग डायरेक्टर,
दिलीपराज प्रकाशन प्रा. लि.,
२५१ क, शनिवार पेठ, पुणे - ४११ ०३०

◆ **© ॲड. विलास नाईक**
'मनिषा', श्रीबाग नं ३,
एच. डी. एफ. सी. बँकेसमोर,
अलिबाग, जि. रायगड ४०२ २०१

◆ **प्रथमावृत्ती** - २६ ऑगस्ट २०१२

◆ **प्रकाशन क्रमांक** - २००२

◆ **ISBN- 978- 81 - 7294 - 960-0**

◆ **मुद्रक** -
Repro India Ltd,
Mumbai.

◆ **टाईपसेटिंग** -
पितृछाया मुद्रणालय,
९०९, रविवार पेठ, पुणे - २

◆ **मुद्रितशोधन**
मिलिंद बोरकर, पुणे

◆ **मुखपृष्ठ** - निलेश जाधव

प्रिय,
आईस...

जिचे आभार मानले तर प्रमाद ठरेल, ती माझी
'भोळी' आई कै. सौ. सुमती कृष्णाजी नाईक हिच्या
स्मृतीस हे पहिले पुस्तक अर्पण!

प्रस्तावना

अॅड. विलास नाईक हे एक हरहुन्नरी व्यक्तिमत्त्व आहे. ते उत्तम वकील आहेत. निसर्गाच्या सान्निध्यात राहिल्यामुळे त्यांची जीवनाकडे पाहण्याची दूरदृष्टी दिसून येते आणि त्यामुळेच वकिली पेशातील त्यांची वाटचाल, राजकारणात शिरकाव आणि त्यांना भावलेल्या व्यक्ती त्यांच्या आठवणींवर 'एक ना धड' हे पुस्तक त्यांनी लिहिण्याचे धाडस केले आहे. अॅड. विलास नाईक हे एक दिलखुलास व्यक्तिमत्त्व आहे, त्यांचा हा प्रयत्न कौतुकास्पद असाच आहे.

'एक ना धड' हे पुस्तक म्हणजे काही कादंबरी नव्हे; हे पुस्तक म्हणजे इतिहासही नाही. कळत-नकळत अॅड. विलास नाईक यांनी समाजातील त्यांच्या सान्निध्यात वावरलेल्या व्यक्तींवर अगदी साध्या-सोप्या भाषेत लिहिलेले हे पुस्तक आहे. अॅड. नाईक साहित्यिक नसले तरी नामवंत साहित्यिकांच्या समवेत त्यांनी आपल्या जीवनातील काही क्षण आनंदात घालविले आहेत. त्यामुळे या पुस्तकातील भाषा, व्यक्तिवर्णन, निसर्गवर्णन आणि रानभाज्या यांची माहिती देताना अॅड. नाईक यांची चौकस नजर अनुभवास येते. मोजक्या शब्दांत आणि सरळ-सोप्या भाषेतील अॅड. नाईक यांनी लिहिलेली प्रकरणे वाचून मी थक्क झालो.

'एक ना धड' या पुस्तकात त्यांनी पत्रकारितेतील अनुभव अगदी मोकळेपणाने विशद केले आहेत, तर वकिली व्यवसाय सांभाळताना केलेली तारेवरची कसरतही ते सांगायला विसरले नाहीत. वीस वर्षे फुकट वकिली केल्याचा त्यांना पश्चात्ताप झाला नाही, तर त्या काळात सर्वसामान्य माणसापासून वरिष्ठ अधिकारी आणि पक्षकारांचा आलेला अनुभव त्यांनी सविस्तरपणे कथन केला आहे.

आपल्या आतापर्यंत जीवनाविषयी ते लिहितात... चित्रे काढली, शेती केली, जगभर फिरलो; तरी सकाळी चौलची नारळाची पाती जाळल्यावर येणारा सुगंध विसरलो नाही. अपयश गिळले आणि यशही पचवले. वकिली व्यवसाय करताना सुप्रिम कोर्टाची चढलेली पायरी, तडजोडीची वृत्ती, घरगुती भांडण

आणि सरकारी अधिकाऱ्यांचा अनुभव, कसाबचे वकिलपत्र घेण्याचा मोह, सरकारी वकील म्हणून आलेले अनुभव त्यांनी माझे 'सत्याचे प्रयोग' या प्रकरणात सहजपणे मांडले आहेत. तर 'मैफिल या प्रकरणात कविश्रेष्ठ मंगेश पाडगावकर, सुरेश भट, यशवंत देव, भीमसेन जोशी आदींच्या सहवासातील अनुभव सांगताना त्यांचे व्यक्तिवर्णन वाखाणण्याजोगे वाटते. 'नाम्याची साक्ष' या प्रकरणातील वडापाववाला नाम्याचे स्वभाववर्णन वाचताना सहज चटका लावून जाते. 'बँक मॅनेजर'मध्ये खरेकाकांची केविलवाणी परिस्थितीदेखील त्यांनी सहजपणे मांडली आहे. 'मातीचे पाय' प्रकरणातील रानभाज्या, गावची शाळा, गावाचे वैशिष्ट्य आणि गावची थोर माणसे यांचे छान वर्णन केले आहे. 'जय महाराष्ट्र' हे प्रकरण त्यांनी सविस्तर लिहिले आहे. त्यात शिवसेनेमुळे जिल्ह्यात पोहोचता आले, हे नम्रपणे मांडले आहे. विष्णू आचरेकरची हत्या मात्र मनाला चटका लावते.

ॲड. नाईक यांनी अगदी सहज म्हटले आहे, 'हे माझे आत्मवृत्त अजिबात नाही, तर ती केवळ नसती उठाठेव आहे. तुमच्या आजूबाजूला दिसणाऱ्या एका मुसाफिराची, सामान्याची ही कहाणी आहे—' ॲड. नाईक यांचा मोकळेपणा मनाला भावतो. 'एक ना धड' या पुस्तकातील मी वाचलेली प्रकरणे लक्षवेधी अशीच आहेत. हे पुस्तक वाचलेच पाहिजे, असे आहे.

डॉ. मनोहर जोशी
मुंबई
दिनांक : २५ जुलै २०१२

- सात -

मनोगत

एकना घड

आम्ही दोघे भाऊ अण्णांना घेऊन दिवाळीच्या सुट्टीत मंडणगडला गेलो होतो. ज्या मातीत आम्ही वाढलो, तिला भेटायचे होते. ज्या घरात राहिलो, ते छोटेखानी घर आता कोसळायला आले होते. अण्णांचे वय ८९ वर्षे. त्या घरात १९७२ च्या सुमारास सात वर्षे काढली होती. पडवीत खडूंनी लिहिलेले नाव अजूनही होते. मातीची चूल तीच होती. नंतर कुणी राहिलेच नव्हते. कोकणातलं मातीचं, जांभ्या दगडांचं ते छोटंसं घर... त्याच्या मागे परसात आम्ही भाजीपाला लावत होतो. पुढच्या अंगणात झेंडूची आणि टपक्याची झाडे लावायचो. अनेक आठवणी तरळत होत्या. त्यावर खरडायला बसलो. आत्मवृत्त लिहायचे मनात नव्हतेच, कारण तितका मी प्रामाणिक नाही. खरं लिहिलं, तर आयुष्यभर दावे चालवत बसायला लागेल.

बरं, मी खरडलेलं तुम्ही का वाचावं? मी काही अटकेपार झेंडे लावलेले नाहीत. मी परिपूर्ण वकील नाही. पत्रकारिताही अर्धवट. अभिमान वाटावा, असे काही केले नाही. हजार दगडांवर पाय ठेवला. मुशाफिरी कशात केली नाही? सगळीकडे हात मारला नि तोंड पोळून घेतले.

राजकारणात गेलो. खासदारकीचे तिकीट मिळेपर्यंत मजल मारली. 'सामना'करिता दिल्ली प्रतिनिधित्व केले. राष्ट्रपतींबरोबर कॉफीपान केले. पंतप्रधान व्हायच्या आदल्या सायंकाळी नरसिंह रावसाहेबांच्या सोबत गप्पा मारल्या. मुंबईत मनोहर जोशी यांनी मुख्यमंत्रिपदाचा ताबा घेतला, तेव्हा बाजूला उभा राहून त्यांना पेढा भरवला. गणेश नाईकांनी पक्ष सोडला, तेव्हा त्यांच्या डोळ्यांतल्या अगतिकतेच्या भावना वाचल्या. भुजबळांसोबत पक्षातली शेवटची सभा गाजवली. रेडिओवर 'कॉफी शॉप' केले. दूरदर्शनवर 'चक्रव्यूह' केले. कॉलेजला असताना प्रिन्सिपॉलना घेराव घालून उन्हात उभे ठेवले. पुढे त्यांनीच मायेने घर उघडून अभ्यासाला बसवले. एका मोठ्या माणसाला डोळ्यांदेखत जाताना प्रथम पाहिले.

तो मृत्यू अनुभवला.

पक्ष्यांची आवड नसली, तरी पक्षी घेतले; पण बंद गाडीत ठेवल्याने ते तडफडून मेले. इमू पक्षी पाळले, पोल्ट्री टाकली; नर्सरी चालवली, विश्रामगृहसुद्धा चालवले. नदी-नाल्यांत डुंबलो, विहिरीत बुडताना वाचलो. स्वत:चे स्विमिंग पूलमध्ये मस्तीत तरंगलो. झोपडीत पूरग्रस्तांपर्यंत पोचलो. रात्रभर चपात्या भाजून घेतल्या. पोशाखी एनजीओवाले हायवेवर असताना बारा किलोमीटर अंतर तोडून खांद्यावर टोप घेऊन डोंगर पायथ्याशी जेवण पोहोचविले. विटी-दांडू खेळलो, लगोरी उडवली, गाडा फिरवला. आंब्याला डोंगळा लावला. शेंगा चोरून पोपटी लावली आणि परदेशी जाऊन कॅसिनोतही पैसे उडवले.

कविवर्य सुरेश भटांची दुसरी बाजू सहन केली. शेवटच्या काळात त्यांची खाण्याची वखवख आणि प्रतिभेतला कैफ एकाच वेळी पाहिला. पाडगावकरांचा साठावा वाढदिवस पडक्या पोल्ट्रीत कोंबड्यांच्या सान्निध्यात साजरा केला. मोजून दहा डोक्यांसमोर मित्राचा कवितासंग्रह प्रसिद्ध होताना हळहळलो. नाना धर्माधिकारींच्या चार लाखांच्या सभेतही लोकांच्या मानसिकतेवर हसलो.

नारायण राणेंसारख्यांना दोन तास बाहेर ताटकळत ठेवून बाळासाहेबांसोबत गप्पांत रंगलो आणि उद्धवजींचे सारथ्य करीत त्यांच्याशी वादही घातला. तळमळीच्या कार्यकर्त्यांचे रक्त ओघळताना पाहून हतबल झालो आणि खुन्याचा बदला घेतल्यावर हसत-हसत माझ्या घराची झडती घेऊ दिली.

वकिलीत नायब तहसीलदारचीसुद्धा पायरी झिजवली आणि सुप्रिम कोर्टालाही विनंतीवरून खून खटल्यातील महत्त्वाचे कागद, फोटो शोधून दिले. सुटणार असे वाटणाऱ्या केसमध्ये जन्मठेपेची शिक्षा घेतली आणि फासावर लटकतील, अशा वाईट केसमध्ये आरोपीला जीवापाड मेहनत करून बाहेर काढले. नवऱ्याचा खून झाल्यावर व्रत म्हणून मुलीला जिद्दीने डॉक्टर करणारी पतिव्रता वकिलीत पाहिली. आणि व्यभिचार रिचवण्यासाठी सात महिन्यांच्या पोरीचे नरडे दाबणारी वैरीणसुद्धा पाहिली. केवळ पैशातच नाती मोजणारी पक्षकार पाहिली आणि कोर्टात एकमेकांच्या जीवावर उठलेले पण घरी एका ग्लासात पिणारे काका-पुतण्या पाहिले. आईची अब्रू वाचवताना खून करून शिक्षेला गेलेला मुलगा पाहिला आणि भाकरीसाठी आईच्या डोक्यात वरवंटा टाकणारा करंटाही पाहिला.

घरात होळीच्या दिवशी बाप तहसीलदार असताना मिलोच्या भाकऱ्या खाव्या लागल्या आणि परवडत नाही म्हणून मुंबईत लपत-छपत ब्रेबॉर्न स्टेडियमवर दोन रुपयांचा आम्लेट-पावही खाल्ला. लाखो रुपये असूनही, जुने दिवस

आठवल्यावर कमरेचा पट्टा मॉलमध्ये खरेदी न करता ठेवून दिला. मुलीच्या शिकवणीसाठी हजारो रुपये फी भरली, पण स्वत: मात्र शौकत परदेशीच्या मेहरबानीने बारावी झालो. भावाकडे राहिलो, वहिनीचे ममत्व पाहून गहिवरलो. ताईचे कुंकू अचानक पुसताना ढसाढसा रडलो आणि आईला व्याधीतून सोडवले म्हणून देवाचे आभार कोडगेपणाने मानले. साहित्य संमेलन भरवले आणि कोपऱ्यातल्या खुर्चीत बसून राजकारण्यांनी त्याचे केलेले हायजॅकही पाहिले. आंबाडीचे बाठा टाकून केलेले कालवण भुरकून दाबले आणि सेव्हन स्टारमधली डिश बेचव म्हणत चमचा आडवा ठेवून बाजूलाही सारली.

वीस-वीस वर्षे फुकट केस लढून ऐनवेळी पाठ फिरवणारे गावकरी पाहिले आणि वीस वर्षांनीही आठवणीने वकिलाच्या पाया पडणारे पक्षकार अनुभवले. निवडणुकीत लाखो रुपयांचा व्यवहार सांभाळला. कलेक्टरच्या कानफटात वाजवताना साक्षीदार बनलो आणि अनेक व्हीआयपींच्या मांडीला मांडी लावून बसलो. रोज भेटून आपले कोण व परके कोण, हे समजू शकलो नाही आणि पहिल्याच भेटीत आपलासा झालेल्या एका समाजसेवकाच्या मृत्यूची बातमी दुसऱ्याच दिवशी पेपरात वाचली.

चित्रे काढली, शेती केली, जगभर फिरलो; तरी सकाळी चौलची नारळाची पाती जळल्यावर येणारा सुगंध विसरलो नाही. अपयश गिळले आणि यशही पचवले. लौकिकार्थाने जीवन जगलो; माणसे वाचायला शिकलो!

लिहायचे मनात आल्यावर खरेपणालाच घाबरलो. एका भल्या माणसाने लिहिण्याचा सल्ला दिला म्हणून असे बरगळत सुटलो. जे घडले, ते खाज म्हणून छापून घेतले आणि तुमच्यासमोर ठेवले. हे आत्मवृत्त अजिबात नाही, अनुभवकथनही नाही; ही तर केवळ नसती उठाठेव! तुम्हाला बुचकळ्यात टाकणारी, तुमच्या आजूबाजूला दिसणाऱ्या एका मुसाफिराची ही कहाणी. वाचताना बधिर व्हाल, असा दावा नाही; पण आवडलं, तर दुसऱ्याच्या कानावर नक्की घाला. खटकलं, तर मला नक्की कळवा. कारण हे सर्व म्हणजेच— एक ना धड...

***

आभार

हे पुस्तक प्रसिद्ध होतांना कळत-नकळत अनेकांचा हातभार लागला. अनेक व्यक्तींनी हे पुस्तक समृद्ध केले. त्या सर्व व्यक्तिरेखांना माझा सलाम! येथे कुणाचाही नामोल्लेख करणे चुकीचे ठरेल. पण अशा शेकडो पक्षकारांनी आणि वाटसरूंनी माझ्यातला माणूस जिवंत ठेवला म्हणून तर हे धारिष्ठ्य मी करू शकलो.

पुस्तक आकार घेतांना कृषीवलचे संपादक सर्वस्वी संजय आवटे, आमचे बंधू, प्रदिप नाईक, मित्र जयपाल पाटील, श्री. डोळस, आर्टिस्ट निलेश जाधव, प्रकाश खारकर , दिलीपराज प्रकाशनाचे मा. राजीव बर्वे व सौ. मधुमिता बर्वे तसेच त्यांचा परिवार अशा अनेकांची साथ लाभली. त्याच्या ऋणातच राहणे योग्य वाटते. हा एक प्रयत्न आहे. या नवीन वाटेवर मी चालत राहायचे की थांबायचे ते आपणच ठरविणार आहोत.

आपला
विलास नाईक

अनुक्रमणिका

१) माझे सत्याचे प्रयोग — १५

२) मातीचे पाय — १९

३) मंडणगडचा शिमगा — २६

४) खोत गुरुजी — ३१

५) रहाट — ३६

६) कसाबचा वाढदिवस — ४०

७) शापित देवदूत - शरद आपटे — ४५

८) मैफल — ५०

९) जय महाराष्ट्र — ५७

१०) माझी समाजसेवा — ७८

११) कायदा ज्यांच्ये हाती — ८२

१२) सुडाचा प्रवास — ८६

१३) साक्षीचा पिंजरा — ९०

१४) वणवण — ९४

१५) नाम्याची साक्ष — ९७

१६) सुखान्तिका — १०२

१७) बँक मॅनेजर — १०६

१८) काका-पुतण्या — १११

१९) नियती — ११६

२०) मुरूडचा कोर्टदरबार — ११९

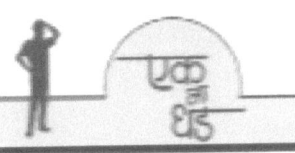

२१) माझी पहिली जन्मठेप — १२३

२२) डबल मर्डर — १२५

२३) एक फूल दो माली — १३१

२४) आम्हा काय त्याचे? — १३५

२५) मातृऋण — १३९

२६) ट्रिपल मर्डर - न्यायव्यवस्थेचा — १४३

२८) अभिलाषा — १४८

२९) घटस्फोट — १५१

३०) हरवलेलं कुंकू — १५९

३१) कापडी — १६२

३२) परदेशवारी — १६६

३३) तरुण व्हायला पाहिजे! — १७१

३४) गावकीची जमीन — १७७

३५) मनाई हुकूम — १८२

३६) अनुभव — १८५

३७) विधवा — १९०

३८) तऱ्हेवाईक कोर्ट — १९३

३९) फजिती — १९९

४०) जिजी — २०४

४१) उतराई — २०८

एक

माझे सत्याचे प्रयोग

माझे सत्याचे प्रयोग अनेक झाले, पण अनेक वेळा फसले. मी कोणी थोर तत्त्ववेत्ता नव्हतो की, समाजसुधारक पण नव्हतो; तरीही मी ते केले. यश फारसे मिळणार नाही, हे माहीत असतानाही केले. हा सत्याचा आग्रह धरताना लोकांनी तो दुराग्रह समजला. मी माझ्या जागी बरोबर होतो.

अनेक वेळा आरोपीच्या हातून गुन्हा घडला आहे, हे माहीत असतानाही आम्ही त्याला सोडवतो. आपला वादीच लबाड आहे; त्यानेच फसवणूक केलेली आहे, असे माहिती असतानाही त्याच्या बाजूने लढतो... नव्हे, त्याला हुकूमनामाही मिळवून देतो. प्रतिवादीने अतिक्रमण केले, हे माहीत असतानाही ते खोटे ठरवतो... आम्ही काय सत्याचे प्रयोग करणार!

पण प्रत्येक वेळेला तसे नसते. अनेक वेळा अन्यायग्रस्त आमच्याकडे येतात. कुणाची बायको छळत असते, कुणाची मुलगी पळवली गेलेली असते,

कुणाच्या मुलीचा सासरी छळ होत असतो. कुठे भावांनी जमीन लाटलेली असते. कुठे कुळांनी जमीन परस्पर विकायला काढलेली असते, तर कुठे खोटे मुखत्यारपत्र घेतलेले असते. आम्ही फक्त माध्यम बनतो आणि त्यांच्या पाठीशी उभे राहतो.

दिवाणी आणि फौजदारीच्या सीमारेषाही पुसट असतात. झटपट नाक दाबण्यासाठी बऱ्याच वेळा फौजदारी कारवाईचा वापर केला जातो. कळत-नकळत आम्हीसुद्धा दिवाणी कामाचा लवकर निपटारा होण्यासाठी फौजदारीचा आधार घेतो.

कसोटीचे प्रसंग अनेक येतात. माझ्या बाबतीत तरी असे अनेक प्रसंग आले. सर्वच काही लक्षात नाहीत, पण कुणी तरी माझ्याकडे सातबाराचा उतारा घेऊन येतो. त्याचा अटकपूर्व जामीन सर्वोच्च न्यायालयात अडकलेला असतो. त्याला मी बोलता करतो. खरं तर तो कुठे चुकलेला नसतो. तलाठी म्हणून त्याने तहसीलदार कोर्टाचा आदेश झाल्यावर एक पीक-पाहणीला नोंद घातलेली असते आणि प्रांताचा अपिलामध्ये निकाल लागल्यावर ती काढलेलीसुद्धा असते.

वरिष्ठांनी न्यायालयीन प्रक्रियेत दिलेल्या आदेशांना अंमल देणे, हे त्याचे कर्तव्य असते. शिवाय पीक-पाहणीप्रमाणे लाभार्थीचाच प्रत्यक्ष जागेवर कब्जा असतो. आता ही फौजदारी कशी? आणि तरी त्याला सुप्रीम कोर्टापर्यंत धाव घ्यावी लागली. मी अशा प्रसंगात पेटून उठतो. साध्या मराठमोळ्या भाषेत कोर्टाला संबोधित करतो. हेच माझे सत्याचे प्रयोग!

एका जमीन प्रकरणात कुणी तरी साठेकरार करतो, तुटपुंजी रक्कम देतो. स्वतःच्या नोकराच्या नावे अखत्यारपत्र लिहून घेतो. त्या आधारे कूळकायद्याच्या परवानग्या मिळवतो. शेतमालकाला दिलेले खरेदी रकमेचे चेक बाउन्स होतात. इकडे खरेदीदार त्याच अखत्यारपत्राच्या आधारे जमिनीचे स्वतःचेच खरेदीखत रजिस्टर करतो, जमीन नावे करून घेतो. पुन्हा दसपट किंमत वसूल करून एका कंपनीला ती जमीन विकून टाकतो. वरती गरीब शेतकऱ्यांना नाक खाजवून दाखवतो.

अशा वेळी मी त्या शेतकऱ्यांमागे ठाम उभा राहतो. साम-दाम-दंड भेदाचा सल्ला देतो. चेक न वटल्याच्या केसपासून उरलेल्या सर्व केसेस, दावे, आर.टी.एस. अपिले करून मोकळा होतो. नाक दाबून त्यांना तडजोडीला येण्याची परिस्थिती तयार करतो. हेच माझे सत्याचे प्रयोग!

कुणी निराधार स्त्री आपल्या मुलाकडून फसवली जाते. प्रेमापोटी एकुलत्या एक मुलाच्या संसारासाठी झिजते. सुनेने आत्महत्या केल्यावर नाहक जेलमध्ये जाते. मुलगा सुटल्यावर निर्लज्जपणे दुसरे लग्न करतो. सुशिक्षित असून आईला टाकतो.

तिचे देव रस्त्यावर फेकतो. फ्लॅट नावे करून घेतो. वर पत्नीच्या नावे इंग्रजीतून अखत्यारपत्र लिहून घेतो.

वयाच्या ऐंशीव्या वर्षी आईला गावच्या मिळकतीतून बेदखल करतो. पत्नीकडून आईच्या वतीने हक्कसोडपत्र करून घेतो, शिवाय सरकार दरबारी बहिणींच्या खोट्या सह्या करतो. अशा मुलाची काय पूजा बांधायची? मग मी त्यासाठी जे-जे करता येईल, ते-ते सर्व करतो. सुनेची लांबलचक उलटतपासणी घेतो. म्हातारीला कोर्टासमोर उभा करतो. जगासमोर त्यांचे भांडण आणतो. हेच माझे सत्याचे प्रयोग!

एका नव्वदीच्या वारकऱ्याला सरपंचानेच फसवलेले असते. म्हाताऱ्याला बोलताना त्रास होत असतो. जावई फक्त बघ्याचीच भूमिका घेत असतात. प्रांत उलटे-सुलटे निर्णय देतो. जमीन सरकारजमा होते. तहसीलदार शहानिशा न करता जमीन सरपंचाच्या नावे करतो. म्हाताऱ्याची अवस्था पाहिल्यावर मी फोन उचलतो. प्रांत ऑफीसला दम भरतो. सरकारी अधिकाऱ्यांविरुद्ध लाचलुचपत खात्याकडे तक्रारी करायला लावतो; दबावही आणतो. हेच माझे सत्याचे प्रयोग!

पक्षकारांनी दावे देऊ नये, म्हणून त्यांना परोपरीने समजावतो. त्यापेक्षा कलेक्टरला नोटीस देतो. माहितीचा अधिकार वापरतो. पडती बाजू घेऊन तडजोडीचे वातावरण तयार करतो. हेच माझे सत्याचे प्रयोग!

अनेक खटल्यांत पोलिसांनी खोटे जप्ती पंचनामे केलेले असतात. साक्षीदारांना आरोपी दाखवले जाते. दरोड्याच्या केसमध्ये खोटा मुद्देमाल दाखविला जातो. मग आम्ही केसमधला कागदाचा कपटान् कपटा उलटा-पालटा करतो. पोलीस स्टेशनची डायरी, लॉकअप रजिस्टर, लॉगबुक धुंडाळतो. वेळेतल्या तफावती शोधून काढतो. पोलीस तपासाचा पंचनामाच करतो. वेळप्रसंगी पोलीस खात्यावर आरोपही करतो. हेच माझे सत्याचे प्रयोग!

यातून अनेकांना लाभ होतो. त्यांच्या डोळ्यांत आदरभाव दाटून येतो. दुसरीकडे मात्र जळफळाट होत असतो. माझ्या बाजू मांडण्याने कुणी तरी दुखावत असते. कधी कधी त्यांच्यावर अन्यायही होत असतो. कोडगेपणाने आम्ही त्यांच्याकडे काणाडोळा करतो. आदर्श तत्त्वे खुंटीला बांधून ठेवतो. हेच माझे सत्याचे प्रयोग!

हे द्वंद्व सतत चालू असते. अगदी वर्षाचे बारा महिने, पावलोपावली प्रत्येक प्रसंगात शेवटी निर्णय घ्यावा लागतो; तो प्रामाणिकपणे घ्यावा लागतो. एका मोहाच्या क्षणी नावासाठी कसाबचे वकीलपत्र घ्यावेसे वाटले. विशेष सरकारी वकील

आणि मुंबई बार अध्यक्ष यांनी दोघांनीही विशेष न्यायालयाला शिफारस केलेली असते.

माझ्या नावाचा कोर्टात पुकारा होत होता, पण मी मुंबईऐवजी अलिबागेत किडुक-मिडुक काम करत होतो. प्रसिद्धीला पाठ फिरवताना ऐन वेळी आपण व्यवस्थेतून पळतोय, हे जाणवत होते. तत्त्वे गहाण ठेवून देशद्रोहीला सोडवायला मदत करण्यास ऐनवेळी नकार देतो, पण खंत नव्हती. हेच माझे सत्याचे प्रयोग!

अनेक वेळा मोह टाळून, सरकारी वकील असताना पोलिसांच्या चुका झाकून आरोपींना शिक्षेला पाठविले. शिक्षांचा उच्चांक गाठला. पोलिसांच्या जबाबाप्रमाणे साक्षीदारांच्या साक्षी घोकून घेतल्या. त्यात काही निरपराध भरडले जाणार, हे माहीत असूनही निष्ठूरपणे वागलो. चुकतोय, हे कळत असूनही चार्जशीटप्रमाणे पुरावा नोंदविला; तर कधी कधी पोलीस साक्षीत, टिपणात, जबाबात फेरबदल करून साक्षीदारांच्या तोंडातून पाहिजे तेवढेच कोर्टासमोर आणले, पोलिसांना तोंडघशी पाडले. पण सरकारी वकील म्हणून शिक्षा पदरात पाडून घेतली. काहींना त्यामुळे आधार मिळाला. हेच माझे सत्याचे प्रयोग!

सरकारी वकिली सोडल्यावर कधी पोलिसांच्या दाढ्या कुरवाळल्या नाहीत, की कधी साहेबाच्या केबिनमध्ये गेलो नाही, कधी साहेबाला खूष ठेवण्यासाठी मधाळ बोललो नाही, साहेबाला भेटवस्तू दिल्या नाहीत. साहेबांचे वागणे खटकले, तर तोंडावर बोलून मोकळा झालो. अनेक साहेबांबरोबर भांडलो. उघडपणे तक्रारीही केल्या, पण कधी मागून पाय खेचले नाहीत. स्वतःला नावे ठेवून घेतली. न्यायदानातल्या विकृतीवर बोललो. न्यायालयीन अतिरेकीपणावर बोललो. प्रसंगी वाईटपणा घेतला. पोलीस चर्चासत्रात पोलिसांच्या अप्रामाणिकपणावरच घसरलो. उलटतपासात विनाकारण अडथळे आणणाऱ्या सरकारी नाही तर फिर्यादीच्या वकिलांवर बरसलो. हेच माझे सत्याचे प्रयोग!

मी धुतला तांदूळ नाही; उलट ऐनवेळी वाऱ्याप्रमाणे पाठ फिरवायची कला मलाही अवगत आहे. मी लबाड नाही, असे बोलण्याचा प्रयत्न मी केव्हाही केला नाही. चुकीचे निर्णय मी घेतले नाहीत असेही नाही; पण त्याचे चुकीचे समर्थनही करीत बसलो नाही. पाप केले नाही असेही नाही; पण प्रायश्चित्ताचे नाटकही केले नाही. हेच माझे सत्याचे प्रयोग!

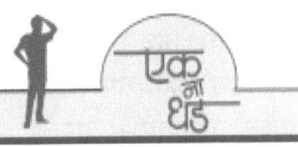

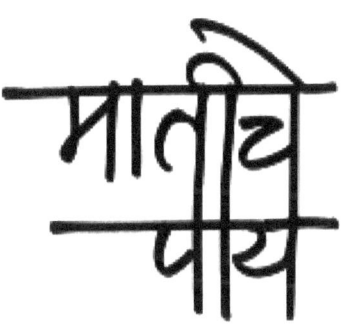

मातीचे पाय

पन्नास वर्षांचा प्रवास. मुसाफिरी करताना काही चेहरे लक्षात राहिले. काही ठरवूनही विसरता आले नाहीत, सतावत राहिले. त्यांत मित्र होते, पक्षकार होते, वारकरी होते. राजकारणी, धंदेवाले, व्यापारी, व्यावसायिकसुद्धा होते. प्रत्येकाची वेगळी तऱ्हा. प्रत्येकाचे जगणे वेगळे. प्रत्येकाचे वेगळेपणही वेगळे. आज काही मोजकेच चेहरे आठवतात. त्यांच्या कथा मांडताना अडखळतोय. त्यांच्या नावाचा उल्लेख पळपुटेपणा म्हणून टाळतोय, असे नाही. पण त्यांना वाईट वाटू नये, म्हणून ही खबरदारी घेतोय.

मंडणगडला कित्येक वर्षे एक मावशी आमच्याकडे कामाला यायची. ती बऱ्याच वेळा आजारी असायची. तिच्या बकऱ्या चरायला कधी कधी आम्ही न्यायचो. तिच्या झोपडीत रमायचो. गावाजवळच्या डोंगरात तिची जमीन होती. नाचणीची टाकणी करायला मला आवडायचे. टेकडीवर हातांनीच कुदळणी

व्हायची. डोक्यावर घोंगडी किंवा ऐनाच्या पानांचे बांबूने बनवलेले टोपरे असायचे.

नाचणीच्या रोपांची जुडी घ्यायची आणि फेकत सुटायचे. मग रोप रोवण्याची भानगडच नाही. रोप स्वत:च्या ताकदीवर दोन दिवसांत डौलाने उभे राहायचे. आईला सांगितले— तर ती 'नाचणीत ताकद असते' असे सांगायची. नाचणी खाल्ल्याने शरीरात लोह वाढते— सांगायची. गरम तव्यावरची भाकरी आम्ही माठाच्या भाजीबरोबर नाही तर गुळाबरोबर हौशीने खायचो.

पाऊस आला की, भारंगीची भाजी यायची. शाळा सुटली की, कोवळे बोखे आम्हीच तोडून आणायचो. शाळा डोंगरावर होती. तहसीलदाराची मुले म्हणून कोणतीही सवलत नसायची. मग आई वालाचे दाणे तव्यात भाजायची, त्यातच पाणी ओतायची. ते उकडलेले हळद-मीठ टाकलेले दाणे आम्ही मिटक्या मारत खायचो. त्याची सर बदाम-मनुक्याला कशी येणार? आई भारंगीचे पाणी काढायची; साखर, मीठ; टाकून सक्तीने प्यायला लावायची. जंत होणार नाहीत— सांगायची. तोपर्यंत वटपौर्णिमा यायची. डोंगरावर अळू तयार व्हायचे. काटे सांभाळत ती आंबट गोड अळूची फळे खायचो. म्हटलं तर जगावेगळे फळ, पण आवडायचे. भारंगीच्या भाजीची आवड आजही संपलेली नाही. भाजीचा वाटा दिसला की, मी आजही हेलावतो. भारंगीच्या भाजीवर मनसोक्त ताव मारतो. आई आठवते आणि आपोआपच डोळे पाणावतात.

मंडणगडने मला घडवले, प्रदीपला वाढवले. प्रदीपच्या पन्नासाव्या वाढदिवसाला बोलायला मिळाले. त्याची नेतृत्वक्षमता थोर. एखाद्या कामात स्वत:ला झोकून देणारा त्याचा सेवाभाव वेगळा. त्याचे नाते मी मंडणगडच्या संस्कारांशी जोडले. ते खरेच आहे. तहसीलदाराची पोरे मारुतीच्या देवळावर कौले चढवायला गावकीबरोबर जायची. होळीसाठी गवत जमवायला जंगलात जायची, शिमग्यात तमाशाला बसायची, पालखीत नाचायची. गणपतीला बाल्या नाचात शिटीवर कुल्ले हलवत फेर धरायचो, गोविंद्याच्या कीर्तनात रमायचो. शाळेत गवत काढायचो, गांधी सप्ताहात आदिवासी वाडी साफ करायचो. बापाला त्याचे काही वाटायचे नाही. आईने कधी नाक मुरडले नाही. पायाला चिखल लागायचे दु:ख नसायचे की, साहेबाच्या पोराची जात कुणाला माहिती नसायची. आम्ही ठाण्या-पुण्यात वाढलो असतो, तर कदाचित पांढरपेशे झालो असतो; पण मग आज आहोत असे घडलो नसतो.

त्या आठवणीत आम्ही हरवून गेलो. तेव्हाच ठरविले, हे लोकांनी वाचले पाहिजे; म्हणून हा दुराग्रह. ही एका तत्त्वशीर बापाची कहाणी, एका निष्पाप

गावाची कहाणी, कात टाकणाऱ्या शहराची कहाणी, धडपणाऱ्या मुलाची कहाणी... मानली तर विचार करायला लावणारी, नाही तर वांझोटी चळवळ! केवळ वाचाळ धडपड!

मंडणगडला हायस्कूल नव्हते. हे गाव दोन डोंगरांत विभागलेले. एका बाजूला गांधी चौक, मधे कोंझरची नदी, पुन्हा डोंगर चढून गेले की, बस स्टॅण्ड. त्या वेळी कोंझरच्या नदीवर पूलही नव्हता. मी पाचवीत असताना तो झाला. तोपर्यंत साकव असायचा. गांधी चौकातून असाच एक आडवळणाचा रस्ता पोलीस लाइनीकडे जायचा. त्यातही एक ओहळ आडवा यायचा. त्यामध्ये पावसात गावाचे पाणी उतरायचे. त्यावर दोन ओंडके असायचे. श्वास पिक्चरमध्ये आजोबा फणस

खांद्यावर घेऊन येतात तसे, आम्ही जीव सांभाळत त्यावर बसत-बसत दोरीला पकडत जायचो.

ताई पुण्याला शिकायला होती. बहुधा फर्ग्युसन कॉलेजची ग्रॅज्युएट. बी.एस्सी. फर्स्ट क्लास! पुढचे शिक्षण करणेच शक्य नव्हते. ताई गावात आली. मंडणगडला गोसावी सभापती होते. घरी आले. शेजारी विमा एजंट शेठकाका होते. ते अण्णांचे मित्र होते. त्यांची पुतणी शोभा हीसुद्धा शिकलेली. त्यांना हाताशी धरून गाव-पुढाऱ्यांनी हायस्कूल सुरू केले. आमच्या घरीच त्याचे नामकरण झाले. त्या गप्पा मी पार्टिशनच्या आडून ऐकायचो.

आजही ते पार्टिशन अडगळीत पडलेय. त्याला निळा पडदा असायचा. त्या पार्टिशनमुळे किती तरी गोष्टी माझ्या कानावर पडल्या. अभ्यास करण्याचे नाटक करताना त्या ऐकायला मिळायच्या. आता मुलींना त्या पार्टिशनची अडगळ वाटते. मला मात्र त्यावरून हात फिरवावासा वाटतो.

अप्पा गोसावींनी शाळा सुरू केली. कुरेशी, मुकादम, पोत्रीक ही तरुण शिक्षकमंडळी त्यांना मिळाली. बाबासाहेब आंबेडकर मंडणगड तालुक्यातलेच. भाषणाचे वेळी पाठांतर करताना त्यांचे कार्य कळायचे. अण्णांनी मुलींना अडवले नाही; उलट रेवदंड्याहून नाव काढून मंडणगडच्या शाळेत आणले.

त्यामुळे इतरांना नाव ठेवायला जागाच उरली नाही. मुलांना शहरात शिकायला मिळावे म्हणून बदलीसाठी धडपडणारे बाबा थोर, की शहरातली नोकरी नाकारून खेडेगावात संसार थाटणारे आणि कठोरपणे शहरातून स्वत:च्या मुलीच्या नव्या शाळेतच दुसऱ्या मुलीस आणून शिकवणारे अण्णा थोर— हे मला कधी कळलेच नाही.

अण्णा तहसीलदार होते. गावात पहिली लाईट आमच्या घरी आली. त्या आधी लाकडी पट्टी ठोकून जुन्या पद्धतीने वायरिंग केलेले. तेच वायरिंग आजही आहे. ती गोल काळी बटणे... लाकडी बोर्ड... पहिला दिवा पेटल्यावर सर्वांनी वाजवलेल्या टाळ्या. लाईट बघायला आलेले गावकरी. मी त्या वेळी चौथीत होतो. आईने जमलेल्यांना कांदेपोहे वाटले.

मंडणगडला गेल्यावर घर पाहताना मी भूतकाळात रमलो होतो. पत्नी राजश्रीला त्यात काही रस असायचे कारण नव्हते, पण ती माझे घुटमळणे जाणत होती. अण्णांना कमी दिसत होते. ते बोर्ड चाचपडून पाहत होते. भिंतीला कोनाडे होते. त्यामध्ये रॉकेलचे दिवे ठेवून आम्ही धडे गिरवले होते. माडीवर जाणारा जिना जीर्ण झाला होता. आता ते घर, तो परिसर अगदीच

लहान वाटत होता. आम्ही सेंटीमीटरचे इंच झालो होतो. शेकड्यांनी आठवणी साचल्या होत्या. सर्वच जण नि:शब्द होतो.

मंडणगडच्या भेटीत अनेक ठिकाणी गेलो. अप्पा गोसावी आणि केशवशेठ यांना खास भेटलो. बराच वेळ अण्णांनी त्यांच्याशी गप्पा मारल्या. दुर्दैवाने सहा महिन्यांतच दोघांनी जगाचा निरोप घेतला. इच्छा असूनही, तेव्हा जाता आले नाही. मंडणगडचा इतिहास कुणी लिहिणार नाही; पण ते विकासाचे पहिले शिलेदार होते.

त्या दोन व्यक्तींनी मंडणगड उभारायला हातभार लावला होता. गावे घडतात, वाढतात, धंदे येतात, गाड्या-घोडे येतात; पण अशा व्रतस्थ माणसांनी खांद्यावर जोखड घेतलेले असते. त्यांनी ओझे वाहिलेले असते. म्हणून गाडा फिरत असतो. त्यांना कुणी 'रत्नागिरी-मित्र' पुरस्कार देणार नाही. शिक्षणमहर्षी ठरवणार नाही. पण अतुल्य भारत घडतोय तो अशा लोकांमुळे. खोतगुरुजींनी मराठी शाळा सांभाळली, केशवशेठनी धंदा सांभाळून गाव सुधारले, परकारनी बेकरी सांभाळून समाज बांधला, गोसावींनी राजकारण सांभाळून हायस्कूल उभे केले... त्यांची परतफेड मंडणगडची जनता कशी करणार?

सर्वच गावांप्रमाणे मंडणगड आता पार बदलून गेले होते, तरी आमच्या पाऊलखुणा होत्याच. अण्णांचा शिपाई, जंगम, गुरव अदबीने भेटायला आले होते.

मंडणगड सुधारले ते आंबेत पुलामुळे. वसंतराव नाईक तेव्हा मुख्यमंत्री होते. एस.टी. स्टॅण्ड नुकताच सुरू झाला होता. एस.टी. स्टॅण्डच्या मागे पंचायत समितीची बैठी इमारत होती. बहुधा रेवदंडा पूल आणि म्हाप्रळ आंबेत पूल दोघांच्या कोनशिला एकाच दिवशी रचल्या गेल्या. आईने महिला मंडळ स्थापन केले होते. मुख्यमंत्र्यांना ओवाळणाऱ्यांपैकी ती एक होती. पूल झाला आणि मंडणगड आणखी नावारूपाला आले; नाही तर दापोली किंवा खेडमार्गे महाडला यावे लागायचे किंवा म्हाप्रळ पकटीवरून आंबेत गाठायला लागत असे.

मंडणगडला अप्पा गोसावींच्या घरासमोर काही देवळे होती. तिथे भजने चालायची. आई भजनाला जायची. आम्ही ते पाहत-पाहत घडलो. आईला वाचनाची फार हौस. अनेक पुस्तके ती वाचायची. घैसास नावाचा एक ताईचा विद्यार्थी होता. त्याच्याकडे पेटारा भरून पुस्तके होती. तोच पेपरही टाकायचा. एस.टी.ने दुपारी चारनंतर पेपर यायचे. त्यामुळे संध्याकाळी पेपर वाचून व्हायचा. खडतर परिस्थितीतून शाळा चालली होती. पण शिक्षकांनी कमालच करून

दाखविली. पहिल्या तीनही वर्षी दहावीचा निकाल शंभर टक्के लागला होता. दहावीच्या पहिल्या बॅचला आमची कुमुदताई होती.

अण्णा तहसीलदार असले तरी सायकल वापरायचे, नाही तर चालतच फिरतीवर जायचे. तालुक्यातील गावे डोंगरकपारीतच होती. जंगम शिपाई आणि ते दफ्तर घेऊन सकाळी डबा घेऊन निघायचे, ते संध्याकाळी दिवे लागणीला परत यायचे. आता गाडी नसेल, तर तलाठी घराबाहेर पडणार नाही.

मी नववीपर्यंत मंडणगडला होतो. या काळातले मित्र आता जिकडे-तिकडे गेलेत. संजयशेठ शेजारी होता. त्याच्याकडे चांदोबा अंक यायचा. तो शोभाताईचा भाऊ. त्याच्या ओटीवर छानसा झोपाळा होता. बाजूला दुधाचा टॅन्कर यायचा. त्यातला बर्फ पळवायचो, त्याच्यावर मीठ टाकायचो; त्यात जंतू दिसतात का, ते पाहायचो. संजयशेठच्या माडीवर आम्ही अभ्यास करायचो. अभ्यास म्हणजे दिव्यच होते.

मला चांदोबा वाचायला मजा वाटायची. चित्रे छान काढायचो, पण गणितात भोपळा. सातवीला सहामाहीचा निकाल लागला. तलाठी नावाचे गुरुजी होते. वर्गात उभे करून माझा सत्कार केला. पन्नासापैकी 'शून्य' मार्क! घरी फटके मिळाले ते वेगळेच. घरून चिठ्ठी मागितली, मी ती स्वत:च लिहिली आणि डबल मार खाल्ला. बाबांनी सरांचीच बाजू घेतली. मी शाळेत जायचा कंटाळा करू लागलो, पण ताईने चांगलेच फैलावर घेतले. ताईने अभ्यास घ्यायला सुरुवात केली. स्कॉलरशिपला बसवले. दापोलीला जाऊन परीक्षा दिली. जालगावकर नावाच्या गुरुजींकडे राहायची व्यवस्था होती. मी जिल्ह्यात दुसरा आलो. आयुष्यात पहिल्यांदा पेपरात नाव झळकले.

त्या प्रसिद्धीनेच नंतर मेहनतीचे व्यसन लावले. अपयशाने पेटून कसे उठायचे, ते मला गणिताच्या पेपरने शिकवले. शिक्षकांनी छडीने फोडले, तर तक्रार व्हायची नाही आणि दप्तर टाकल्यावर विटी-दांडू खेळला, तर आई काळजी करायची नाही. अभ्यास पुरेसा करावा, इतकीच माफक अपेक्षा असायची. पहिल्या नंबरचे व्यसन पालकांना नव्हते. पोरगा कुणाकडे काय खातोय यावर बारीक नजर नव्हती. ढोपरा फुटला तर बॅन्डेज नसायचे. खरचटले तर भामुर्डीचा पाला चोळला की, काम व्हायचे.

पोटात दुखले तर कुत्र्या-मांजराचा रेस भरला असेल, असे समजून आई भोळेपणाने दृष्ट काढायची. फटकी, राई ओवाळून चुलीत टाकायची. तुरटी फुटली की त्याच्या आकृत्या आम्ही ओळखायचा प्रयत्न करायचो. त्यावरून

कुणाची दृष्ट लागली, ते कळायचे. इस्त्री येण्याआगोदर हिन्डालियमच्या तांब्यात कोळसे टाकून कपड्यांवरून फिरवायचो. अगदीच फाटके होतो, असे नाही. पण पैसे वाचवायची वृत्ती होती. कमतरतेतच सुबत्ता होती.

आई दंतमंजनासाठी तंबाखूची मशेरी करायची. तंबाखू भाजायला सुरुवात केली की, आम्ही धूम ठोकायचो. मालक मुंबईत राहायचे. फक्त देवदिवाळीला यायचे. कडक उपवास करायचे. सोवळ्याने बाहेर दगडांच्या चुलीवर जेवण करायचे. कोंबड्याचा बळी दिला जायचा. मग परिसरातल्या एका आंब्याखालून खड्डा खणून एक जुनी बाटली काढली जायची. तिची पूजा व्हायची. कोंबड्याच्या रक्ताने अभिषेक व्हायचा. आम्ही ते भीत-भीत पाहायचो. बाटलीत म्हणे, त्यांच्या आजोबांचा आत्मा बंद करून ठेवला होता! प्रसाद खायला ते बोलवायचे. आई डोळे वटारायची. अशा कणखर मातीने आम्हाला घडवले आणि कणखर मातेने आम्हाला वाढवले.

मंडणगडचा शिमगा

मंडणगडचा शिमगा म्हणजे महाउत्सव असायचा. गणपती आणि दिवाळीला एक वेळ चाकरमानी सबब सांगेल, पण शिमग्याला हमखास हजर असायचा.

ग्रामदेवता भैरी, तिचे वास्तव्य जंगलात गावाबाहेर. पाच दिवसांकरिता देव गावात यायचे. त्यांच्यासाठी एका मोठ्या चाफ्याच्या झाडाखाली चौथरा बांधला होता. तिथे मंडप सजायचा. त्यासाठी ऐनाच्या झाडांच्या फांद्या आणल्या जायच्या. सारवण, रांगोळी व्हायची. वाजत-गाजत पालखी दरबारी यायची. पेटीतून देवीचे चांदीचे मुकूट निघायचे.

पाच दिवस जागरण असायचे. तमाशा सर्वमान्य होता. त्यातील स्त्रीपात्रे गावातले पुरुषच करायचे. काश्या नावाचा भगत ते काम मोठ्या सफाईदारपणे करायचा. भोवती आम्ही पोरेटोरे जमायचो. कोण नसेल, तर हातात टिमकी धरायचो. मारुती चौकातून हा सारा प्रकार दिसे. आमचे राहण्याचे ठिकाण

जवळच असे. जागरण जोरात असे.

शिमगा म्हणजे होळीच्या दिवशी सर्व जण जंगलात जात. लाकडे, सुकी फाटी, गवताच्या पेंढ्या आणीत. एका डोंगरवस्तीवर होळीचा माळ होता. डॉ. मसुरकरांच्यासमोरच मैदान होते. होळी लागल्यावर रात्री प्रसाद होत असे. काही जण होळीत नारळ टाकीत. काही जण नवस फेडण्यासाठी होळीवर कोंबडा उडवत. लांब काठ्यांनी ते जळलेले नारळ, कोंबडे काढले जात. त्याचे वेगवेगळे प्रसाद होत. अगदी अर्वाच्य भाषेत फाका घातल्या जात. वर्षभर दिलेल्या त्रासाचे उट्टे फाका देऊन काढले जाई. काही वेळा अशा गावकीत खाष्ट माणसाची बेड्यातली सागवानी लाकडेसुद्धा पळवली जात. होळी एवढी मोठी की, तीस फुटांपर्यंत तिची धग लागे. बैठकीत गावकीचा पालखीचा कार्यक्रम ठरे.

दुसऱ्या दिवशी पहाटे पुन्हा होळीवर गाव जमे. पाण्याची तपेली, हंडे, जळणाऱ्या ओंडक्यांजवळ ठेवले जात. औषधी म्हणून त्यात निरगुडीचा व कडुलिंबाचा पाला टाकला जायचा. जंगलातून काढून आणलेले दिंड्याचे दांडके होळीवर तापवले जायचे. ते दगडावर आपटले की, फटाक्यासारखा आवाज यायचा. होळीत दिवाळीचा भास व्हायचा.

पालखी सोहळा पाहण्यासारखा असे. देवाला दागदागिन्यांनी सजवले जायचे. पालखीसुद्धा पारंपरिक वस्त्रे, झुंबरांनी सजवली जायची. खालुबाजा, ढोल, ताशे असायचे. सुवासिनी मिरवणुकीत सामील व्हायच्या. अख्खे गाव पालखी नाचवायचे. पंचमंडळी व्यवस्था पाहायची. मुंबईकर हौसेने देव नाचवायचे. प्रत्येक घरासमोर भैरीची पूजा व्हायची. शंकासुर या मिरवणुकीचे प्रमुख आकर्षण असायचा. शिऱ्या गोसावी बहुधा शंकासुर व्हायचा. त्याच्या हातात चाबुक आणि कमरेला घुंगरांचा मोठा पट्टा असे. त्याला उंच अशी चण्याच्या पुडीसारखी टोपी असे. काळ्या कपड्यात तो आणखीनच भयानक दिसे. आम्ही मागून त्याला हात लावला की, तो आमची पाठ काढे. कुणाच्या पाठीवर, पायावर, हातावर फटके पडत; पण आम्हाला तो प्रसाद वाटे. शंकासुर का नाचवतात याची वेगवेगळी कारणे वेगवेगळी माणसे नेहमी सांगत. मिरवणूक पाच-सहा तास चाले. मर्दानी खेळ, दांडपट्टा, शाळेचे लेझीम पथक, कसरतीचे प्रयोग, फुगड्या सारे काही असे. खऱ्या अर्थाने तो ग्रामोत्सव असे. नंतर कुठे अख्ख्या गावाला असं एकत्र येऊन नाचताना मला पाहायला मिळाले नाही. देवाची भीती आणि परंपरेची आवड यामुळे त्या वेळी गावाची एकी टिकून होती. वाणी,

ब्राह्मण, कुणबी— कोणताही भेदभाव नसायचा. आधुनिकता शिवलीच नव्हती. पेट्रोमॅक्सवर पालखी मिरवणूक चालायची.

छबिना पालखी हा होळीचा आणखी एक लोकोत्सव असे. काही पालख्या माहेरकरणींना भेटायला गावात येत. म्हणजे, आजूबाजूच्या ग्रामदेवता मानपान घेण्यासाठी गावात येत असत. माहेरकरणी पालखीबरोबर आलेल्या आपल्या माहेरच्या लोकांचे स्वागत आपल्या ऐपतीप्रमाणे करीत. पडवीत घोंगडी टाकली जायची. चहा-चिवडा व्हायचा. दुपारी जेवणाचा कार्यक्रम असे. मग पालखी आनंदात दुसऱ्या गावात निघायची. हा सोहळा आठवडाभर चाले. यामध्ये गावकरी आनंदाने आणि उत्साहाने सामील होत. माहेरकरणींच्या दारात पालखी खूप जोरात नाचवली जायची— अगदी भोवऱ्याप्रमाणे घुमवली जायची.

त्यातच एक 'शरण काढणे' हा प्रकार असायचा. म्हणजे पालखीपुढे मागच्या वर्षी बोललेला नवस फेडण्याची ती एक पद्धत होती. मानपान केल्यानंतर पालखीचा गुरव देवाच्या अंगावरची फुले, नारळ यजमानाला द्यायचा. यजमान तो प्रसाद जमिनीखाली नकळत गावात कुठेही लपवून ठेवायचा आणि मग छबिना सुरू व्हायचा. लपविलेला प्रसाद शोधण्याची जबाबदारी देवाची असायची. पालखी वेगाने धावत सुटायची, नाचवली जायची. देव जागा सोडायचे नाहीत. गावभर धावणारी पालखी अचानक जड व्हायची— इतकी की, नाचता-नाचता ती जमिनीला टेकायची आणि तिथून प्रसादाचा नारळ निघायचा. तथ्य, तत्त्व, शास्त्रीय कारणे गुंडाळून ठेवली तरी गावातला तो एक मोठा सांस्कृतिक उपक्रम होता आणि माहेरकरणींना सासरी मान वाढविण्याची ती एक नामी संधी असायची. असेच प्रकार कोकणात अंतरा-अंतरावर वेगवेगळ्या पद्धतीने साजरे होतात. आता मुंबईकर त्याला आधुनिकतेची झालर लावतात.

आता गावोगावी लाईट आले आणि चायनीज तोरणेही आली. खालुबाज्याची जागा आता बेन्जो पार्टीने, नाही तर डीजेने घेतली. गावाचा चेहरा बदलला. खेड्यापाड्यात जेसीबी आणि पॉवर ट्रिलर पोहोचले. झाप-झावळयांचे मंडप जाऊन आता डेकोरेटर्सना ऑर्डर दिली जाते. सतरंजी जाऊन डुप्लिकेट का होईना, नीलकमलच्या खुर्च्या आल्या. मुख्य म्हणजे, आता सार्वजनिक कामाची लाज वाटते. गावात कॉम्प्युटर क्लास आले. सायबर कॅफे आले. तमाशात नाचणारा 'काशा' आता मिळत नाही. मुंबई, बंगलोर, हैदराबादपर्यंत मुले पोहोचली. त्यांचा असल्या थोतांडांवर विश्वास नाही. त्यांना शिमग्याकरिता आठवडाभर रजा काढण्यापेक्षा पिकनिकला जाणे महत्त्वाचे वाटते. गावचे म्हातारे-

कोतारे गावात अडकलेत. जंगले कमी झाली, माळराने उजाड पडली. समृद्धी आली, पण तिने संस्कृतीचा बळी घेतला. संस्कृतीच्या जागी विकृती आली. लोक रंगपंचमी विसरले आणि धुळवड साजरी करू लागले. इयर एंड, धुळवड, गटारी हे 'राष्ट्रीय सण' बनले.

मंडणगडसुद्धा या क्रांतीतून वाचले असल्याची शक्यता नाहीच. तिथेही हनुमान जयंतीच्या दुसऱ्या दिवशी कच्च्या फणसाची भाजी आणि गूळ-तांदळाची खीरऽ ज्याला 'ढकली' म्हणायचे ती— व्हायची. आजही ती होत असेल; पण घरातल्या चुली बंद ठेवून अख्खं गाव कसं लोटणार? नाइलाज म्हणून घरातील एखादा 'पंक्तिप्रपंच' करणार. ढकलीपेक्षा 'इअर एन्ड'ची 'बिअर' महत्त्वाची ठरू लागलेय! अजूनही वाटते पुन्हा एकदा शिमग्याला मंडणगडला जावे, आठवडाभर त्या मातीशी समरस व्हावे, पालखी खेळवावी, शंकासुर बनावे, भैरीसमोरच्या फडाला बसावं, गणपती उत्सवाला गडावर चढावे, गणपती विर्सजनाला भिंगरोलीच्या तळ्याकाठच्या झाडावरून उड्या माराव्यात, प्रत्येक घरी जाऊन तासन्‌तास आरत्या म्हणाव्यात, गोपाळकाल्याला विठोबाच्या देवळात मोठे केळीचे मखर बनवावे... गावात जाऊन गावकरी बनावे! असे तर प्रत्येकालाच वाटते. जिथे धुळाक्षरे गिरवली, ती माती कशी विसरणार? रामरगाड्यात जग पुढे सरकत असते. म्हटलं तर परतणं अशक्य नसते, पण तेवढाही वेळ आता गाठीशी उरलेला नसतो. आपणच स्वतःला गुंतवून घेतो. ही हार स्पर्धेतल्या युगाची, की आसक्त मनाची— हे सांगता येणार नाही. पण तरीही मंडणगडचा शिमगा आणि लोकोत्सव मनात घर करून बसलेत.

आजच्या पिढीला हे सर्व काल्पनिक वाटेल, पण मंडणगड असेच होते. थोड्या-बहुत फरकाने प्रत्येक गावची हीच स्थिती होती. गावची माती आता निकस बनू पाहते ती सिमेंट काँक्रीटमुळे. अनेक गाव योजना आल्या, बेरोजगारी कमी झाली, शेतमजुरी कमी झाली. विकास झाला, पण त्यामुळे भकास संस्कृती जन्माला आली.काही वेळा ही सुधारित आवृत्ती नकोशी वाटते. काळाचे काटे उलटे फिरवता येत नाहीत. निदान अशा एका खेड्यातील आठवणी ऐकायला, वाचायला मिळाल्या तरी थोडा वेळ-काळ आपण स्तब्ध होतो. पुन्हा मातीची ओढ लागते. आपण काय मिळवले; यापेक्षा काय हरवले, काय गमावून बसलो— या विचारात अंतर्मुख होतो. पण थोड्या वेळासाठीच! उद्याचा दिवस नव्या स्पर्धेचा असतो, नवी आव्हाने उद्याची वाट पाहत असतात...

✦✦

खोत गुरुजी

तो एक जुना गोठा होता, अगदी दुर्लक्षित. भुतांचा वावर असल्याचा समज असल्याने अगदी ओसाड पडलेला. आजूबाजूला गवत आणि इतर रानटी झाडे झुडुपे उगवलेली, अस्ताव्यस्त वाढलेली. मागे जवळजवळ जंगलच. भला मोठा शेकटाचा वृक्ष, एक मोठा पारिजातक. त्या प्राजक्ताच्या फुलांचा उपयोग आम्ही श्रावणात हार गुंफायला करीत होतो. अर्थात, त्या वेळी मन श्रद्धाळू होते.

मंडणगडसारख्या कोकणी गावाचा तो संस्कार होता. मन भित्रे होते. भुताखेतांवर अंधश्रद्धा होती आणि वर सांगितलेला गोठा आमच्या राहत्या घराला लागूनच होता. पण हे बेडंवजा घर अगदी मोडकळीला आलेलं. आम्ही रोज पाहत होतो.

एके दिवशी चमत्कार घडला. त्या घराची, म्हणजे बेड्याची डागडुजी

होऊ लागली. नळीची कौले नीट केली गेली. भिंती दुरुस्त झाल्या, टेकू दिले गेले, आजूबाजूची उनाड झाडे तोडली गेली. भिंती, जमिनी सारवल्या गेल्या. गोणपाटाचे पार्टिशन घातले गेले, खोल्या निर्माण केल्या गेल्या.

आम्ही फक्त विस्मयाने पाहत होतो, अनुभवीत होतो. निरनिराळे रंग दिले गेले, भिंतींवर डिझाईन काढली गेली. पार्टिशनवर रंगीत कागदावर निरनिराळी चित्ताकर्षक नक्षीकाम करून ते कोरून चिकटवण्यात आले आणि काय सांगू—? त्या पडक्या घराचा पूर्ण चेहरा-मोहराच बदलून गेला! मंडणगडातील एक आकर्षक घर म्हणून लोक त्याकडे पाहू लागले.

या सर्वामागे दोन हात रात्रंदिवस झटत होते आणि ते होते आमचे नवे हेडमास्तर खोत यांचे. ते केळशीहून आलेले आणि त्यांच्याबरोबर त्यांच्या सौ. खोतबाई होत्या. बस्स, दोघंच. माझं कुतूहल तर वाढतच होतं. त्यांनीही संकोच न ठेवता आम्हा सर्वांची ओळख करून घेतली आणि आम्हीही धीटपणे अगदी त्यांच्या घरात प्रवेश केला.

पाटावर, कागदावर डिझाईन कशी कोरतात; ते मी कुतूहलाने पाहत होतो. त्यांची डिझाईनची अन् अक्षरांची खास लकब होती, पद्धत होती. त्याची वेलांटी खास लक्षात राहणारी. एक सर्वसाधारण देहयष्टीचा, थोडा वयस्कर, केसांनी डोक्याला राम-राम ठोकलेला.

प्रथमदर्शनीच एवढा आमच्यात मिसळणारा तो माणूस 'हेडमास्तर' असूच शकत नाही, अशी आमची ठाम समजूत होती. परंतु हे सत्य आहे कळेपर्यंत हेडमास्तर या माणसाविषयी भीतीऐवजी विश्वासाची भावना निर्माण झाली होती.

थोड्याच दिवसांत आमच्या शेजारचा परिसर आमच्या परिसराशी स्पर्धा करू लागला. मेंदी लावली गेली, अंगण केले गेले. ते घर म्हणजे आमचा विरंगुळा होऊन बसले. ते कलाकुसरीवर, नक्षीकामावर फिरणारे हात मनात खोलवर छाप पाडून गेले.

माझ्या बोटांना कलास्वादाची चटक लावण्यास तेच कारणीभूत असावेत. कलेचा संस्कार खोत गुरूजीनी केला, तर वैद्य सरांनी सराव करून घेतला. कलेचा आकार दिला. एका बाजूला विक्षिप्त दळवीमास्तर तर दुसऱ्या बाजूला प्रेमळ, मनमिळावू खोत गुरुजी.

खोत निपुत्रिक होते. त्याची कसर ते विद्यार्थ्यांवर निस्सीम प्रेम करून भरून काढायचे. चित्रकलेचे पेपर तपासायला ते आम्हाला मदतीला घ्यायचे.

घरभर पेपर मांडायचे. मग आम्ही प्रत्येक विद्यार्थ्यांची चित्रे पाहायचो, त्यांचे वर्गीकरण करायचो. गुरुजी चुका आणि सुधारणा सांगायचे, मग मार्क ठरायचे.

दिवाळी आली की, कंदील आणि रांगोळी. कागदाचे कंदील कोरले जायचे. त्याला रंगीत कागदाच्या करंज्या चिकटवल्या जायच्या. कौशल्याने त्यात पायली बसविली जायची. पायली म्हणजे कंदिलाच्या आत फिरता बांबूचा गोल! त्याला मध्यभागी फुटलेल्या बल्बची काच बसवायची. गरम हवा जाण्यासाठी कागदात तिरके मार्ग केले जायचे. त्या पायलीला लक्ष्मी वा शुभ दीपावली असे नाव कोरले जायचे. त्यासाठी गुरुजींनी खास धारदार वस्तू बनवून घेतलेल्या. पाट उलटा ठेवून कागदाचा गठ्ठा ठेवायचा आणि पुठ्याच्या साच्याप्रमाणे नाजूक हातांनी त्यावर ठोके मारायचे. आम्ही धसमुसळेपणा करायचो. चित्र फाटायचे, पण गुरुजी रागवायचे नाहीत. दुसरे कागद बनवायला द्यायचे.

तालुका हेडमास्टर म्हणून आदळआपट नाही, की चिडखोरपणा नाही. शाळेत पाट असायचे. रोज ते उचलायला लागायचे. वर्गाचा कचरा आम्हीच काढायचो. पाटाखालीच दप्तर सरकवून बसायचो. वर्षातून दोन वेळा वर्गाची सजावट व्हायची. खोतगुरुजी त्या काळात लहानाहून लहान व्हायचे.

आता भुतांचा वाडा खोतगुरुजींचे घर झाले होते. गावात देवदेवस्की चालायची, करण्यांचे प्रकार उघडकीस यायचे. गुरुजी चिडायचे. पण त्यांनी त्या प्रथा मोडण्यासाठी कधी धावपळ केली नाही. व्यवस्थेविरुद्ध जाण्याएवढे बळ त्यांच्यात नव्हते.

गांधी चौकातच ग्रामपंचायत होती. तिच्या माळ्यावर आम्ही खेळायचो. तेथे लायब्ररी सुरू केली. लोकांना गुरुजींनी वाचायला शिकवले. साक्षरता वर्ग सुरू झाले. मोठ-मोठ्या अक्षरांची पुस्तके आणली. लाऊड स्पीकरवर कामगारसभा आणि बातम्या सुरू केल्या.

खोतगुरुजी समाजबदलाचे मूक साक्षीदार होते. ते कोणत्या पक्षाचे ते आठवत नाही; पण तो काळ सवत्स धेनू विरुद्ध दिवा-पणतीचा होता. इलेक्शनच्या काळात बॅनर रंगवले जायचे. गुरुजी आमचे शेजारी. त्यात लाड पुरविणारे. आम्ही बाईंना पापड, चिकोड्या वाळत घालायला मदत करायचो.

परीक्षा आली की, खोतगुरुजी कठोर व्हायचे. आम्हाला अभ्यासाला बसवायचे. शिक्षकांच्या घरी सक्तीच्या शिकवण्या सुरू व्हायच्या. पैसे-बियसे काही नाही— अगदी चकट फू. वरती रोज काही तरी हातात कोंबायचे. दुसऱ्या दिवसासाठी लालुच. घरीच औषधे बनवायचे, पावसाळ्यात तेही भाजी लावायचे.

वेलावर पहिला भोपळा कुणाकडे लागतो, त्यावर पैजा लागायच्या. भोपळ्याच्या फुलांची भजी, नाही तर घरात काहीही गोड झाले तर दोन घरांत वाट्यांची देवाण-घेवाण व्हायची.

बऱ्याच वर्षांनी गुरुजींच्या वाड्यासमोर उभा होतो. तो आता परत बंद आहे. गावातली अनेक घरे आता बंद असतात. बऱ्याच जणांनी एस.टी. स्टॅण्डजवळ वाढलेल्या परिसरात नवी घरे बांधलीत.

मी स्तब्ध होतो. गुरुजी नव्हते. निवृत्त झाल्यावर ते केळशीला गेले. गावाच्या कामाला वाहून घेतले. काळाने त्यांनाही नेले.

असे कलाकुसर करणारे हात आमच्या पाठीवर फिरले, म्हणून चित्रातल्या भावना आम्हाला कळायला लागल्या. त्यांच्या अंगणातल्या एरंडाची फळे फोडून आतल्या बिया एकदा मी खाल्ल्या होत्या, विषबाधा झाली. अण्णा फिरतीवर होते. गुरुजींनी प्रचंड धावपळ केली. झाडपाल्याच्या औषधाचा उतारा दिला. डॉक्टरांना बोलावून आणले. मी लहान होतो. आज त्यांची घालमेल अंधुकशी आठवतेय.

खेड्यात शिक्षणसेवी नसतात, हे कुणी सांगितले? असे खोतगुरुजी भारतभर होते; म्हणून तर आमची पिढी घडली, वाढली. आम्ही जीवनात रंग भरू शकलो; आयुष्याची रांगोळी सजवू शकलो...

रहाट

चौल एक पौराणिक ठेवा आहे. आता चौकीवर बसून डंपरच्या ऑर्डरचा विचार करणाऱ्यांना त्यात फारसा रस नसेल; पण तरीही अद्याप चौलने काही अंशी आपले वेगळेपण जपलंय.

दोन हजार वर्षांपूर्वीपासूनचा इतिहास उराशी बाळगणारे चौल... चाळीसचेवर सत्तासंघर्ष आणि राजवटी अनुभवलेले चौल... सातवाहन काळापासूनचे समृद्ध बंदर... पोर्तुगीज, इंग्रज, मुघल साऱ्यांनी उभे केलेले आणि अनेक वेळा भस्मसात झालेले चौल.

अनेक रशियन, चिनी प्रवासी-लेखकांनी आठवणीने लिहून ठेवलेले चौल... पूर्वीचे आंतरराष्ट्रीय बंदर आणि आता रस्ते करायलासुद्धा ग्रामपंचायतीकडे पैसे नसलेले चौल... नारळ-सुपाऱ्यांच्या वाड्यांमधले चौल... अनेक चित्रपट आणि मालिकांचे चित्रीकरण झालेले, भुरळ पाडणारे चौल.... अगदी फूटभर

जागेसाठी कोर्ट कचेऱ्या पाहणारे चौल... तीनशे देवळे असणारे चौल... वाडी तिथे विहीर आणि विहीर तिथे रहाट असणारे चौल... चौलची बातच न्यारी!

लहानपणी मे महिन्यात उन्हाळ्याच्या सुट्टीत चौल म्हणजे आम्हाला पर्वणी असायची. गल्ली-बोळातील मातीचे रस्ते, वाटेत पडलेल्या झावळ्या, झाप यांतून जाताना होणारी लगबग... माकडांचा हल्ला परतविण्यासाठी केलेली आरडाओरड... पालापाचोळ्यात झाडांच्या बुंध्यात पेंढा टाकून रायवळ आंब्याची लावलेली आढी... मटक्यातून कुल्फीवाल्याने भेंडीच्या पानावर कापून दिलेले कुल्फीचे तुकडे... हे आठवताना सर्वांत लक्षात राहते ते पार्श्वसंगीत रहाटाचे! वाड्यावाड्यांमधून चौकोनी विहीर, हे चौलचे वैशिष्ट्य.

वाडीच्या आकाराप्रमाणे एक किंवा दोन बैलांचा रहाट... त्यांच्यावर लोंबकळणाऱ्या मातीच्या मडक्यांच्या रांगा... रहाटाचे दाते झिजू नये म्हणून त्याला फासलेले डांबर नाही तर करंज तेल... या सर्वांतून होणारा व मडक्यातून पाणी पडतानाचा होणारा आवाज... बैलाच्या चाकोरीचा आवाज आणि रहाटाच्या निरनिराळ्या लाकडी भागांचा घासल्यामुळे येणारा आवाज... यातून एक कर्णमधुर, लयबद्ध संगीत तयार व्हायचे. अगदी शेजारच्या चार विहिरींचा रहाट जोडला की, भूपाळी सुरू व्हायची व या तालावर दिनक्रम ठरायचा. सकाळ-दुपार-संध्याकाळ उन्हाळ्याचे दिवसांत तीन-तीन वेळा बैल जुंपायला लागायचे.

सुपारीच्या विरींनी बैलाच्या डोळ्यांना झापडे बांधली जायची. आम्हाला त्याचीच जास्त मजा वाटायची. बैलाला चक्कर येऊ नये, म्हणून ही व्यवस्था असायची. मानेवरचे जोखड घेऊन रहाट खेचल्यानंतर बैलांनी चाल हळू केली की, म्युझिक बदलायचे; त्याबरोबर पाण्याची धारही कमी व्हायची. मग शिंपणे करणारी व्यक्ती दारे मोडून तेथूनच बैलाला आवाज द्यायची. माळ्याचा धाकही असा की, नुस्त्या आवाजावर बैलांची चालच बदलायची! नाही तर पायावर एखादा रट्टा बसायचा. अनेक ठिकाणी परीक्षेचा अभ्यास करणाऱ्या मुला-मुलींनाच ही दांड्याने पाणी शिंपण्याची व्यवस्था बघावी लागायची.

एकीकडे पुस्तकात संस्कृतची सुभाषिते किंवा नावे पाठ करणारी विजूताई वेळेचे व्यवस्थापन बरोबर करून थोड्या-थोड्या वेळाने दारे मोडायची. सिमेंटच्या दांड्याला चिकणमाती व शेणाची दारे असायची. त्यावर वजनासाठी एखादी वीट व पाणी पडून खड्डा पडू नये म्हणून आळीचे तोंडावर ठेवलेला दगड, त्यावरून उडणारे पाणी, तुषारांमधून दिसणारे इंद्रधनुष्य... मध्येच कुठे तरी वाहत्या पाण्यात अंघोळ करणारा कावळा. आता मात्र रहाट नामशेष झालेत. त्यांचे लाकूड अशुभ

मानतात. आता आठवण म्हणून त्याचा एखादा भाग कुणा तरी हौशी बंगलेवाल्याच्या दारात दिसतो. 'पर्शियन व्हील' म्हणून वस्तुसंग्राहालयात त्याची छोटी प्रतिकृती पाहायला मिळते; पण तो गंध, ती कुरकुर, लयबद्ध संगीत आता हरवले आहे. उद्या अशाच काही वस्तू नामशेष होतील, त्यांच्या आठवणी सांगणारी म्हातारी-कोतारी माणसेही जातील; मग हा ठेवा कसा जपायचा? वेगाच्या वेडात आपण आपलेपणा हरवतोय. जाते नामशेष होईल, उखळ-मुसळ लग्नापुरतेच राहील, अंघोळीचे तांब्याचे घंगाळे आणि बंब केवळ नितीन चंद्रकांत देसाईकृत मालिकांपुरताच मर्यादित राहील. खेडी झपाट्याने बदलताहेत; पण हा वेग आपल्याच संस्कृतीचा घास घेतोय, त्याला कसे आवरायचे? —हा खरा प्रश्न आहे.

रहाटाभोवती एक अर्थव्यवस्थाच फिरत असायची. दुरुस्ती करणारे सुतार, कुंभारवाड्यात रहाटाचे लोटे बनविणारी कुटुंबे, दोरी विणणारी कुटुंबे... शिवाय शिवारात बैलांचा गोठा, हौसेने यात्रेला जाण्यासाठी छकडी गाडी आणि शेतीच्या कामासाठी गाडा, वाडीतले ते बेडे, बेड्याच्या दारातील बकुळीचे झाड... शिंपण्याच्या ओलाव्याबरोबर वाडीभर पसरणारा बकुळीचा, सुरंगीचा नाही तर सोनचाफ्याचा सुवास आजही मनात दरवळतो. पण ही अनुभूती पुढच्या पिढीला कशी मिळणार? वाडीत चिखल असतो, म्हणून ही मंडळी सहा-सहा महिने त्यांच्या फार्म हाऊसवर फिरकतही नाहीत. केवळ रहाटच हरवला नाही, तर काळाच्या ओघात चौलचं गावपणच हरवलं. जे चौलचे, तेच कमी-अधिक फरकाने प्रत्येक खेड्याचे, गावाचे झाले. मुंबईकर संस्कृतीने अक्षरश: गावांवर हल्ला केला.

आजही चौलला कधी तरी हौशी मंडळी जमतात, सुस्कारे सोडतात. घरी गेल्यावर खटका ओढताच पंप धो-धो पाणी काढतो. वाडीचे रूप बदललेले असते. पगारी माळी थकलेला असतो. झाडांवरून मायेने हात फिरत नाहीत. पाडेकरी मिळता मिळत नाही. गावातली गुरेच कमी झाली, तर शेणखत कुठून मिळणार? त्यात भाऊबंदकी आहेच. त्यापेक्षा वाडी विकून पैसे उभे केले जातात.

अनेक गावकरी आता परागंदा झालेत. रहाटाप्रमाणेच तेही नामशेष होण्याचा मार्गावर आहेत. वाड्यांचे वाटे झाले. कुळाला आयतीच वाडी मिळाली. मुले शहराकडे धावली. म्हातारा-म्हातारी मरण येत नाही म्हणून जगताहेत. बैलगाडी गेली आणि बैलजोडीही गेली. हाक मारली की, विक्रमवाला येतो. नांगरण्यासाठी पॉवर टिलर भाड्याने मिळतो.

चौलसारख्या अनेक नारळ-सुपाऱ्यांच्या वाड्या, बागायती असणाऱ्या गावांचा 'रहाट' हा मानबिंदू होता. त्यात जीवनाचे सार फिरत होते. रिकामा लोटा खाली मान करून जायचा...पण वर यायचा तो पायसदान करायला... धरती फुलवायला. त्यातून उभारी घेणारा अंकुर नवा सुगंध पसरावयाचा.

...आता तो रहाटच हरवलाय, त्याच्या सोबत आपणही खूप काही गमावलेय.

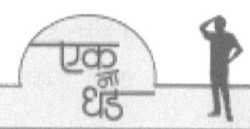

कसाबचा वाढदिवस

दि. २६/११/१०... शहीद दिन. स्थळ— 'गेट-वे ऑफ इंडिया.' नेहमीच्या पर्यटकांना पार हद्दपार केलेले, गेट-वेचे इव्हेंट म्युझियम झालेले. वेळ– सकाळी १०.०० ची. इन्स्पेक्टर दांडुकेवाल्यांना जागा समजावून सांगण्यात मग्न. निळे ड्रेसवाले रॅपिड ॲक्शन फोर्सचे जवान स्टाईलमध्ये चिलखती गाडीतून बंदुका रोखून उभे. आम्ही बापडे कोर्टात जाण्याच्या तयारीत गेटवे ऑफ इंडियाच्या पायऱ्या चढतोय. पनवेलच्या हळदीला लाजवेल असा कानठळ्या बसवणारा आवाज. बहुधा रॉक म्युझिकवर भव्य-दिव्य कार्यक्रमांचे आयोजन. एक तर गेटवेलाच झाकणारा मंडप. सगळीकडे काळे पडदे लावून परिसर झाकलेला.

माझ्या छोट्या मुलीने 'आज काय कसाबचा वाढदिवस आहे का?' असे विचारून माझी सकाळीच विकेट घेतलेली. पण अनुभव तर तोच होता. अगदी फेस्टिव्हलचीच तयारी होती. काय तमाशा आहे, असे म्हणत सोबतचा वकील नाक

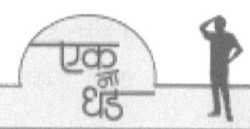

मुरडत होता. बावळटासारखे कपडे घातलेला गार्ड उगाचच गेट-वेला येणाऱ्यांच्या बॅगांकडे संशयी नजरेने पाहत होता. हातातली पिपाणी वाजणारे मशिन कसे वापरायचे, तेही त्याला माहीत नसावे. या खासगी गार्डनी तर उच्छाद मांडलाय. बाहेर यांना चायनीजच्या गाडीवर पण कोणी ठेवणार नाही; पण सण साजरा करायचा म्हणजे, ही अशी तयारी पाहिजेच.

गेट-वेवर व्ही.आय.पी. येणार म्हणून दुपारपासूनच 'जलवाहतूक बंद'चा फतवा काढलेला. त्यात शुक्रवार म्हणजे व्यापारांचा खरेदीचा दिवस. नेहमीप्रमाणे गुजरातीतून आणि कच्छी भाषेतून लाखोली वाहत (पण मनातल्या मनात) ते धावत टॅक्सी पकडत होते. एखाद्या थैलेवाल्याला हवालदार उगाचच कर्तव्यदक्षपणे अडवून शहाणपणाच्या चार गोष्टी सांगत होता. जनरेटर व्हॅन जादा ऊर्जेची व्यवस्था करीत होत्या. अनेक दूरचित्रवाणीवाहिन्यांच्या गाड्या सिग्नलपर्यंतचा रस्ता अडवून होत्या. त्यांचे ड्रायव्हर व कर्मचारी सर्व यंत्रणा तपासत होते.

प्रत्येक रस्त्याला छावणीचे स्वरूप आलेले. शहिदांच्या आठवणींपेक्षा कसाबचा वाढदिवस महत्त्वाचा, व्ही.आय.पी. महत्त्वाचा, न्यूज व्हॅल्यू महत्त्वाची. पन्नास डेसिबलची ऐशी की तैशी करून टाकली होती. फॉरिनर्स, पर्यटक पुरते कावरेबावरे झालेले होते. पोलीस त्यांनाही सोडत नव्हते. ओबामा आले, तेव्हाही हाच अतिरेक. पोलीस शांतपणे काम करतील, तर शपथ. अनेकांच्या हातांत चहाचे ग्लास कुणी तरी आणून कोंबलेले. त्यांचीच गडबड जास्त. टॅक्सी, खासगी वाहने बंद करून रस्ता 'सील' केलेला.

वेळ दुपारची १ वाजून ३० मिनिटांची. आता गर्दी वाढत चाललेली. एक पंचवीस-तीस जणांचे टोळके; दोन-चार सफेद कपड्यांतील नेते, हातात बॅनर, शहिदांना श्रद्धांजलीचे. म्होरक्या माईक बघून थांबला. कॅमेरे खांद्यावर आले. तावातावाने घोषणाबाजी सुरू. मग मुलाखत, न्यूजबाईट. तोपर्यंत गर्दी, बघ्यांना हटवत हवालदार तोंड पुढे काढून टीव्हीवर दिसण्याचा प्रयत्न करतोय.

कुठेच प्रवेश नाही म्हणून मी हॉटेल बगदादीत शिरलो. तिथेही गर्दी. जो-तो कोंबडीवर जुडलेला. त्यात अनेक समाजसेवक संध्याकाळी 'मिळाली' नाही, तर म्हणून व्यवस्था करण्यात गुंतलेले. शिसारी आली म्हणून कस्टर्ड घेऊन बाहेर पडलो, तर दोन हवालदार गोकुळ बारमधून तंबाखूची गोळी लावत बाहेर पडत होते.

पेपर घेतला, तर गृहमंत्र्यांवर साहेबांची टीका— कसाबला भेटले म्हणून. एकंदर कसाबच हीरो. त्यांचे व्हिडिओ चित्रण दाखवले, म्हणून बातमी. त्याला

सरकारने अनुभवी वकील दिला नाही, म्हणून नाराजी. कामतेकरांना साधे जाकीट कुणी दिले, त्याबद्दल अनेक ललना आता कव्हरेज करण्यात गुंतलेल्या. चळवळीतले कार्यकर्ते लाल झेंडे घेऊन गटागटाने उभे.

प्रत्येक जण वरून तापलेला, आतून थंड. अनेकांचे हातात बिस्लेरीची बाटली. एका कोपऱ्यात एक माऊली पोराला बटाट्याची भाजी भरवते आहे. जवळच सामोशाचे पार्सल पडलेले. कचरा उचलणाऱ्यांची इन्स्पेक्टर पाठ काढतोय. आता सकाळपेक्षा थोडे जास्तच बॅनर फडकताहेत, पण गंभीरता कुठेच नाही. शहिदांचे फोटो अजून तरी नाहीत.

वेळ-सायंकाळी ६ वाजताची. पोलिसांची प्रचंड धावपळ. कॅमेरेवाले, हातगाडीवाले गायब. सर्व कसे चकाचक. सर्वत्र नाकाबंदी. पांढऱ्या बगळयांचे थवेच्या थवे धडकताहेत. मुलांना शाळेच्या गणवेशात बसवले गेलेय. त्यांना 'एकी'ला जायलाही बंदी. दुपारी चारपासूनच रंगांप्रमाणे त्यांना बसवून ठेवलेय. रंगमंचावर अंतिम तयारी सुरू. समारंभ कसा देखणा व्हायला पाहिजे! निवेदक दहा वेळा तो कसा दिसतोय, हे पाहातोय. फॉरिनर्स डोळे फाडून हा सोहळा बघताहेत. शहीद दिवसांचे फोटो काढताहेत. सर्व चॅनलचे बातमीदार एकमेकांशी जागेवरून भांडत आहेत. पोलिसांना दम देत आहेत.

दुसऱ्या स्टेजवर जरा साधे वातावरण आहे. पण काळ्या-पांढऱ्या बॅनरशिवाय काहीच नाही. तिथे थांबणार कोण? सर्व जण मोठ्या स्टेजच्या समोर गेलेले. पोलीस प्रत्येकाची अंगझडती घेत आहेत. व्हीआयपीपेक्षा व्हीआयपी पास जास्त; शिवाय वरिष्ठसाहेबांच्या फॅमिली इंपोर्टेड सेंट मारून आणि हजारो रुपयांच्या साड्या नेसून आलेल्या. साड्या मात्र ड्रेससेन्स म्हणून न चुकता पांढऱ्या, पण सिल्कच्या.

कार्यक्रम जोरदार होणारच होता. कसाबला आज शुक्रवारची बिर्याणी मिळाली असेल. ताजमहाल हॉटेलातील नवे रक्षक आपल्या नव्या सफारी गणवेशाकडे टक लावून पाहत होते. व्हीआयपी विश्रांतीसाठी पर्यटनस्थळ पाहायला येणार होते. इस्त्राइलहून आणलेले खास बॉडीगार्ड मात्र भेदक नजरेने अन् तुच्छतेने हा तमाशा पाहत होते. मागे आदर्शचा टॉवर दिमाखात उभा होता.

अनेक शहिदांच्या घरी दुसरी दिवाळी पण काळोखात गेली होती. मुलांना शाळेची चिंता होती. ड्युटीवरचा हवालदार गुटख्याची पुडी चाचपडत होता. खिडकीवरची कबुतरे लाईटनी बावरली होती. अनेक राजकारणी हातात मेणबत्ती

घेऊनच आले होते. समरगीते चालू होती. लांब समुद्रात अनेक बोटी उभ्या होत्या. त्यात काय कुणी आणलेय; कुणालाच माहीत नव्हते. सर्व दिखावा जोरात होता. कसाबचा वाढदिवस महत्त्वाचा होता, टीव्हीवर 'इव्हेंट' महत्त्वाची होती... आपण मात्र कोरडेपणाने व्यवस्थेला दोष देत होतो, शिव्या-शाप देत होतो, मुठी आवळत होतो— पण मनातल्या मनात!

शापीत देवदूत
शरद आपटे

काही माणसे देवाचा शाप घेऊनच आलेली असतात. यांना शापित म्हणावं; तर त्यांच्या हातून नकळत घडणारं चांगलं काम, हे तर देवदूतासारखं! आपला शरद त्यातलाच एक— शापित देवदूत! कायम दुर्दैवाच्या फेऱ्यात अडकलेला. गेली कित्येक वर्षे पायाला चाकं बांधून वणवण फिरणारा, प्रत्येक अलिबागकराच्या घरात मुक्त वावर करणारा. त्याला कलेक्टरची बायको आणि कामवाली कोणी ताई सारखीच. स्वत:चं भविष्य माहीत नसणारा मात्र दुनियाभर 'आशावाद' पेरत फिरणारा.

शरदला कुठेच मज्जाव नव्हता. रात्री-अपरात्री, दिवसा-उजेडी त्याची हाक केव्हाही कानावर पडायची. 'ताई ऽऽ शरद आलाय!' हे वाक्य कानावर पडेपर्यंत त्याची वामनमूर्ती थेट जेवणखोलीत पोहोचलेली असायची. तुमच्याच अंगणातील चार-पाच फुले ओरबाडून हातातल्या कापडी पिशवीत टाकून स्वारी

पुढच्या प्रस्थानाला जायला मोकळी व्हायची.

शरद आपटे हे नाव अलिबाग तालुक्यात तरी सर्वांना परिचयाचं. गेली कित्येक वर्षे जेमतेम साडेचार फुटांची ही मूर्ती तुमच्या-आमच्या घरात देवाला फुले वाहायला यायची. शरदचा मूड असेल, तर देवपूजाही करणार. तुम्ही आई-वडिलांपुढे किती वेळा वाकता, हे माहीत नाही; पण शरद हक्काने 'हेच माझे देव आहेत' म्हणून चक्क वाकून नमस्कार करणार.

शरदचा हा स्वभाव आणि वर्तन बघून त्याला अडवायची छाती आजपर्यंत अलिबागच्या एकाही घरात झाली नाही. केकाटत येणारा आवाज वैतागायला लावणारा असला, तरी एकदा का शरद नतमस्तक झाला की, सगळा रागच विरून जायचा. आजपर्यंत शरदने हजारो जणांना पंतप्रधान बनविले आणि मुख्यमंत्रीही बनविले. 'दादा प्रायमिनिस्टर होणार, मी त्याचा बॉडीगार्ड होणार!' हा तर त्याचा परवलीचा शब्द. त्याचं भविष्य कधीही खरं ठरलं नाही. पण तसं ते कोणी मनावरही घेतलं नाही.

शरदचं चालणं, बोलणं, वागणं हे बावळटपणाचं असेलही; पण त्यात प्रामाणिकपणा ठासून भरलेला होता. सर्व कारुण्यच तिथं एकवटलं होतं. आपलं केविलवाणं रूप त्याला नक्कीच माहीत असणार. पण ब्राह्मणाचं पोरं. आपल्या तोडक्या-मोडक्या संस्कृतमध्ये तो पूजापाठ सांगायचा; तोच त्याने चरितार्थ ठरवला. सर्वार्थाने तो दशग्रंथी पुजारी नव्हता, पण अडल्या-नडल्या वेळी हमखास भेटणारा भटजी म्हणजे शरद आपटे. बऱ्याचदा पायांत चप्पलही नसायची. चालण्यापेक्षा शरद धावतानाच दिसायचा. शरद म्हणजे चालते-बोलते कॅलेंडरच. 'ताई उद्या संकष्टी आहे', 'एकादशी आहे', 'वटपौर्णिमा आहे'— हे आठवणीने आठवून देणारा शरद दिवसाला वीस-तीस किलोमीटर सहज धावत असेल. आम्ही शरद आमच्या आठवणीपासून पाहायचो, तो आहे तसाच होता.

पु. ल. ना ही व्यक्ती भेटली असती, तर त्यांनी त्याचं सोनं केलं असतं— इतकी जगावेगळी व्यक्तिरेखा लाभलेला शरद. आशावाद पेरतानाच स्वतःचे रडगाणे गायलाही लाजायचा नाही. अलिबागलाच स्वतःचं घर मानल्यावर आणि प्रत्येकालाच ताई अन् आई मानल्यानंतर त्याने तरी त्याच्या घरच्या अडचणी का लपवून ठेवाव्यात?

शरदचं बरेच वर्षे लग्न होत नव्हतं. तो स्वतःच्या घरातच आश्रितासारखा राहायचा. स्वतःच्या दादा-वहिनीबद्दलही प्रत्येक घरात जाऊन तक्रार करायचा.

इतका भोळा की, स्वत:च्या घरच्यांच्या तक्रारी गावभर करायचा. त्याच्या अशा वागण्याने घरच्यांना त्रास होत असेलच; पण घरच्यांची बाजू कधीही समाजाच्या समोर आली नाही. समाजासमोर आली ती फक्त शरदचीच बाजू. सर्वांकडून पिचलेला, उपाशीपोटी फिरणारा, प्रत्येक वेळी लोकांकडून फसविला जाणारा केविलवाणा शरद... अलिबागकर विसरूच शकत नाहीत. आपटे परिवाराचा 'वृतांत' प्रत्येक घराघरात शरद मुळे माहीत झालाय.

सुरुवातीला त्याची आई गेली, तेव्हाही तो ढसाढसा रडला. शरदचं लग्नही यथावकाश ठरलं. त्याला अनुरूप अशी बायकोही मिळाली. लोकांकडे पोळ्या करायला ती जायची. तेवढाच कुटुंबाला आधार. आपलं लग्न शरदने घराघरात साजरं केलं. झालेला आनंद वाटण्यात काय सुख असतं, ते शरदने अलिबागकरांना शिकवलं. शरदला मुलगा झाला आणि हत्तीवरून साखर वाटल्यागत शरदने बातमी सार्वजनिक केली. दुर्दैवाने शरदची पत्नी अचानक गेली. शरदनं प्रचंड आक्रोश केला.

शरद आता आणखीनच केविलवाणा दिसू लागला होता. मुलाची काळजी त्याच्या प्रत्येक वाक्यातून प्रकट व्हायची. पत्नी-वियोगाचा धक्का मात्र शरद विसरलाच नाही. "दादा, तू तरी अण्णाला समजाव ना!" ही त्याची विनंती काळजाचे पाणी करून जायची. खरं तर शरदलाही माहीत असणार की, कुणीही आपल्या उपयोगाला येणार नाही. स्वत:चे प्रापंचिक प्रश्न आणि दैवाचे फेरे सोडवायला कोणीही धावणार नाही; तरीही शरद तुम्हा-आम्हाला हे सांगायचा.

अलीकडे तर तो जास्तच ढासळला होता. त्याचे मानसिक संतुलन बिघडले आहे की काय, असे वाटायचे. हे कळूनही आपण सगळेजण त्याला समजवायचो. आशावाद वाटण्याकरिता शरद आपल्याकडे यावा, असे सर्वांना वाटायचे. शरद बावळट होता, शरद चेष्टेचा विषय होता. हे सगळं खरं असलं, तरी तो जिवंत अलिबागचा घटकही होता. त्यामुळे "ताई ऽऽ शरद आलाय!" हे वाक्य ऐकल्याशिवाय आपल्यालाही चैन पडायची नाही. "ताईला भेटलं की बरं वाटतं. या वर्षी ताईला मी भाऊबीजेला साडी घेणार आहे!" ही साखरपेरणी ऐकायला बरे वाटायचे. "दादा माझा देव आहे. त्याच्यामुळे मला चार कामे मिळतात." एवढी प्रांजळ कबुलीही तो द्यायचा.

शरदला अचानक अपघात झाल्याची बातमी आली. नेहमीच्या धावपळीनेच त्याचा घात केला. स्कूटरवाल्याचा धक्का लागला आणि घाव वर्मी बसला. डोक्याला इजा झाली. शरद कोमात गेला. मुंबईला पोहोचेपर्यंत बराच वेळ

झाला होता. प्रत्येक अलिबागकर हळहळला.

आजपर्यंत शरदने बऱ्याच जणांना कल्पनेने का होईना मुख्यमंत्री बनवले, पंतप्रधान बनविले; पण 'त्या' भावी पंतप्रधान वा मुख्यमंत्र्यांपैकी कुणीही शरदच्या मदतीसाठी मुंबईला धाव घेतली नाही. शरद निपचित पडून मृत्यूशी झुंज देत होता. शरीर कायमचे थंडावले. प्रत्येक अलिबागकर हेलावला. हजारो बहिणींचा भाऊ अचानक काळाआड गेला तो कायमची हुरहूर लावून.

सर्वांनाच त्याच्या मुलाबद्दल सहानुभूती वाटते, कारण तेवढीच एक काळजी शरदला शेवटपर्यंत सतावत होती. शरद शापित देवदूत होता. परिस्थितीशी झुंज देत त्याच्या मुलाने दशग्रंथी व्हावे; त्यासाठी आपण सर्वांनीच हातभार लावावा, ही विनवणी शरदचा आत्मा आजही करत असेल.

तिथेही शरद चित्रगुप्तालासुद्धा पंतप्रधान बनवत असेल... सरस्वतीच्या घरात बिनदिक्कतपणे जाऊन म्हणत असेल— "ताई ऽऽ शरद आलाय!"

✦✦

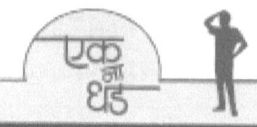

मैफल

मैफिल हा जिवंत मनांचा सोहळा. तो तर खूप उपभोगला. माझे एक सुखटणकर नावाचे पक्षकार होते. मोठ्या जमिनीच्या व्यवहारात अडकलेले. अचानक त्यांचा फोन आला. सुखटणकर हे मोठे धीरगंभीर व्यक्तिमत्त्व. साठीच्या पलीकडचे, घरातले, निवृत्त अधिकारी. 'आहात का?' विचारले; आवर्जून थांबायला सांगितले.

घरी आले ते सोबत खास पाहुण्याला घेऊन. त्यांचा मावसभाऊ. पण मला काय करावे, तेच कळेना. ज्यांच्या कविता आणि भावगीतांवर आम्ही वाढलो, ते साक्षात 'मंगेश पाडगावकर' माझ्या दारात होते. मनसोक्त गप्पा झाल्या. विनोद रंगले. सूर्यास्त पाहायचाय म्हणाले. त्यांचा साठावा वाढदिवस होता. गर्दी चुकवून ते अपघाताने माझ्याकडे आले होते. ताजपूरला जायचे ठरले.

मी, पाडगावकर, सुखटणकर— बस्स! मी तर हवेतच होतो. ताजपूरला माझी जागा होती. एका वळणावर छान खाडी व खालचा चौलचा हिरवागार परिसर

दिसायचा. अलिबाग तालुक्यातला सर्वांत सुंदर परिसर मी घेतला होता. आम्ही तिथे उभे होतो. आतापर्यंत गप्पांना रंग चढला होता. सूर्यास्त होत होता. पाडगावकर एक-एक किस्से सांगत होते. लोकांच्या बेगडी काव्यप्रेमावर बोलत होते.

भावगीतातील 'मोर केशराचे' या शब्दप्रयोगाचा जन्म कसा झाला, ते सांगत होते. अनेक किस्से त्या संध्याकाळी त्यांनी ऐकविले. ती संध्याकाळ कशी विसरणार? 'झोपाळ्या वाचून झुलायचे' कवितेवर गाडी आली. तेव्हा पाडगावकर आकाशवाणीत कामाला होते. घरी कविता ठेवून गेले होते. 'तुझ्या या घराच्या काठी, थांब ना गडे जराशी' अशी शब्दरचना होती. घरात त्यांचा मुलगा होता. रात्री परतल्यावर मुलाला पाडगावकरांनी सहज म्हणून अभिप्राय विचारला. त्यांनी कवितेत एका शब्दात बदल केल्याचे सांगितले. झाले— हा जिप्सी वैतागला. 'इगो' दुखावला. पण पुढे त्या दुरुस्तीने अनर्थ टळला. जगाला आता त्या ओळी अशा ऐकू येतात, ''तुझ्या या घराच्या काठी, थांब तू गडे जराशी!'' नाही तर गाणाऱ्यांनी सर्वांना 'नागडे' असे ऐकवले असते.

पाडगावकर बोलत होते; मी जीवाचे कान करून ऐकत होतो. आता काळोख दाटून आला होता. आम्ही त्यांना उमटे धरणाच्या बांधावर नेले. कवी-मन हरवून गेले. 'बसू या' म्हणाले. बराच वेळ एकांतात बसले. गाणी गुणगुणली. कुठून तरी पक्ष्यांचा आवाज येऊ लागला. समाधी तुटली. वाकडे नावाच्या मित्राची तोडकी-मोडकी पोल्ट्री होती, त्यात शिरलो.

त्यांच्याकडे वही मागितली. जंगलात वही कुठून आणणार? शेवटी हिशेबाची डायरी दिली. तोपर्यंत कोंबड्या भाजून झाल्या होत्या. भजी आली होती. मैफिल रंगली. तिथेच एक कविता प्रसवली. संदेश लिहिला— 'जगभर कवी संमेलने केली, पण कोंबड्यांसमोर कवितावाचनाचा योग प्रथमच आला होता.' पाडगावकर चांगले दोन-तीन दिवस मुक्कामाला राहिले. कुठेही गवगवा नाही, जाहीर कार्यक्रम नाही. मने जुळली. घरी आले. जमिनीवर बसून जेवले. जेवतानाही अखंड मैफिल चालूच असायची. एका वहीत माझ्यावर चार ओळी लिहिल्या—

'आपण असतो आपली धून, गात रहा
आपण असतो आपला पाऊस, न्हात रहा!
झुळझुळणाऱ्या झऱ्याला मनापासून ताल द्या.
मुका घ्यायला फूल आलं, त्याला आपले गाल द्या!''

माझ्यासाठी एवढ्या मोठ्या प्रतिभावंताने दिलेली ती एक अनमोल भेट होती. आजही ती वही माझा किमती दस्तऐवज आहे.

पाडगावकर जातील तेथे असेच प्रेम पेरणारे आनंदयात्री. नंतर माझ्या लग्नालाही ते खास निमंत्रित होते.

आणखी एक आनंदयात्री आम्ही सोसला. त्यांचा पाहुणचार अगदी नाकात दम आणणारा. पट्टीचा सारस्वत. अलिबागला एका कार्यक्रमाचे निमित्ताने सुरेश भट आले. एकदा का तार लागली की, मग कशाचे भान नाही. पुरे सभागृह डोलत होते. स्वत:च्या जगण्यावर राग काढणारा हा कवी शब्दांशी खेळताना आम्ही पाहिला. खाण्याचा विलक्षण भोगी. शरीर साथ देत नसताना मरणाबाबत कमालीचा बेफिकीर. जाण्याचे ते नावच घेत नव्हते. एक दिवसाच्या मुक्कामाचा बेत आठवडाभर रेंगाळला. डॉक्टर मित्रांनी प्रचंड सेवा केली.

रोज आम्हाला गझलांची मेजवानी होती. हे असेच चालू राहिले तर? विदर्भातल्या मित्राकडे शेवटी रवानगी झाली. भट यांची शब्दसंपदा मोठी. त्यांचे जगणे जगावेगळे. हक्काने पाहुणचार घेण्याचा विदर्भीय ठेकाही खास. पण तरीही आम्ही हळहळत होतो. हा वेदनेचा सोबती शेवटी वेदना सोसतच गेला. पण त्या बैठका हजारो रुपये खर्चूनही पुन्हा होणे नाहीत.

यशवंत देव हे नाना लिमयेंचे चाहते. त्यामुळे देवकाकांसोबत अनेक वेळा बैठका रंगल्या. त्यांच्या आणि वीणाताईंच्या तोंडून गाण्यामागचे गाणे ऐकणे म्हणजे स्टेजवरच्या मैफलीपेक्षा विलक्षण अनुभव! कलाकार जन्माला यावा लागतो. यशवंत देव त्यांतलेच एक. त्यांचे किती तरी कार्यक्रम ऐकले, पण त्या खासगी मैफली काही वेगळेच रंग भरायच्या.

एका मित्राच्या घरी असेच गाण्यावर जगणारे दांपत्य यायचे. खेडहून निघाले की, आमंत्रणे सुटायची. मग उशिरापर्यंत फक्त धमाल. गाण्यांचा तो निखळ आनंद आम्ही मिळवायचो. बाईसाहेब खासगी शिकवण्या घेणाऱ्या; पण तीनसो बीस, किमान जर्दापानाला पहिली पसंती. मग अगदी 'माणूस' चित्रपटापासून सुरुवात व्हायची. भूपाळीने मैफिल संपायची. पण प्रत्येकाने वेगवेगळी भैरवी म्हणायची. 'सजल नयन' गुणगुणतच आम्ही जडावलेल्या डोळ्यांनी पहाटे परतत असू.

आमच्याकडे एक जिल्हा न्यायाधीश होते. सुरेश भटांच्याच कुळातले. बंधने झुगारणारे, कायद्याचे जोखड खांद्यांवर असतानाही आनंदयात्री बनलेले. माझी कीर्ती कुठून तरी त्यांच्या कानावर गेली. दुपारी केबिनमध्ये बोलावले. 'चहा पाज' म्हणाले. दोस्ती जमली ती अगदी अलिबाग सोडेपर्यंत. या माणसाच्या मैफलीत आम्ही केव्हाही जायचो. कोर्ट संपले की, हा माणूस स्वत:चे जगणे जगायचा. बाजूचे

जज्ज डोळे फाडून बघायचे; पण हा दोस्तीचा पक्का.

भीड-भाड अजिबात नाही. गाणे हे त्यांचे वेड होते. मी मात्र एक केले, कधीही त्यांच्यासमोर माझे कोणतेही काम काढले नाही. हा माणूस मैफलीत लहानाहून लहान व्हायचा. पत्नीला 'सरकार' म्हणायचा आणि सेहेगलवर जीव ओवाळून टाकायचा. इतका बिनधास्त, पण तरीही स्वतःच्या नोकरीशी प्रामाणिक असा न्यायाधीश मी पुन्हा कधी अनुभवला नाही. माणसांचा वेडा आणि स्वच्छंदी. पुढे त्यांच्या भेटीचा योगच आला नाही.

दिल्लीला माझा मुक्काम एका मित्राच्या गेस्ट हाऊसवरच असायचा. तो तर मोठमोठ्या मराठी उद्योगपतींचा अड्डाच बनलेला. दिमतीला गाड्या, घोडे, खानसामे असायचे. जो-तो सायंकाळी सातनंतर जमायचा. रीतसर देवपूजा झाली की, 'उत्तरपूजा' रंगायची; मग घड्याळाचे बंधन नसायचे. बिझनेस वगैरे काही नाही— फक्त मज्जा. गाण्यांतला निखळ आनंद. ती मंडळी अलिबागला आली की, नागाव समुद्रावर एका ठरावीक ठिकाणी उतरायची. मोकळ्या वाळूत मग आम्ही पाय पसरायचो. हे क्षण माझ्या वाट्याला आले. यापेक्षा काय श्रीमंती पाहिजे? पोशाखीपणा विसरून सर्व यायचे.

सर्व करोडोंतच खेळणारे, राजकारणी घरातले किंवा स्वतः मोठ्या कंपनीचे मालक; पण एकदा चौलच्या आमच्या काटवी वाडीत जमलो. तिथे मातीचे-कुडाचे झोपडे होते. पौर्णिमा होती. झापांवर लुंगी पसरून मैफल रंगली. बाजूला चुलीवर मटणाचा रस्सा रटरटत होता. पोपटी लावली गेली. एक-एक करून दर्दी मंडळी जमत गेली. पहाटेचे चार वाजले, तरी मंडळी थांबायला तयार नव्हती. सकाळी तांब्या घेऊन शेतात पाठवले. आल्यावर हा उद्योगपती ढसाढसा रडला. त्याला त्या रात्रीने त्याचे बालपण परत दिले होते. विदर्भातील शेत आठवले होते. जगभरातील सेव्हन स्टारमध्ये वावरणारा तो पुन्हा लहान झाला होता. ती दोस्ती पुढे अनेक वर्षे टिकली.

अलिबागेत एक गोड जोडपे होते. दोघेही गोड गळ्याचे, आदर्श पती-पत्नी. एका माडीवर भाड्याचे खोलीत राहायचे. नवरा साधा सरकारी नोकर. अलिबागच्या प्रत्येक सांस्कृतिक कार्यक्रमात भाग घ्यायचे, अगदी देवळातल्या सप्ताहातही अभंग गायचे. अनेक घरांत त्यांचा वावर असायचा. त्यांनी उंबरठा ओलांडला की, घरात चैतन्य यायचे. त्यांच्या सोबत गप्पा पण संगीतमय व्हायच्या. पुढे ते कृष्णाकाठी गेले. कऱ्हाडलाही त्यांनी आपलेच करून सोडले.

देवही काही ठिकाणी हात आखडता घेतो. त्यांच्या वेलीवर बरेच वर्षे फूल

नव्हतं, पण ती खंत त्यांनी जगाला कधीच दाखविली नाही. उलट, कित्येकांच्या घरात त्यांनी सुखच पेरलं. तो लक्ष्मी-नारायणाचा जोडा आमचा खास मेहमान असायचा. आता त्यांच्या कन्यारत्नाकडेही गायनाचा वारसा दिला जात आहे.

सरकारी वकील होतो, तेव्हा एका खून खटल्यातील फिर्यादी पक्ष घरचाच झाला होता. आम्ही एकत्रच भाकरी खायचो. मंडळी तयारीसाठी अलिबागेतच भाड्याची खोली घेऊन राहायची. रात्र-रात्र साक्षी-पुराव्याची तयारी चालायची. केस होऊन गेली. आरोपी शिक्षेला गेले.

मला शिकारीचा अनुभव घ्यायचा होता. त्यांनी ते नेमके लक्षात ठेवले. पनवेल, कर्जतहून पट्टीचे शिकारी आले. ती रात्र आम्ही जंगलात काढली. हौस म्हणून हुकमी ससे उडवले. बोर्लीचे गेस्ट हाऊसमध्ये डोंगरमाथ्यावर मग बैठक रंगली. मी अस्वस्थ होतो. मला ते प्रखर उजेडाचे झोकात दिपणारे ससे आणि बंदुकीचा बार झाल्यावर जीवाच्या आकांताने उडी मारणारे जीव आठवत होते. मी एकही घास खाऊ शकलो नाही. बेरंग होऊ नये, म्हणून मोडताही घातला नाही. इतकी मजेशीर मंडळी, पण मी एकही क्षण उपभोगू शकलो नाही. रंगलेली मैफिल बेचव होऊन गेली, बेरंग झाली. पुन्हा कधी शिकारीलाही गेलो नाही.

मुलीची राज्य नाट्य स्पर्धा रोह्याला होती. दिवस ३१ डिसेंबरचा. हा सूर्यास्त मी कधी चुकवत नाही. स्वत:चा विचार करण्यासाठी मी तो वापरतो. रोह्याजवळच्या डोंगरावरून तो सूर्यास्त आम्ही अनुभवला. सोबत माझा उद्योगी मित्र होता. त्याच्या एकत्र कुटुंबाबद्दल मला आकर्षण फार. काका-पुतणे एकत्र व्यवसाय करायचे आणि प्रत्येक नवा व्यवसाय आवडीने मला दाखवायचे. आमचे चांगलेच सूत जमले होते. ती रात्र आम्ही अचानकपणे त्यांनी कोलाड घाटात नव्यानेच घेतलेल्या जागेत घालवली.

सोबत त्यांच्याच कंपनीचा डेक होता. त्यावर त्यांनी खास रेकॉर्ड करून आणलेली भावगीते. आदिवासी नोकराचे झोपडे. सुकी मच्छी, कोंबडी, पोपटीचा बेत. सर्व कुटुंब अक्षरश: काव्यात रंगले. समोर मोठे तळे खोदलेले. संपूर्ण जंगलात आम्हीच राजे. शिकारीचा विषय निघाला. मग नेमबाजी आली. माझ्याकडे तेव्हा खास छोटेखानी रिव्हॉलव्हर असायचे. होत्या नव्हत्या तेवढ्या राऊंड आम्ही संपवल्या.

माझ्यावर उपकार असलेले एक मुस्लिम शिक्षक होते; पण हिंदू धर्माचे गाढे अभ्यासक. पत्नीसुद्धा हिंदूच केली. स्वत:चे नाव सुभाष लावायचे. कष्टातून वर

आलेले. प्रचंड हुशार. अलिबागेत अनेक गोष्टी प्रथम केलेले. त्यांचा मित्रही आमच्या कॉलेजात प्राध्यापक होता. पुढे तो पुराणवस्तू संशोधन खात्यात मोठा अधिकारी झाला. त्याचे शेत रामराजला होते. एका रात्री ही जोडगोळी आली.

त्या दिवशी त्यांच्याकडे गाडी नव्हती. माझ्या गाडीने आम्ही रात्री उशिरा त्या खेड्यात धरणाच्या शेजारच्या शेतावर पोहोचलो. ठाकूर जमातीचे जोडपे शेतावर होते. स्वच्छता पाहाल, तर आपल्याला लाज वाटेल अशी. स्वच्छ सारवलेले अंगण आणि चकाकणारे पितळेचे तांबे, ताट, वाट्या. आम्ही शेतातच पथारी पसरली. खालच्या शेतातले कांदे, कोथिंबीर उपटली. मिरच्या काढल्या. त्याचे पाट्यावर वाटण केले. मोठा गावठी कोंबडा कामी आला. लाल जाड्या तांदळाचा भात आणि तो रस्सा... त्यापुढे सर्व विसरून गेलो.

आयपीसीएलला भीमसेन जोशी आले होते. आम्ही पहिल्याच रांगेत होतो. पहिला भाग रियाजामध्येच गेला. कॉफी पिऊन आम्ही आणखी जवळीक साधली. भारतीय बैठक स्वीकारली आणि 'लागली समाधी ज्ञानेशाची' अशी मधेच सुरुवात करीत भीमसेनांनी सर्व कानसेनांचा कब्जा घेतला. पुढचे दोन तास आम्ही फक्त नशेतच होतो. तो कैफ अद्याप उतरला नाही. अजित कडकडेंनी, तसेच अनेकांनी आमच्या जीवनाची मैफिल रंगविली. माझा हा बँक बॅलन्स खूप मोठा आहे.

पुढे सारे आयुष्यच मैफिल होऊन गेले. अनेक जण बैठकीतून उठून गेले. काही जण कायमचे गेले. वय सरत होते. मी गुरफटत होतो, गुंतत होतो. जेव्हा शांत होतो, तेव्हा हे क्षण आठवतात. त्यामुळे नवी ऊर्मी येते.

डॉ. देशपांडे नेहमी आवर्जून सांगायचे— "वकीलसाहेब, नंतर रुखरुख लागते. करायचे बरेच होते, पण काहीच केले नाही; तेव्हा सावध व्हा. स्वत:साठी जगा! कुटुंबाला वेळ द्या; नाही तर बराच उशीर झालेला असेल!"

खरंच होतं ते!

॥जय महाराष्ट्र॥

राजकारणात मी काय केले, हा वादाचा विषय होईल, पण शिकलो मात्र बरेच काही. काही अनुभव सांगण्यासारखे, पण त्याहीपेक्षा जास्त अनुभव खोल कप्प्यात दडवून ठेवण्यासारखे. काही स्फोटक, काही भेदक. मोठ्यांचे कोतेपण अनुभवले आणि छोट्यांचे मोठेपणसुद्धा मी येथेच उपभोगले.

बाळासाहेबांना आमचे लेखी खास मान. चळवळ करावीशी वाटली ती शिवसेनेमुळेच. मुंबईला कॉलेजात असताना शिवसेनेचे आकर्षण होते, पण धसकाही होता. तरीही योगायोग होताच. अलिबागेत वकिली सुरू केली, तेव्हा राजकीय परिस्थिती अशी होती की, काही नवा पर्याय दिल्याशिवाय गत्यंतर नव्हते. शिवसेनेचे गजानन वर्तक चौलचे. त्यांनी प्रयत्न सुरू केले होतेच. त्यात ते माझे मामा. आम्ही एकत्र काम करायचे ठरवले. बोलता-बोलता भगव्याला प्रतिसाद मिळाला.

पूर्वी शिवसेना शाखा स्थापनेचे प्रयत्न फसलेले होते. पण या वेळी तसे नव्हते. मनगटात जोर असलेली मंडळी जमत गेली. नवखारची शाखा काढली. नवखार तसे उग्र गाव, पण फारसा विरोध झाला नाही. मुंबईकर मंडळी साथीला होतीच. मग धडाकाच लावला. दर रविवारी शाखा उघडायची मोहीमच निघाली. हौशे-नौशे स्वतःहूनच येत होते. चौल, रामराज, हाशिवरे येथे शाखा निघाल्या. शेकाप खडबडून जागा झाला. तरुण हातचा जातोय म्हटल्यावर त्यांनी मनावर घेतले. आता दोन हात करायची वेळ आली. अलिबागलाच मुलांनी उचल खाल्ली. नागपंचमीचा मुहूर्त ठरला. अखेर शिवसेनाच अलिबागला उतरली. महिनाभर आम्ही जिवाचे रान केले. मीच काय तो जास्त शिकलेला, व्यावसायिक. त्यामुळे प्लॅनिंग माझे, वक्ता मी आणि कार्यकर्तापण मीच. आम्हीच बॅनर रंगवायचो.

जिल्ह्यात शिवसेना आधीच पोहोचली होती. पूर्वीचा विरोध लक्षात घेता, सगळी जय्यत तयारी होती. शिवसेनेत त्या वेळी ढाणे वाघ किती तरी होते. स्टेजवर तर जागाच नव्हती. नगरसेवक आणि अनेक नेते खाली पावसात बसले होते. मोठ्या जल्लोषात सभा झाली. सरांचे, साहेबांचे, दत्ताजी साळवी यांची भाषणे खूप गाजली. क्रीडा भुवन ओसंडून वाहत होते. चार महिन्यांत तालुका भगवामय झाला होता. नेत्यांनी सापांना ठेचायची गर्जना केली. काँग्रेसवाल्यांची भीती नव्हतीच. शेकापला नडेल तर शिवसेनाच, हे त्यांनाही माहीत होते. त्यामुळे त्यांनी आम्हाला थोडी ढील दिलेली. शेकाप मात्र संतापून उठला.

महिन्याभरातच शिवसेनेच्या शाखांवर हल्ले सुरू झाले. शिवसैनिकांनाच ठेचायला सुरुवात झाली. उघडपणे आव्हानांच्या बैठका होऊ लागल्या. तालुक्यात शिवसेना विरुद्ध शेकाप युद्ध रंगू लागले. अनेक केसेस झाल्या. पोलिसांकडे आमचा वाली कुणीच नव्हता. पण त्यांना आमच्याबद्दल सहानुभूती वाटायची. माझी स्कूटर रात्री-बेरात्री वणवण फिरायची. अलिबाग सोडून आम्ही आता मुरुडही पादाक्रांत करण्यास सुरुवात केली होती. मला आता स्वतंत्र प्रतिमा आली होती. मी शिवसैनिकांचा तारणहार बनलो होतो.

अलिबाग शाखेवर हल्ला झाला. अनेक जखमी झाले. प्रतिकारात आम्ही कमी पडलो. पोहत येण्याच्या गोष्टी बोलणारे मुंबईकर नेते पोहोचलेच नाहीत. आम्ही पंधरा दिवस लपून होतो. एका काँग्रेसचे घरात प्रमुख कार्यकर्त्यांचा मुक्काम होता. ते घराणे मुंबईत शिवसेनेचे काम करी. त्यांनी नेत्यांशी संपर्क साधला, तेव्हा कुठे कुमक आली. सरमळकर आले, बरेच भाई आले. मुंबईची

मदत आली म्हटल्यावर विरोध बोथट होऊ लागला. शेकापकडे जे भाई होते, त्यांना डायरेक्ट घरी जाऊन थंड करण्यात आले.

शिवसेना थंडावत होती. मुलांनी कच खाल्ली होती, पण कार्यक्रम सुरूच राहिले. अनेक ठिकाणी आरोग्य शिबिरे झाली. वह्या-वाटप झाले, सेवापथके धडकली, पूरग्रस्तांना प्रचंड मदत केली.

अशा कार्यक्रमांतून शिवसेना घराघरांत पोहचली. भाजपला जे जमत नव्हते, ते लोकांना भिडण्याचे काम शिवसेना करीत होती. भाजपला शिवसैनिकांची मदत हवी होती, पण शेकापशी वैर नको होते. अलिबाग, मुरुड, पेणमध्ये तर शेकापशी नडणारी म्हणूनच शिवसेना वाढत होती. शेकापला नको म्हणणारी माणसे आमच्याकडे येत होती.

चंद्रहास पाटील, विष्णू आचरेकरसारखी मंडळी हाताशी आली. माझी जबाबदारी वाढली. जिल्ह्यात शिवसैनिकांना पोलिसांपासून वाचविणे, हा एकच कार्यक्रम राहिला. या संघर्षात एक मात्र झाले, मी जिल्ह्यात पोहोचलो. अनेक नेते मला ओळखू लागले. मुंबई महानगरपालिकेत बरेच जण नगरसेवक होते. त्यामुळे आम्ही कुणाकडेही धडकायचो आणि मदत मागायचो. शिवसेनेच्या बैठका आमच्याच घरी व्हायच्या. नेत्यांचे लाड नसायचे. माळ्यावर पत्रा टाकून आसरा केलेला. मनोहर जोशी जिल्हा नेते. आम्ही सगळे खालीच बसायचो. शिकत होतो, पक्षाबद्दल आस होती. अमरनाथ पाटलांना जिल्हाप्रमुख केले. याच काळात प्रभाकर मोरे, बबन पाटील शिवसेनेच्या प्रवासात सामील झाले.

त्यातच मोठा आघात झाला. विष्णू आचरेकरची प्रगती डोळ्यांवर आल्याने साळावला विक्रम इस्पातच्या साईटवर काम चालू असतानाच त्याच्यावर वार झाले. रक्ताने भरलेला देह आम्हाला पाहवत नव्हता. चितेबरोबर मने धगधगत होती. मोठी अंत्ययात्रा निघाली. सर विरोधी पक्षनेते होते. आमचे अनेकांनी सांत्वन केले. खासगीत खांद्यावर हात टाकून सरांनी बाजूला घेतले. ''असे हुतात्मे जायची तयारी ठेवा— चालायचेच.'' म्हणाले. एकीकडे जळजळणारा आक्रोश आणि दुसरीकडे सबुरीचा सल्ला. मी पार गोठून गेलो होतो.

आता कुठे आमची शिकवणी सुरू झाली होती!

विष्णू आचरेकर उमदा होता. मुंबईची नोकरी सोडून आला होता. मुख्य म्हणजे, अंगात रग होती. पोलीस अधिकाऱ्याचा मुलगा होता. दोन हात करायची ताकद होती. रिक्षा चालवायचा, कॉन्ट्रॅक्टर झाला. पक्ष वाढवत होता. दुर्दैव हेच की, सोबतीला असणारे ऐन वेळी त्याला मारेकऱ्यांच्या हाती टाकून

पाय लावून पळाले. कुणी साधी दगडफेकही केली नाही. नंतर तेच मोठे झाले. विष्णूला त्यांनी हुतात्मा केले, त्याच्या नावाने पोळ्या भाजून घेतल्या.

विष्णूचा मृत्यू आम्हाला सर्वांनाच चटका लावून गेला. काहींनी तर प्रतिज्ञाच केली होती. बदला त्यांच्या डोळयांत दिसत होता. लोकसभेची निवडणूक होती. आमच्या घराजवळच शेकापची कचेरी होती. विष्णूचे मारेकरी नुकतेच जामीनावर सुटले होते. मुख्य आरोपी गावात दिसला. थांबवणे शक्य नव्हते. भर रस्त्यात कापला गेला. नेत्यांनी खिडकी लावून घेतली. कचेरीतल्या माणसांनी शटर ओढून घेतले. कुणीही साक्ष द्यायला धजावला नाही.

राजकारणात दोन पक्षांचे दोन कार्यकर्ते हकनाक मारले गेले. दोन्ही वेळेला सोबती पाय लावून पळाले. पोलिसांची सहानुभूती आचरेकरांनाच होती. बदल्याची आग शांत झाली होती. शिवसेनेला अभिमान वाटावा असेच कृत्य वाघांनी केले होते. पुढे ती केस चालली. सर्वांना मी निर्दोष सोडविले. आचरेकर मर्डर केसमध्ये मात्र कठोर शिक्षा मिळवून दिली.

आता शिवसेना पुन्हा एकदा कात टाकत होती. आधीच्या लोकसभेत उमेदवारच नव्हता. शेवटी भाजपला तिकीट गेले. नरेन जाधवला तिकीट दिले गेले. शिवसेनेचा प्रचारप्रमुख मीच होतो. इन-मीन तीन कार्यकर्ते, एक मारुती व्हॅन आणि बारा हजार रुपये— वर्गणी काढून जमवलेले. पण भाजपची मुळे पार खोलवर रुजलेली. दोन महिने आम्ही जिल्हा पिंजून काढला. समोर बलाढ्य लढत होती, पण प्रसंग निभावून नेला. अपेक्षेपेक्षा जास्त मते काढली. शिवसेना बांधली गेली.

भाजप परिवारात मी ओळखला जाऊ लागलो. भाजपची शेकापबरोबरची सलगी या निवडणुकीत तुटली. जे व्यापारी होते, ते वेगळे पडले. सहकारात गेले. पण पुढे रायगडची जागा शिवसेनेकडे आली. ठाण्याला सतीश प्रधानांचे काम चांगले झाले होते. साहेबांनी त्यांना पुढच्या लोकसभेची उमेदवारी दिली. सर्वच जबाबदारी माझ्यावर आली. नियोजन माझे, कुमक त्यांची. स्थानिक लोकाधिकार समिती निवडणुकीत उतरली. उत्तम नियोजन होते. इतर पक्षांपेक्षा आम्ही यंत्रणेत किती तरी पुढे होता. अजून शेषनयुग सुरू झाले नव्हते, त्यामुळे यंत्रणा जोरात होती. गावागावांत लोकाधिकाराची माणसे उतरली होती. कुणाच्या लक्षात येण्याअगोदर गावे, शाखा बांधल्या गेल्या. विजय डोळयांसमोर दिसत होता.

शिवसेना इतिहास घडवणार, असे वाटत असतानाच इंदिरा गांधी गेल्या.

काँग्रेसची लाट आली. त्यात सतीश प्रधान वाहत गेले. पण तयारी कशी करायची, ते त्यांच्याकडून शिकलो. रात्री श्रमपरिहार करायला प्रधान स्वत: कार्यकर्त्यांत बसायचे. फड रंगायचा. रॉयल सॅल्यूटच्या क्वॉर्टर एक खोली भरून आणल्या होत्या. ती निवडणूक शिवसैनिक विसरणारच नाहीत. 'सैन्य पोटावर चालते' हे त्यांचे ब्रीदवाक्य होते. निवडणूक निकालाच्या आदल्या रात्री सर्व मतमोजणी प्रतिनिधी, नेते यांचा मुक्काम रविकिरण हॉटेलात होता. आमच्या विरोधी काँग्रेस होती. प्रधानसाहेबांनी आपले केंद्रीय क्रीडामंत्रिपदही जाहीर करून टाकले. रात्रभर करमणूक केली. दुसऱ्या दिवशी सुतक पाळण्याची वेळ आली. प्रधानांनी रायगडचे तोंड पुन्हा पाहिले नाही, की तिकिटाचे नाव काढले नाही.

शिवसेना नेत्यांची जिल्ह्यात कुठेही सभा असली की नियोजन, निवेदन माझ्याकडे असायचे. देवेंद्र साटमसारखी मंडळी पुढे येत होती. देवेंद्र तेव्हा सरपंच होता. माझे काका खालापूरचे तहसीलदार होते. देवळातील मूर्तींची कुणी तरी मोडतोड केली आणि जातीय तणाव वाढला.

सपासप तलवारी निघाल्या. खोपोली, चौक, मोहोपाडा पेटून उठले. काकांनी देवेंद्रला गाडीत बसविले. मंडळींना शांत केले. पुढचा अनर्थ टळला, पण तोपर्यंत जाळपोळ सुरू झाली होती. शिवसैनिकांना पकडण्याचे फर्मान निघाले होते. त्या धगधगत्या वातावरणात मी घुसलो. आमची अलिबागची कुमक त्यांना पुरवली. खालापूर, कर्जत तालुक्याचे कर्ज आमच्यावर होते. अलिबागवर प्रसंग आला; तेव्हा इथल्याच वाघांनी आम्हाला जीवदान दिले होते, रसद पुरवली होती.

ते वातावरण आता दिसत नाही. त्या वेळचे अनेक वाघ आता काळाआड गेले. काही वयापरत्वे निवृत्त झाले. शिवसेनेने सत्ता बघितली; पण पक्ष वाढवणारे, अंगावर वार झेललेले आणि नंग्या तलवारी घेऊन धावणारे काळाआड गेले. 'आव्वाज कुऽऽणाचा' ओरडणारे, अनेक केसेस अंगावर घेता-घेता पार थकले. मूठभरांच्या नशिबी आमदारकी, नाही तर झेडपी आली. पुरती वाताहत झाली. त्या धडधडत्या शिवसैनिकांचा मी पाठीराखा होतो. किती सैनिक कामी आले, त्याची गणती नाही.

एकेकाच्या कथा काढल्या, तर नवे 'शिवचरित्र' जन्माला येईल. पण तो काळच नशेचा होता. शिवसैनिकांना 'आदेश' जिवापेक्षा प्यारा होता. शिवसैनिक कॉन्ट्रॅक्टर बनला नव्हता. उद्योगपतीच्या कानाखाली वाजवून नोकरी मागायची त्याला सवय होती. त्यांना अजून ॲग्रिमेंटवर सह्या करण्यातली मजा कळायची

होती. सत्ता अजून फार दूर होती.

मी आता अलगद बाजूला होत होतो. माझे आघाडीवरचे काम संपले होते. जामीन, सेशन, अटकपूर्व जामीन— यांत मी स्वतःला गुंतवून घेतले. जिल्हा उपप्रमुखपद स्वतःहून सोडून दिले. माझी नाळ तुटत जायची होती. मी तारणहार होतो; आरोपी कुठेच नव्हतो.

एकदा 'महाराष्ट्र बंद'ची हाक आली. आम्ही गावभर फिरायचो. पोलीस गाडी आमच्या मागावरच होती. लोकांनी उस्फूर्त बंद ठेवला होता. एका हारवाल्याला आम्ही समजवत होतो. आमची रवानगी जीपमध्ये झाली. खरं तर आम्ही काहीच गुन्हा केला नव्हता, तरी आम्हाला उचलले होते. लोकांनीच बंद पाळला होता. एस. टी. ची हवा सोडल्याचा आरोप माझ्यावर झाला. मी डोक्याला हात लावला. साधी सायकलची हवा माझ्याने सुटली नसती आणि मला पोलीस क्रांतिवीर बनवायला निघाले होते. शेवटी पोलिसांनाच दया आली. चार वाजता वडा-पाव देऊन सोडून दिले.

तेव्हा मात्र शिवसैनिकांची किंमत मला कळली. कृष्णा देसाईतले आरोपी मी पाहिले होते. त्यांचा छळ त्यांच्या तोंडून ऐकला होता. शिवसेनेतली ब्रिगेड तर माझ्या जिव्हाळ्याचा विषय होती. बाळासाहेबांची 'कवच कुंडले' आमच्यासोबत गप्पा मारायची. साहेबांच्या दौऱ्यात आम्ही सामील व्हायचो. खाज म्हणून; आमदनी काही नाही. मिळेल त्या वाहनांनी सभेला, अधिवेशनाला पोहोचायचो. नेत्यांपासून तेव्हा शिवसैनिक दुरावला नव्हता. सर्वांचा मुक्त संचार असायचा. सेनेला स्टार संस्कृतीने ग्रासलेले नव्हते.

नेत्यांनासुद्धा सिक्युरिटी नव्हती. आता कुणीही ते चोचले मिरवतो.

शिवसेनानेते डाके, सुभाष देसाई, वामन महाडिक, दत्ताजी साळवी अगदी प्रेमाने वागायचे. महाडिक आणि साळवींची भाषणे म्हणजे आम्हाला पर्वणीच असायची. सहज उपलब्ध होणारी ही नेतेमंडळी गावागावांतून फिरायची. घणाघाती भाषणे व्हायची. पक्षाकडे निधी कमी असायचा, पण पक्षाकडे सैनिकांचे वारेमाप पीक होते.

नवलकर तर सारे चित्रच बदलून टाकायचे. कुणाचे कुठे भाषण रंगेल, ते आम्हीच ठरवायचो. साहेबांना नाही तर सेनाभवनचे कानावर घालायचो. बाळा नांदगावकर, दगडू सपकाळ अशी अनेक मंडळी मध्यस्थी करायची. ते हौशीने कुठेही यायचे. तो काळ वेगळाच होता. नेते जमिनीवर होते. शिवसेना वाढावी, असे त्यांना वाटत होते.

आनंद दिघे, मी आणि नाना पाटेकर एकाच जीपमधून अलिबाग, मुरुड तालुके फिरायचो. दिघेंचे लोकांना आकर्षण फार. अर्जुन पाटीलच्या खानावळीत बाकड्यावर बसून ही मंडळी जेवायची. अर्जुन आमच्यात नशीबवान. नडायची धमक ही त्याची उजवी बाजू. त्याची बहीण आमची अन्नदाता. त्याच्या घरावरही हल्ला झालेला.

मुख्य नाक्यावर दत्ता पाटलांना खिजवण्यासाठी नेतेमंडळी अर्जुनकडे आवर्जून जायची. अर्जुनलाच एकदा आमदारकीचे तिकीट मिळाले. साहेबांची आमच्यावर खास मेहेरनजर. प्रचाराचे साहित्य आम्ही गाड्या करून आणायचो. एस. टी. स्टॅण्डसमोर टायपिंग इन्स्टिट्यूट होती. तिथे आमचा राबता असायचा. रात्री गाणी मीच लिहायचो. रात्रीत कोळीवाड्यातील आमची भजनमंडळी ती गायची. रातोरात कॅसेट तयार व्हायची. साहेबांच्या भाषणाच्या कॅसेट गावोगावी वाटायच्या. निवडणूक निधीला आश्रयदाते हातभार लावायचे. रस्त्यावर मीसुद्धा हातात ब्रश घेऊन रंगवायचो.

साहेबांची सभा आयोजित केली होती. भांडून आम्ही हट्टाने ती अलिबागला घेतली. जय्यत तयारी केली; पण सभेची वेळ झाली, तरी क्रीडा भुवन भरले नव्हते. माझी तर पाचावर धारण बसली. अर्जुन कासावीस झाला होता. तेवढ्यात एकाने माहिती पुरविली— पब्लिक समुद्रावर पसरलेय. आम्ही सभा सुरू केली. तेव्हा पोलीस वायरलेस हाच एक संपर्काचा मार्ग होता. सुरुवातीला नेतेमंडळी बोलली. फटाके वाजले आणि मुंगीला जायला वाव मिळणार नाही, अशी गर्दी झाली. आजूबाजूच्या गच्चीसुद्धा भरल्या होत्या. ती आव्हानसभा होती.

काँग्रेसचा उमेदवारही साहेबांचा भक्त. तोच येऊन सभेत बसला. गर्दी बघून ढसाढसा रडला. सभेचे निवेदन, प्रस्तावना, आभार— सब कुछ मीच केले. 'न भूतो न भविष्यति' अशी ही सभा गाजली. त्यापूर्वी इतकी मोठी सभा अलिबागकरांनी इंदिरा गांधींची पाहिली होती. दोन्ही वेळेला झाडून सगळा अलिबाग परिसर सभेला हजर होता, पण गर्दी मतपेटीपर्यंत पोचू शकली नाही. गर्दीचे मानसशास्त्र आता समजू लागले होते.

भुजबळांची किमया थोर. त्या वेळी ते महापौर होते. लांबलचक गाडी त्यांच्याकडे असायची. गाडीवर गरुडाचे चित्र असायचे. ते माळी समाजाचे, त्यामुळे आमची आणखी गट्टी. जोशी-भुजबळ वाद त्या वेळी एवढा उफाळला नव्हता. दोघे आपापल्या वाटेने चालायचे; पण दोघांमधील स्पर्धा जाणवायची.

जोशी, भुजबळांच्या सभा गाजायच्या. दोघांची शैली वेगवेगळी. दोघेही जण

जवळचे वाटायचे. फौजफाटा भुजबळांकडे मोठा असायचा. ते मला आमदारकी लढवायचा आग्रह धरायचे. बाळा नांदगावकर त्यांचा भक्त. एक गायकर नावाचे गृहस्थ मुरुडला होते. त्यांनी नांदगावकरांना आसरा दिलेला. बाळा तेव्हा नवीन होता, पण कणखर होता.

गायकर भायखळ्यातील शाखाप्रमुख. त्यांनी तिथे पक्षासाठी खस्ता खाल्लेल्या. त्यामुळे मुरुडला जेवण त्यांच्याकडेच असायचे. भुजबळांनी एकदा कामगार मैदानावर सभेच्या ठिकाणी मला पाहिले, स्टेजवर बोलावून घेतले. ध्यानी-मनी नसताना बोलायला सांगितले. पाठीवर थाप टाकली आणि मागे न राहण्याचा सल्ला दिला. त्या वेळी ते महापौर होते. सर्वच बड्या नेत्यांकडे माझी ऊठ-बस होती.

मी व्यवसायातून बाहेर पडू शकत नव्हतो. शिवसेनेला लढणारा स्थानिक नेता पाहिजे होता. मी वेळ देऊ शकत नव्हतो. पक्षात अनेकांनी माझ्यावर प्रेम केले. भुजबळांनीही केले. भुजबळांनी तर एक व्यवहारच माझ्या सांगण्यावरून केला. त्यांचे कागदही कधी मागितले नाहीत.

सरांची पकड राजकारणावर वाढत होती. का कोण जाणे, पण सरांबद्दल मला जास्तच आकर्षण होते. वरच्या गटात 'सरांचा माणूस' म्हणून माझ्यावर कधी शिक्का बसला तो केव्हा, मलाच कळले नाही. कुठेही आले तरी मी त्यांच्यासोबत असायचो. सभेपूर्वी मुद्दे संकलित करून देणे, हा माझा आवडीचा विषय. अनेकांच्या गाड्यांतून मी फिरलो.

सर विरोधी पक्षनेते असताना तर संपूर्ण कोकण दौराच त्यांच्यासोबत केला. सरांकडून बरेच शिकलो. त्यांची शिस्त, वक्तशीरपणा आणि व्यवहारीपणा मला खूप आवडायचा. मी कोणत्याही विषयावर त्यांना पत्रे लिहायचो. माझे अक्षर त्यांना खूप आवडायचे. सरांचा मोठेपण हा की, सर माझ्याकडे अनेकदा आले; पण माझ्या खुर्चीत कधीच बसले नाहीत. बाजूच्या खुर्चीत ते बसायचे. सर माझे आदर्श होते व आहेत.

सर जिल्ह्यात आणि मी तिथे नाही, असे व्हायचेच नाही. नांदवी गावीही मी त्यांच्या सोबत असायचो. कामे आटोपली की, सर थंडपणे 'सकाळी भेटू' सांगायचे. आम्ही गेटबाहेर जायचो. सर असे अंतर कसे ठेवू शकतात, याचे आश्चर्य वाटायचे. इतर नेते त्यांच्या या वृत्तीवर बोटे मोडायचे. पण प्रत्येक वेळेला सरच सरस ठरायचे. त्यांचाच शब्द प्रमाण मानला जायचा. कुठे काय बोलायचे नाही, ते मी सरांकडून शिकलो. अपमान गिळून संधीची वाट पाहण्याचे

कौशल्य मी त्यांच्यात अनुभवत होतो.

पक्षाचे तिकीटवाटप, विधान परिषद उमेदवारी— अशा वेळी सर कठोर व्हायचे. सर्वांना बरोबर पटवायचे. सरांना सर्व जण घाबरायचे. सर मात्र एकालाच घाबरायचे— त्यांच्या कुटुंबाला. वहिनी आम्हाला साक्षात लक्ष्मी वाटायच्या. इतक्या सुसंस्कृत की, आदरानं मान खालीच जायची. साहेबांच्या माई पण तशाच.

साहेब मिस्कील स्वभावाचे. अनेकांसोबत मी साहेबांकडे अनेक वेळा गेलो. पण साहेब रागावताना मी पाहिले नाहीत. नेहमी मैफलीचेच वातावरण असायचे. फिरक्या घेणे, किस्से सांगणे चालूच असायचे. माई औक्षण करायच्या. साहेब आशीर्वादाचा टिळा लावायचे. कुलस्वामिनीचा गंडा बांधायचे. येणारा भारावून जायचा. माई त्यांच्या तब्येतीची काळजी करायच्या. साहेबांना माझा आवाज आवडायचा. नाना पाटेकरसारखा आवाज आहे— बोलायचे. त्यांच्याकडे काही मागायची गरज नसायची. डामडौल आत घरात नसायचा. एकदा त्यांच्या दरबारात गेलो की, मी प्रश्नच विसरून जायचो.

गणेश नाईकांसोबत माझ्या लग्नाची पत्रिका द्यायला 'मातोश्री'वर गेलो होतो. पुन्हा गप्पा रंगल्या. तेथे माला सिन्हा आली होती. तिचा फॅमिली प्रॉब्लेम साहेबांनी एका मिनिटात सोडवला. साहेबांकडे कुटुंबप्रमुखाची शान होती.

माई अचानक गेल्या. आम्ही रातोरात पोहोचलो. साहेब सावरले होते. जीवापाड प्रेम करणारे शेकडो शिवसैनिक रडत होते. माईंना अग्नी द्यायलाही आम्ही होतो; इतकी आपुलकी माईंनी आम्हाला दिली होती. मोठी माणसे मोठी का ठरतात, त्याचे उत्तर अशा लक्ष्मीच्या सहवासाने मिळत असते.

पुढे सत्ता आली. शिवसेना सरकार बनवू शकणार नाही, अशी राजकारणाचा अभ्यास करणाऱ्यांना शंका होती. मी सरांच्या विश्वासातला. मी प्रभाकर पाटलांशी संपर्क साधला. सरांशी बोललो. शेकापशी हाडवैर; पण रात्रीत चक्रे फिरली, पेझारीकरांनी मनाचा मोठेपणा दाखवला. प्रभाकर पाटलांनी महत्त्वाची भूमिका घेतली, पण दत्ता पाटील तयार नव्हते.

प्रभाकर पाटील आणि शेकापचे आमदार यांना घेऊन मी सरांच्या घरी सकाळीच पोहोचलो. डायरेक्ट बेडरूममध्ये बैठक झाली. तिथूनच साहेबांकडे आम्ही सर्व पोहोचलो. सरांनी मंत्रिमंडळात सामील होण्याचा आग्रह केला. साहेबांनीही मनापासून आभार मानले. सरांची निवड सार्थ ठरली. सरांनी मला शपथविधीचे व्हीआयपी पास दिले. प्रभाकर पाटलांना 'भाऊ' म्हणायचे. ते खाण्याचे

चोखंदळ.

कॉफर्ड मार्केटमागील पोलीस कॅन्टीनला जाऊन खिमा-पाव खाल्ला. मला त्यांची ही दोन टोके बुचकळ्यात टाकणारी होती. फाइव्ह स्टारचा खाना आणि पायाशी आलेली मंत्रिपदे झुगारून भाऊ खिमा-पाव खात होते. दुपारी आम्ही राजभवनावर दाखल झालो. सकाळच्या वायुवेगाने घडलेल्या घटनांचा मी किमयागार होतो की नाही, हे मला माहीत नव्हते. पण मी साहेबांसोबत तासभर असताना बाहेर शिवसेनेतली दोन मोठी नावे मातोश्रीच्या कठड्यावर पाय सोडून अस्वस्थ होती. पुढे एक जण विधानसभेचे अध्यक्ष झाले आणि दुसरे सरांना हटवून मुख्यमंत्री बनले. पण तो दिवस सरांचा होता. राजभवनावर सर्व जण शपथ घेताना मी गर्दीत हरवून गेलो होतो.

सरांच्या सोबत आम्ही मंत्रालयात गेलो होतो. आत प्रचंड गर्दी जमली होती. पत्रकारांचा गराडा होता. यशासारखे सुंदर काहीच नसते. अनेक आमदार सोबत होते. सर खुर्चीत बसले. मी सरांजवळ होतो. गर्दीत चेहरा नसलेला मी... सरांना पेढा भरवला. सरांनी आलिंगन दिले; काही वेगळे बोलायची गरजच नव्हती.

पुढे अनेक वेळा मुख्यमंत्र्यांच्या गाडीतून फिरलो. मुख्यमंत्र्यांच्या कार्यक्रमात सामील झालो. दौरे केले. पण कधी राखीव कोट्यातून फ्लॅट नाही घेतला. सरांच्या भाषणांचा मी चाहता होतो. भाषणावर सतत प्रतिक्रिया द्यायचो. कपड्यांवरून कोट्या करायचो. एवढी सलगीच माझ्यासाठी मोठी होती. इतक्या वर्षांत त्याचा गर्व नाही केला. अनेक खासगी गप्पा मारल्या, पण अंतर कायम राहिले. मी शिवसेनेच्या गर्दीतला एक चेहरा होतो. पुढे अनेक जण मोठे झाले. मी माझ्या स्वभावाप्रमाणे त्या भाऊगर्दीतून काढता पाय घेतला.

कोकण साहित्य संमेलनात सरांना अलिबागला आणले. त्यावरून बरेच राजकारण घडले. मी सरांसाठी काही केले म्हणून किंवा मी त्यांना राजकीय गुरू मानायचो म्हणून, सरांनीही मला खूप काही शिकवले. आज तटस्थपणे पाहताना जाणवते मी तर काहीच वेगळे केले नव्हते; फक्त एका प्रवाहात एकनिष्ठेने राहिलो, इतकंच.

सरांनी माझी नियुक्ती कोकण निवड मंडळाचा अध्यक्ष म्हणून केली. नियुक्तिपत्र आले. पण मला तेव्हा सरकारी वकील व्हायचे होते. त्याचेही पत्र निघाले होते. एकाच वेळी दोन संधी चालून आल्या. मी निवड मंडळावर पाणी सोडले. त्या वेळी मला गणेश नाईकांनी खूप साथ दिली.

सरांसोबत माझे भावनिक नाते होते. सरांना नावे ठेवणाऱ्यांशी मी कधीच वाद

घातला नाही. पण सरांचे वेगळेपण मला नेहमी जाणवायचे. लोकसभा अध्यक्ष झाल्यावर सरांना पुढच्या प्रमोशनसाठी तेव्हाच शुभेच्छा देऊन ठेवल्या.

मी जिल्हा सरकारी वकील होतो. सरांचे अचानक बोलावणे आले. मी तडक 'वर्षा'वर पोहोचलो. तोपर्यंत पाच-सहा वेळा सेक्रेटरीचा फोन होता. सर खासगी दालनात एकटेच बसले होते. एका फाईलसंदर्भात त्यांना माझे खरे मत पाहिजे होते. पक्षाच्या निर्णयाविरोधात मी माझे मत दिले. सरांचे समाधान झाले. ती फाईल सरांनी राखून ठेवली.

पुढे सर पदावरून गेले. पुढच्या मुख्यमंत्र्यांनी तो धाडसी निर्णय घेतला. मुख्यमंत्र्यांना असलेल्या विशेष अधिकाराचा प्रश्न होता. ज्याला त्या निर्णयाचा फायदा झाला, त्याचा मात्र पक्षाला आयुष्यात कधी, काहीही फायदा झाला नाही. एका वैयक्तिक लाभासाठी मी कायद्यातील फट मुख्यमंत्र्यांनी वापरू नये, असे मत नोंदविले होते.

पक्षाचे निर्णय सरांनी पचविले. पण शेवटी त्यांना ज्या चिठ्ठीने जावे लागले, ते उभ्या महाराष्ट्राला माहीत आहे. अनेकांनी उठाव करण्याचे संकेत दिले; मीही त्यांच्यासोबत होतो. ते वातावरण पाहून कोणीही पाघळला असता. सरांनी सर्वांना धीर दिला. उठावाची ओळही कोणत्या पेपरात आली नाही. त्याचा फायदा सरांना लोकसभा अध्यक्ष बनताना झाला. एवढी दूरदृष्टी आणि अपमान गिळण्याची तयारी खूप कमी ठिकाणी मी पाहिली.

सर लोकसभा अध्यक्ष झाले. दिल्लीत सरांनी मला खास पाहुणचार दिला. मला २६ जानेवारीची परेड बघायची होती. तीन दिवसांचा व्हीआयपी पास सरांनी दिला. माझी राहण्याची व्यवस्था मित्राकडे होती. राष्ट्रपतींच्या बाजूच्या विंगमध्ये मी होतो. मंडणगडला धड स्काऊटची परेड न करणारा मी एकदम व्हीआयपी झालो होतो. आजूबाजूला सर्वच व्हीआयपी. होते. माझ्यासारखे मेहरबानीने झालेले 'व्हीआयपी.' कुणीही नव्हते. दुपारी राष्ट्रपती भवनात चहापान होते. दोन दिवसांत दिल्लीत मिनिटभरसुद्धा उसंत नव्हती.

राष्ट्रपती मा. कलामसाहेबांसोबत चहापान होते. सरांनी अनेकांसोबत ओळख करून दिली. राष्ट्रपती आले. सर्व सोपस्कार पार पडले. भारतातून अंदाजे दोनशे आमंत्रित होते. त्यांत मी एक होतो. सोबत नामवंत होते, क्रिकेट व अन्य खेळांतले दिग्गज, तसेच राजकीय नेते होते. कुणीही नव्हतो, तो मी एकटाच. राष्ट्रपतींसोबत सरांनी ओळख करून दिली. प्रथा मोडून राष्ट्रपती आपुलकीने सर्वांशी गप्पा मारत होते. पुरे मंत्रिमंडळ, विरोधी नेते— सारेच होते. मी कॉफी

पिण्याचेच विसरलो. राष्ट्रपतींना रामेश्वराची आठवण सांगितली.

इतका हिमालयाच्या उंचीचा माणूस; पण सरांनी ओळख करून दिल्यावर दिलखुलास बोलत होता. मी स्वत:ला हरवून बसलो होतो. माझ्या पुऱ्या आयुष्याला पुरेल असा तो क्षण सरांमुळे मला लाभला. कलामसाहेबांचे प्रत्येक वाक्य म्हणजे उच्च प्रतिभेचा आविष्कार होता. अगदी सौम्य आणि घरगुती पद्धतीने ते बोलायचे.

सरांची निवडणूक होती. मी मित्राला घेऊन सकाळी सातला पोहोचलो. सर साडेसातला माझ्या गाडीत बसले. रविवार होता. दादर-माहिमला जायचे होते. सरांची गाडी मागेच होती. सापतेगुरुजींनी सरांना कागद दाखवला. सकाळी साडेनऊपर्यंत चार सोसायट्यांमध्ये सरांच्या बैठका होत्या. एवढा मोठा माणूस नियोजन काय करतो, ते बघायला मिळाले. गाडी विकास पिंपळे चालवीत होता. तेवढ्या वेळात सरांनी त्या गाडीवरही चर्चा केली. नंतर सर लेखक झाले, लोकनेते झाले, ज्येष्ठ नेते झाले आणि हळूहळू पक्षाला अडचणीचे ठरू लागले. सरांच्या डोळ्यात हे शल्य-सत्य लपून राहिले नाही, ओठांवर आले नाही; इतकेच.

शिवसेनेत अनेक अनुभव घेतले. अनेकांना जवळून पाहिले. तरी उद्धवजी वेगळे वाटले. सालस माणूस. हा माणूस हौशीने राजकारणात नक्कीच आला नाही. तेही मनमोकळे. अलिबागच्या सभेचे फोटो काढणारा साहेबांचा मुलगा आता स्वत: साहेब झाला होता, पण गराड्यात अडकला. त्या चक्रव्यूहातून आत पोहोचलात, तर उद्धव तुम्हाला कळतील.

एकदा 'एसईझेड'बद्दल बैठक होती. ते समोरच्याचा खूप आदर ठेवतात. मी त्या प्रश्नावर खूप तापून बोललो. जिल्ह्यातून एसईझेडला बराच विरोध होता आणि अभ्यास करून अहवाल देण्याची जबाबदारी माझ्यावर होती. सर्व ऐकल्यावर ते विकासाच्या बाजूने बोलले. माझा वाद झाला. नेत्यांना ते आवडले नाही. उद्धवजींना मात्र त्याचे काहीच वाटले नाही. त्यांनी आम्हाला हरियाणा व गुजरातमधील परिस्थिती पाहायला जाण्याचा सल्ला दिला. तो अभ्यास दौरा मागे पडला. पण जनरेट्यासमोर पक्षही एसईझेडच्या विरोधात गेला. मोठी माणसे मोठा विचार कसा करतात, ते पाहिले.

चीनच्या प्रवासात सेनझेनची प्रगती पाहताना त्यामुळे अपराधीपणाची भावना मला टोचत होती. विकासाची किंमत मोजायला आम्ही तयार नव्हतो आणि ज्याला विकास म्हणत होतो, ती प्रगती नव्हतीच मुळी. आज रायगड जिल्हा

विकासाच्या नावाखाली भकास होताना आपण पाहतोय. लोकांना विश्वासात घेऊन सरकार विकासाच्या योजना आखत नाही आणि विरोधक प्रत्येक बाबतीत राजकारण आडवे आणतात. नाही तर खाडीकिनारच्या पडीक आणि वरकस जमिनीत आजपर्यंत महामुंबई विकास योजना सुरूसुद्धा झाली असती.

गजानन वर्तकांनी माझ्यावर त्यांच्या शेवटचे काळात खूप प्रेम केले. सेना भवन बांधण्यापासूनचे ते साक्षीदार. काळ कुणासाठीच थांबत नसतो. त्यांनी संधी सोडली. मागचे पुढे गेले. त्यांनी हॉस्पिटलमधून मला पत्र लिहिले. शिवसेनेचा दुसरा चेहरा त्या पत्रातून मला दाखवला. त्यांच्या परीने त्यांनी मला सावध केले होते. आज दोन दशकांनंतर त्यांचे शब्द खरे ठरले. माझ्या अनमोल ठेव्यातले वर्तकांचे ते पत्र आहे. भाच्याचे नावे मृत्युपत्रच होते ते. विरासत न देणारे, पण राजकारणात सावधानतेचा मंत्र देणारे.

काही विचित्र योगायोग या प्रवासात आले. शिवसेनेत मी रमलो होतो, तरी माझ्या व्यवसायाला मी धक्का लागू दिला नाही. अनेक वेळा विचार झाला, पण माझा स्वभाव मला पुढे जाऊ देत नव्हता. नियतीला मी दोष देणार नाही, कारण मागचे पुढे जाताना कुणीही मला ढकलून जात नव्हते; मीच उलटा प्रवास सुरू केला होता. गर्दीतला चेहरा होऊन जगण्यापेक्षा मीच काढता पाय घेतला होता.

मुरुडला नगरपालिकेची निवडणूक होती. मुरुडला माझे भाषण गाजायचे. मुरुडकरांची खास मागणी माझ्यासाठी असायची. कार्यकर्त्यांचेही माझ्यावर प्रेम होते. भुजबळ आणि मी— दोनच मोठी भाषणे झाली. पक्षबांधणीचा संदेश भुजबळ देत होते. त्यांचा एक-एक शब्द अंगार फेकत होता. भुजबळांचा स्वर टिपेला पोहोचला होता. त्यांनी सभा दणाणून सोडली. टाळ्यांच्या कडकडाटात आम्ही स्टेजवरून उतरलो. बाळा नांदगावकर सोबत होताच. नंतर रात्र रंगली.

आमचा मुक्काम सरकारी गेस्ट हाऊसला होता. रात्री भुजबळांचा वेगळाच रंग आम्ही पाहत होतो. बऱ्याच दिवसांत त्यांना असा एकांत मिळाला नसावा. पंतांवर स्वारी भलतीच नाराज होती. पक्षातील अन्याय ते आम्हाला सांगत होते. पहाटे आम्ही समुद्रावर फिरायला गेलो. ठरावीक चार-पाच जणांसमोर त्यांनी पक्ष सोडण्याचा मनोदय बोलून दाखवला. काही दिवसांतच भुजबळ अज्ञातवासात गेले. आम्ही ती बातमी पक्षाला कळविली नव्हती. तो विश्वासघात ठरला असता. कदाचित आम्ही पक्षफूट टाळू शकलो असतो. पुढे बाळा नांदगावकरचा उदय त्याच निर्णयात दडला होता. या घटनेचे मुख्य साक्षीदार आजही मुरुडमध्ये

आहेत.

असाच विचित्र योग आणखी दोन दादांबाबत आला. एक— नारायण राणे. आम्ही त्यांना कार्यकर्ता प्रशिक्षण शिबिराला अलिबागला बोलवले होते. त्यांचा पक्षात दरारा खूप वाढला होता. शिबिर झाले. राणे पक्षनिष्ठेवर भरभरून बोलले. राणेसाहेब नाराज असल्याच्या बातम्या होत्याच; पण कुणाला सोबत नेणार, कधी नेणार— माहीत नव्हते. त्यांना मानणारा एक गट तयार झाला होता. त्यांच्या उपकाराखाली अनेक आमदार होते.

त्या काळात प्रत्येक आमदाराकडे संशयाने पाहिले जायचे, म्हणून आमदार राणेंना चोरून भेटायचे. राणे गटाचा बनायला कुणी तयार नव्हते. त्यांची स्वत:ची ताकद निर्माण होत होती, तेच पक्षाला खटकत होते. नारायण राणेंचे जोरदार भाषण झाले. मला भुजबळांची आठवण झाली. मनात पाल चुकचुकली. देवेंद्र माझा मित्र, श्याम सावंतसुद्धा मित्र. शिबिर संपले. खासगी बैठकीत दादांनी नाराजीचा सूर आळवला. दादांनी परतीच्या प्रवासात फोन केला. मी तो कुठेही सांगितला नाही. दादांनी पक्ष सोडला. मी, देवेंद्र जागेवरच राहिलो. श्याम सावंत दादांसोबत गेले. पक्षाने त्यांना दोन वेळा आमदार केले, खासदारकीचे तिकीट दिले; पण तरीही ते गेले.

पुढे व्यवसायात खूप मोठे झाले, पण शिवसैनिकांचे प्रेम हरवून बसले. त्यांच्या विरुद्ध मला लढायला लागणार वाटत असतानाच तुकाराम सुर्वेचे नाव पुढे आले. सरांचे गणित अचूक होते. कुणबी जमात आणि एक पंथ यांचे बहुमत होते. मी आणि अरविंद सावंत नियोजनावर होतो. आम्ही मुरुडला ठाण मांडूनच होतो. ऐतिहासिक विजय मिळवून तुकाराम सुर्वे आमदार झाले, पण आमदारकी टिकवू शकले नाहीत. विजयी मिरवणुकीसाठी उद्धवजी, सर आणि आदित्य ठाकरे खासगी बोट करून दिघीपर्यंत आले होते. माझ्याच गाडीतून आम्ही श्रीवर्धनपर्यंत गेलो. खूप गप्पा झाल्या. मी पक्षात राज्यपातळीवर लक्ष द्यायचे ठरले. पण माझा नेमका दोष उद्धवजींनी काढला. मी संपर्कात राहत नाही, ही त्यांची तक्रार होती.

काफिल्यात राहायचे, तर मला वकिली आणि अलिबाग सोडावे लागले असते. ते मला परवडणारे नव्हते. एक मात्र झाले. आम्ही नारायण राणेंचे सर्व मनसुबे हाणून पाडले. ते पोहोचायच्या आधीच मी पोहोचायचो आणि फिल्डिंग लावायचो. आम्हाला अर्थात पक्षाबाहेरच्या अनेक राजकारण्यांनी मदत केली. पक्षनिष्ठेच्याच मुद्द्यावर ती निवडणूक झाली. ऐनवेळी आमच्या गाड्या गहाण

ठेवायची वेळ आली.

गणेश नाईकांची तर कोंडीच होत होती. तो एक मनस्वी माणूस. स्वत:च्या विश्वात वावरणारा. स्वत:चे विश्व तयार केलेला. माझ्या सर्वांत जवळचा नेता. माझा आवडता नेता. त्यांनी माझ्यावर मनापासून प्रेम केले. भावाच्या मायेने साथ दिली. त्यांच्यासोबत मी दिवस-दिवस घालवायचो. गेली पंचवीस वर्षे तो स्नेह तसाच आहे. कधी भेटले तरी आपुलकी तीच, प्रेम तेच. मुंबईत संचारबंदी असतानासुद्धा ते माझ्या लग्नात पूर्ण वेळ सहकुटुंब होते. माझ्या वरातीसाठी नवी कोरी गाडी सोडून गेले होते. गणेश नाईकांचीही तक्रार एकच— मी रेंजमध्ये नसतो, हीच.

गणेश नाईकांचे नियोजन भव्य-दिव्य, कार्यकर्त्यांचा राबता फार. राजकारणासोबत व्यवसाय आणि समाजसेवा त्यांनी केली. अनेक प्रकल्प उभे राहिले. आता नाईकांचे साम्राज्य दिसते; त्यामागच्या कष्टाच्या कथा मी त्यांच्या तोंडून ऐकल्यात. त्यांचे आयुष्य एका स्वतंत्र चित्रपटाचा विषय होईल. एक-एक मंडळी पक्ष सोडत होती. मी गर्दीतला चेहरा होतो.

भुजबळ गेले त्यापेक्षा नाईक सोडून गेले, तो धक्का आम्हाला मोठा होता. त्यांची घालमेल मी पाहात होतो. पक्षांतर्गत कोंडी दिसत होती. स्वतंत्र ताकदीची माणसे असा दबाव नाही सहन करू शकत. ज्यांना उठावाची ताकद नसते, तेच सोईकरिता स्वामिनिष्ठेच्या गप्पा मारतात. ही पक्ष वाढवणारी मंडळी पक्ष सोडून का गेली, त्याचा गांभीर्याने विचार झालाच नाही; झाले ते फक्त विचारमंथन— सोबतच्या भाट मंडळीचे. आजही भुजबळ, राणे, नाईक हे साहेबांच्या मनात खास जागा ठेवून असतील. राजकारणात ते कप्पे उघडायचे नसतात. पण या सर्वांसोबत वावरलेला मी आणि माझ्यासारखे शेकडो अशा घटनेने तिळतिळ तुटत होतो.

पक्ष तुटताना दिसत होता, पण पडझड मानायला कुणी तयार नव्हते. मीही पक्षापासून दूर जात होतो. माझी पक्षाला गरज राहिली नाही, हेच मला जाणवत होते. मागच्या आठवणी निघाल्या की, मन खिन्न व्हायचे.

माझी सरकारी वकिली जोरात चालू होती. मी प्रामाणिकपणे रात्रीचा दिवस करून शिक्षेवर शिक्षा घेत होतो. सर्व प्रतिकूल परिस्थितीत सरकारी वकिली सांभाळत होतो. राजकारणाचा शिक्का पुसता येत नव्हता. त्यामुळे तारेवरची कसरत करावी लागायची. पद स्वीकारले, तेव्हाच वकील बारतर्फे सत्काराच्या वेळी ॲड. नाना लिमये यांनी हे पद म्हणजे काटेरी मुकुट असल्याचे

सांगितले होते. पुढे त्याची जाणीव पावलोपावली व्हायची. ज्याला अनेक केसमधून बाहेर काढला, त्या आमदार देवेंद्र साटमवर खुनाचा आरोप आला. मित्रप्रेम, पक्षादेश आणि सरकारी कर्तव्य या कात्रीत मी सापडलो. राजीनामा देऊन वकीलपत्र घ्यावेसे वाटले, पण तो पळपुटेपणा झाला असता. अत्यंत कौशल्याने ते प्रकरण मला हाताळावे लागले. मी त्यात सरकारी वकील म्हणून उभे राहणे शक्यच नव्हते. भाजप, गृह मंत्रालय, पतितपावन संघटना, पत्रकारमित्र आणि पक्षांतर्गत हितचिंतक साऱ्यांची नजर माझ्यावर होती. मी माझ्या पदाचा कुठेही दुरुपयोग केला नाही. आणि त्या खटल्यात फक्त प्रेक्षक बनलो. त्या दिव्यातून बाहेर पडलो. देवेंद्र एकदाचा सुटला.

लोकसभा निवडणूक तोंडावर आली होती. शेकाप जोरात होता. जिल्ह्यातले मूळचे अनेक मुंबईकर मंत्री झाले होते. पण रायगडमध्ये उमेदवारी स्वीकारून आत्महत्या करायला कुणी तयार नव्हते. सर आणि प्रभाकर मोरे यांनी माझ्या नावाचा आग्रह धरला. प्रभाकर मोरे मंत्री होते. त्यांना उभे राहायचे नव्हते.

माझे फोन घणघणू लागले. सरकारी वकिलाचे पद सोडायला मी तयार नव्हतो, तरी आदेश आला. धात्रक नावाचे जज्ज होते. त्यांचे माझ्याशी मित्रत्वाचे संबंध होते. त्यांनाही राजकीय पार्श्वभूमी होती. संधी एकदाच येत असते, असे त्यांनी सांगितले. मी पत्नीचा सल्ला घेतला. नाखुशीने तिने निर्णय माझ्यावर सोडला. मी राजीनामा देऊनच अलिबाग सोडले. सरांकडे पोहोचलो. पक्षातला एक वकीलमित्र सोबत होता. माझ्याआधीच प्रभाकर मोरे ओशियाना पार्कवर पोहोचलेले होते. मला सरांकडे ते घेऊन गेले. सरांनी स्पष्ट शब्दांत घटनाक्रम सांगितला. दि. बा. पाटलांनी निधी-व्यवस्थेअभावी पक्षांतर करण्यास नकार दिला होता.

स्वतः डाके कायदामंत्री, मोरे गृह राज्यमंत्री— कुणीच लढायला तयार नव्हते. जिंकण्याची फारशी आशा नसताना युतीतर्फे माझ्या नावाचा एकविचार झाला होता. निर्णय मी घ्यायचा होता. सरांनी एक तास दिला. आमच्या गाड्या मंत्रालयाकडे निघाल्या. हाजी अलीसमोर गाडीला खरचटले. अपशकुन झाला, पण लक्ष दिले नाही. दुपारी सर्व जण साहेबांकडे गेलो. 'मातोश्री'वर तोबा गर्दी जमली होती.

सरांनी आत नेले. आत अष्टप्रधान मंडळ होतेच. मला निर्णय सांगितला होताच. मी काहीच बोललो नाही. साहेबांनी लढायला तयार आहेस का, विचारले. नेतेमंडळींनी नाही म्हणू नकोस, इतकेच सांगितले होते. सारी व्यवस्था झाली आहे,

असे सांगितले होते. साहेबांनी आशिर्वाद दिला. बेल-भंडारा दिला. उद्धवजी तेव्हा मूकनायक होते. हाताला गंडा बांधला गेला. मी बाहेर आलो. रायगडला उमेदवार मिळाल्याचे पेढे वाटले गेले. मी रिक्त मनाने गर्दीतला एक भाग होतो. दोन वेळा हरलेले तरे बाहेर होते. त्यांनी अभिनंदन केले. हात दाबत घाई केल्याचे सांगितले. अनुभवी विष्णू पाटील होता, तो केवळ नजरेने बरेच काही बोलला. 'बळीचा बकरा' मिळाल्याचे भाव त्याच्या बोलण्यात होते. बबन पाटील खूष होता, कारण दि. बा. पाटलांचे राजकारण फुकट गेले होते. दि. बां.नी पैसे मागितले, म्हणून तिकीट नाकारल्याची बोंब होती.

मी शांतपणे घरी निघालो. सर्व जमवाजमव केली, तरी लोकसभा लांबची बात होती. फोनवर तयारी सुरू झाली. कर्नाळा खिंडीत जेवायला थांबलो. शिवसेनेने पहिल्या फेरीत फक्त दोनच उमेदवार जाहीर केले होते. दादर— मध्य मुंबईतून सर आणि रायगडमधून विलास नाईक. पुढचे दहा दिवस प्रचंड उलथापालथीत गेले. त्यात माझे आयुष्यच बदलणार होते. मिळालेल्या संधीचे मी सोने करायचे ठरविले. वीस वर्षांची मेहनत, ओळख वापरायची ठरविले. एकेका शिवसेना नेत्यांनी हात वर करायला, रडगाणे गायला सुरुवात केली. ठोस आश्वासन फक्त राणेसाहेबांकडून मिळाले; बाकींनी केवळ अक्षता लावल्या. राजसाहेबांशी संपर्क साधण्याचे निरोप आले, पण मला संधीच मिळाली नाही. प्लॅनिंगला महत्त्व होते. मी इतर आमदारांना घेऊन निवडून आणण्याचा चंग बांधला. नवा चेहरा म्हणून लढाईला मजा येणार होती. सभा ठरल्या, प्रचारसाहित्य ठरले, मजकूर तयार झाले, रणनीती तयार झाली. मी भाजपा— संघ परिवाराला हाताशी घेऊन लढायचे ठरवले, पण निधीचे काय? रडायला वेळ नव्हता.

हरिहरेश्वरला प्रचाराचा नारळ फुटला. कुणी तरी कानात कुजबुजले 'येथे कशाला? हे श्राद्धस्थान आहे.'' पत्रकार परिषद झाली. साहेबांनी रायगड जिंकण्याची जबाबदारी मोठमोठ्या नेत्यांवर टाकली होती. त्यांना स्वत:च्या आमदारक्या लढवायच्या होत्याच. आता सर्व जण मला निधीबाबत स्पष्ट चर्चा का केली नाही, म्हणून दोष देत होते. मीच कच खाल्ली. त्या दिवसांतले अनुभव फारसे चांगले नव्हते. कधी कुणाकडे हात पसरले नव्हते; आता भीक मागायची वेळ आली होती. घरच्यांनी त्यांच्या परीने मदत करायची ठरवली. पण पक्षाकडे स्पष्ट मागणी करण्याचे ठरले. रंगशारदेत उमेदवार प्रशिक्षण मेळावा होता. सर्वांसमोरच उद्धवजींकडे गाऱ्हाणे मांडले. सर्व नेते अवाक् झाले. एवढे खणखणीत ऐकायची सवय त्यांना नव्हती. आता नाही तर कधीच नाही, हे मला

जाणवले होते. उद्धवजींनी 'बघतो' सांगून बोळवण केली. मी कर्जाचीही व्यवस्था केली. बॅनर छापायला गेले, पेपर रंगू लागले होते. काही धोरणी पत्रकार धंद्यासाठी चिकटू लागले, त्याची उबग येत होती.

पेणला मेळावा होता. मी उमेदवार म्हणून आधीच पोहोचलो होतो. बॅनर सर्वत्र लागले होते. पण वातावरणात गूढ शांतता होती. कुणी काही विशेष बोलत नव्हता. थोड्या उशिरानेच उद्धवजी आले ते सोबत दि. बा. पाटील, बबन पाटील यांना घेऊनच. उद्धवजींनी मला बाजूला घेतले. साहेबांनी निर्णय बदलल्याचे सांगितले. मी केलेली वीस दिवसांची धावपळ एका क्षणात फुकट गेली होती. दि. बा. पाटलांमुळे वातावरण बदलले. मागे बोर्ड विलास नाईकचा! तो घाईने काढायला सांगितला. भाषणे झाली. मला हसावे की रडावे, तेच कळत नव्हते. अनेकांच्या डोळ्यांत सहानुभूती होती. कुणाही नेत्याने मला या बदललेल्या निर्णयाची कल्पना दिली नव्हती. मी फोन करून घरी कल्पना दिली. लगेचच अलिबागला मेळावा होता. मी बॅनर उतरवायला सांगितले. पत्रकारांना ही बातमीच होती. पेणला मी हळवा झालो होतो. क्षणभर विचार केला. माझ्या हातात काहीही नव्हते. मी आदेश समजून दि. बां.ची जबाबदारी स्वीकारली.

अलिबागला मी काय भाषण करणार, याची सर्वांना उत्सुकता होती. मला बोलायला देऊ नये, अशी काही नेत्यांची मागणी होती. मी उठाव करेन, अशी त्यांना भीती होती. अलिबाग माझे होमपीच होते. पण उद्धवजींनी मलाच प्रथम बोलायला सांगीतले. त्यांचा माझ्यावर विश्वास होता. माझ्या कसोटीचा क्षण होता. आयुष्यातले माझे ते सर्वांत सुंदर भाषण झाले. पक्षनिष्ठा, आदेश मानून मी कार्यकर्त्यांना पेटवले होते. साऱ्यांनीच माझे कौतुक केले. टीका करणारे काही पत्रकारही कडकडून मिठी मारून गेले. माझ्याशी धोका झाला होता. मी अपमान गिळायचेच ठरवले होते. गर्दी गेली. दि. बा. पाटलांचे भाषण एकदमच रटाळ झाले. आयुष्यभर डाव्या चळवळीत वाढलेला हा लोकनेता. शिवसेनेला जातीयवादी ठरवलेला पुढारी, दोनदा खासदार, पाच वेळा आमदार झालेला हा माणूस विजय समोर दिसताच शेकाप सोडून शिवसेनेत आलेला होता. आपण आधी नकार का दिला आणि आता होकार का देतोय, हे काय त्यांना माहीत नसणार?

मी दिलेला शब्द पाळला. महिनाभर दि. बां.साठी फिरलो. पण झाले उलटेच. शेकाप पेटून उठला. मधाच्या पोळ्यावर दगड मारल्यासारखे कार्यकर्ते

पिसाळले. दि. बा. विरुद्ध लाटच उफाळून आली. त्यात हा लोकनेता पार वाहून गेला. स्वत:सोबत तीन आमदार त्यांनी बुडवले. दि. बां.ना पक्षाबद्दल आच नव्हतीच. 'माझ्यावर झालेला अन्याय दूर होईल. पक्षाचा मी आदर्श आहे' अशी स्तुतिसुमने उद्धवजी आणि नेत्यांनी वाहिली. काळाच्या ओघात तीही वाहून गेली.

आपल्यामुळे पक्षाला अडचण नको, म्हणून मीच जिल्हा सरकारी वकीलपदाचा राजीनामा मंजूर करून घेतलेला. आयुष्यातली ती मोठी चूक होती. त्याची किंमत मोजावीच लागणार होती. लीलाधर डाके कायदामंत्री होते. त्यांना मी राजीनामा देणे पसंत नव्हते. पण आचारसंहिता आड येईल, अशी भीती मला वाटत होती. राष्ट्रीय पक्ष माझ्यामुळे अडचणीत येईल असे वागायला मी तयार नव्हतो.

साहेबांना भेटलो. त्यांनीही 'त्याग' व्यर्थ जाणार नाही, असे सांगितले. आयुष्यात मोठी संधी देईन, असे सांगितले. मी राजीनाम्याचा विषय काढला. त्यांनी माझ्यासमोर डाकेसाहेबांना फोन लावला. कबूल करूनसुद्धा आचारसंहितेचा बाऊ करून डाकेसाहेबांनी काणाडोळा केला. पुढे डाकेसाहेबही मंत्रिपदावरून गेले आणि शिवशाहीसुद्धा गेली. माझ्याच पक्षनिष्ठ नेत्यांनी मी दि. बां.च्या प्रचारात इमानेइतबारे गुंतल्याचे पाहून डाव साधला. ज्यांच्यासाठी मी दोन खासदारकी वेळी धावलो, ज्यांच्यासाठी मी महिनोन्महिने फुकट घालविले; माझ्या पहिल्या मुलीच्या जन्माच्या वेळीही मी प्रचारात राहिलो, त्या अनंत तरेंनी माझ्याविरुद्ध शिफारस केली. त्याही पलीकडे ज्यांना मी अनेक केसमधून बाहेर काढले, वाल्याचा वाल्मीकी केले; त्या विष्णू पाटीलनी दुसऱ्या वकिलाची शिफारस केली. डाकेसाहेब मूग गिळून गप्प बसले. आचारसंहितेतच नवी नियुक्ती झाली. पुढे नंतरही अपमान गिळून शिवसेनेत मी जवळजवळ दहा-बारा वर्षे काढली. अनेक खटले चालवले, अनेक निवडणुका रचल्या, मदत केली; पण नेत्यांबद्दल आपुलकी कमी होत होती. आशा फक्त उद्धवजींकडून होती, पण त्यांनाही उसंत नव्हती.

'विलास, राजकारणात असे हुतात्मा होणारच.' हे सरांचे वाक्य आठवले. माझा मलाच तिटकारा आला होता. ऐनवेळी शांत राहण्याचा मला राग आला होता. उठाव का केला नाही, हा प्रश्न मला सतावत होता. सोबती पक्ष सोडून केव्हाच दुसरीकडे स्थिरावले होते. माझी मात्र पक्ष सोडायची तयारी नव्हती. मी गर्दीत हरवून जायचे ठरवले. माझी ताकद मला माहीत होतीच. पद सोडल्यावर

पोलीस स्टेशनची पायरी चढलो नव्हतो. अन्याय सहन करूनही एकनिष्ठ होतो. हिंदू-मुस्लिम दंगल एकहाती सांभाळली होती. पण मी पक्षात अडचणीचा ठरतोय, असे वाटत होते. माझेही मन मला खात होते. पक्षातील काही जणांना मी अडचण ठरू लागलो आणि ज्यांनी साथ द्यायची, ते फक्त शांतपणे नव्या नेमणुका करीत होते. मी पक्षापासून दूर व्हायचे ठरवले.

पक्षाबद्दल तक्रार नव्हती, नेतृत्वाबद्दल आकस नव्हता. मी उद्धवजींना आणि सरांना जड अंतःकरणाने पत्र लिहिले. आणि 'जय महाराष्ट्र' केला. लौकिकार्थाने मी आता सर्व पाश तोडले होते; पण ऋणानुबंध असे थोडेच सुटतात? शिवसेनेचे चुकीचे निर्णय आणि पडझड पाहून आजही आपण बाहेर पडून चूक केली का, हा प्रश्न सतावतो. पण दुसरे मन सांगते— तुझ्या स्वभावाप्रमाणेच तू वागलास, तू नेहमी प्रवाहाबाहेरच राहिलास. तुझ्या पाठीत खंजीर खुपसला, त्यांना तू उसळून उत्तर दिले नाहीस; बंड करण्याची वृत्ती तुझी नव्हतीच मुळी. पक्षनेतृत्वाला अनेक नवी माणसे मिळत असतात. तुझ्यासारखे अनेक 'हुतात्मे' कामी येतात, म्हणून पक्ष चालतात. वापरून फेकून देणे, हा त्याचा स्थायिभाव असतो. काही जण कृतघ्न होतात. तू अजूनही फक्त तुझ्यातला कमीपणा शोधतोस, इतकेच. सर्वचजण मनोहर जोशी होऊ शकत नाहीत आणि राणे-भुजबळही होऊ शकत नाहीत. कुणी तरी विलास नाईक व्हायला पाहिजे. एक मूकनायक, बिनकामाचा हुतात्मा, एक अनाम वीर! ज्याच्यावर कधीही बखर लिहिली जाणार नाही, की ज्याचा पुनर्विचारही कधी होणार नाही!

समाधान इतकेच की, माझ्या हातून पक्षाचे अहित कधीही झाले नाही.

✦✦

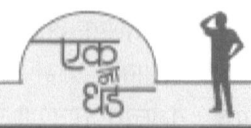

माझी समाजसेवा

माझ्या हातून समाजसेवा काय घडली? म्हटले तर, काहीच नाही. त्यावर लिहावे, असे काहीच नाही. पण जे-जे केले, ते काही वाईटही नव्हते.

कोर्लईसारख्या भांडखोर गावात कोर्टाची योजना घेऊन गेलो. सर्वांना सोबत घेतले. निवडणुकीमध्ये एकमेकांवर बरसायचो. हेवे-दावे काढायचो. उपटसुंभांना सोबत घेऊन राजकारण करायचो. कोर्लई माझ्या आजीचे माहेर. त्या गावात पोर्तुगीज राहिलेले. आजही ती वस्ती आहे. त्यांची भाषा वेगळी, सवयी वेगळ्या. मराठी बोलतानाही हेल काढायची सवय. चोळीला खिसा आणि कोपऱ्यापर्यंत खणाच्या कापडाचा ब्लाऊज. मेहनती जात. कोर्लईची भाजी फार प्रसिद्ध. त्या गावात तंटामुक्ती केली. महाराष्ट्रातील पहिले तंटामुक्त गाव बनवले. पण सातत्य राहिले नाही, त्यामुळे सरकारी बक्षीस रत्नागिरीला गेले.

अलिबागेत प्रवासी रेल्वे करण्यासाठी लोकसभेत पिटिशन दाखल केले. खासदार अनंत गीतेंच्या अध्यक्षतेखाली कमिटी होती. प्रशासकीय सर्व्हेपर्यंत प्रकरण नेले. अलिबाग रेल्वे स्टेशनचा पाया रचला गेला. त्याच कमिटीपुढे मी आरसीएफच्या एकशे पाच प्रकल्पग्रस्तांचा प्रश्न मांडला. पार्लमेंटच्या पिटिशन कमिटीकडे अपील केले. लोकसभेत तसा अहवाल मांडला गेला. दोन तपे कोर्टात भांडणाऱ्यांना आशेचा किरण दाखविला. नेहमीप्रमाणे सत्काराच्या सभेसाठी कुणी पाचारण केले नाही. पाण्यात राहूनसुद्धा मी नेहमीच कोरडा राहिलो.

मी इतका विरक्त कसा राहू शकतो, याचे आश्चर्य वाटते. नावाचे श्रेय लाटण्याची आवड नाही, असेही नसते. पण आपल्यापेक्षा अधिक चाणाक्ष माणसे सोबत असतात. त्यांना आपला वापर कसा आणि कितपत करायचा, हे माहीत असते. तर आपल्याला थांबायला वेळ नसतो. मला आजचा दिवस जगायचा असतो. उद्या-परवाची पर्वा कोण करीत बसणार?

जांभूळपाड्याला पूर आला होता. अंगात शिवसेनेचा जोश होता. हाताशी पोरे होती— गावावरून ओवाळून टाकलेली पोरे. वेळ आली तर हप्ता मागणारी. कुणाच्या तरी वाडीत बसून जुगार खेळणारी. सुरुवातीला शिवसेनेतली भरती अशीच असायची. सुशिक्षित तरुण भाजपकडे जायचे. व्यापारी सत्ताधाऱ्यांना हातात ठेवायचे. गावभर फिरलो. ट्रकभर सामान जमवले. आया-बहिणींना एकत्र केले. गणपतीच्या देवळात रात्रभर चपात्या बनत होत्या. आनंद दिघेंचे ट्रक ठाण्याहून पोहोचले. गावागावांत फिरलो. नागोठणे पार बुडाले होते. टेलिफोन पोलवर जनावरे लटकली होती. ट्रकमध्येच माणसे मरून पडली होती.

सतत आठवडाभर आम्ही तो भाग पिंजून काढला. कार्यकर्ते शहरात पूरग्रस्तांना वाटप करीत होते. आम्ही खेड्यांत पोचलो; पाड्यांवर, आदिवासी वाड्यांवर गेलो. तेथे काहींना तीन दिवस अन्नच मिळाले नव्हते. सोबतच्या खाण्यावर मराठी शाळेत उड्या पडत होत्या. याच काळात महसूल अधिकारी धान्यवाटपाचे कागदी रकाने भरत होते. अशा वेळीही स्वतःची पोतडी भरणारे महाभाग पाहिले. महसूल खात्यातील काही जण आजही जिवंत आहेत. कुणाला अर्धांगवायू झालाय, कुणाची मुले अकाली गेली. कमवलेली जमीन फुंकून टाकायची वेळ आली. कुणाचे असणार हे शाप?

वकिलीतही अनेक मूक साक्षीदार आहेत. संधी मिळाली तेथे लायकीपेक्षाही जास्त फी घेतली; पण किती तरी जणांना पैसा न घेता सोडवले, भाऊबंदकी

मिटवली. एका स्त्रीला तर परागंदा नवऱ्यापासून घटस्फोट मिळवून दिला. अनेकांचे संसार पुन्हा जोडले. जमिनी सोडवून दिल्या— हीच माझी समाजसेवा!

अलिबागलाच व्यवसाय करायचे नक्की झाले. बिर्ला कंपनी येऊ घातली होती. शेतकऱ्यांना भाव मिळत नव्हता. साठ हजार रुपये एकरीभावाने जमिनी लाटल्या जात होत्या. आम्ही आंदोलन केले. सोबतीला खेड्या-पाड्यांतले सैनिक. अनेकांना छोटी-मोठी कामे कबूल करून कंपनीच्या जनसंपर्क अधिकाऱ्यांनी फोडले. आम्ही पैसेवाटपात घुसलो. सरकारी विश्रामगृहात बोंबाबोंब केली. भू-संपादन अधिकाऱ्यांना फैलावर घेतले. मनोहर जोशी विरोधी पक्ष नेते होते. कंपनी तडजोडीला तयार झाली. सव्वालाख रुपये एकरी भाव, अधिक प्रकल्पग्रस्तांना नोकरी मिळाली. कंपनी सुरू झाली. पुढे कित्येक कोटींना ती कंपनी बिर्लांनी विकली. पण त्या वेळी सव्वालाख रुपये हा विक्रमी भाव आम्ही मिळवून दिला.

गेल कंपनी येत होती. खानाव उसर परिसरात औद्योगिक क्षेत्र जाहीर झाले होते. उजाड माळरान होते. एम.आय.डी.सी. चा कायदा वेगळा. त्यात भू-संपादन अधिनियमासारख्या सवलती नाहीत. शिवसेनेचे सरकार होते. लीलाधर डाके मंत्री होते. अनेक बैठका झाल्या. कंपनी व्यवस्थापनांनी साम-दाम-दंड-भेद सर्व मार्ग वापरले. अनेकांची डोकी फुटली. कोर्ट-कचेऱ्या झाल्या. शेवटी 'विजय मेळावा' झाला. कंपनी व सरकार एकरी एक लाख तीस हजार रुपये या भावावर तयार झाले. दोन्ही प्रकल्पांत हवे तेवढे छापता आले असते; पण एक रुपया कमविला नाही. कंपनीचे कुठले काम घेतले नाही की, कधी पाहुणचारही घेतला नाही. नंतर दोन्ही कंपन्यांचे नेते प्रकल्पग्रस्त बनले. युनियनचे अधिकारी झाले. त्यानंतर मी तिकडे कधी फिरकलो नाही. मी माझ्या वृत्तीप्रमाणे नव्या आंदोलनाकडे वळत होतो.

महामुंबई प्रकल्प येत होता. वडखळ व पेण दादर पाड्यातली गावे जात होती. अनेक खून खटले व मारामाऱ्यांमुळे अनेक गावांत मी आधीच पोचलो होतो. आम्ही वातावरण तापवले. सेझ कायद्यावर पुस्तिका काढल्या. गावोगावी फिरून सर्वांना तरतुदी सांगितल्या. कलेक्टरकडे प्रकरणे सादर झाली. सरकार काही ऐकत नव्हते. आंदोलन अधिक उग्र झाले. त्यामुळे पेणचा कार्यकर्ता आमदार झाला आणि अनंत गीते अलगद खासदार झाले. सरकारने सेझ गुंडाळून ठेवले. त्यानंतर अनेक कंपन्या आल्या. अनेक ठिकाणी व्यापारी तडजोडी झाल्या. आंदोलने भरकटायला लागली. आंदोलनाचे नेत्यांचे हेतू वेगळे आहेत, हे समजायला वेळ लागला. आंदोलन हे निवडून येण्याचा

राजमार्ग ठरले. मोठमोठी कामे हितसंबंधितांना मिळवून त्यातून मोठा पैसा उभा राहतो, हे सोबतच्या अनेकांना कळले. ते आमदार झाले, जिल्हा परिषद सदस्य झाले, पदाधिकारी झाले. त्यांचे बंगले झाले. मी परत वकिलीकडे वळलो; जसे काही घडलेच नाही, या थाटात हक्काच्या व्यवसायाकडे वळलो. त्यातूनच समाजसेवा सुरू केली. आजही माझ्या घरावर सिमेंटचे पत्रे आहेत. समाजसेवेच्या गोंडस नावाखाली स्वतःच्या नावावर एकही टेंडर नाही.

मागे वळून पाहताना ती पायपीट आठवते. अन्याय दिसताच पेटून उठणारे शिवसैनिक आठवतात. रात्री-अपरात्री घेतलेल्या बैठका आठवतात. सरकारी कचेरी पासून मंत्रालय-लोकसभेपर्यंत झिजवलेले उंबरठे आठवतात. विजय मेळावे आठवतात आणि सत्कारापासून लांब राहिल्याचे समाधान वाटते.

समाजसेवा कशीही करता येते,
समाजसेवा कुठेही करता येते.
त्यासाठी लागते जिवंत मन!
अंगावर खादी नसली तरी,
समाजसेवा करता येते!
लेटरहेडवर पद नसले तरी,
समाजसेवा करता येते!

कायदा ज्यांचे हाती

ज्यांनी विधिमंडळात कायदा करायचा, त्यांनीच कायदा बुडवला तर? लोकप्रतिनिधींना कायद्याच्या काही बाबतींत विशेष संरक्षण असले तरी दैनंदिन व्यवहारात ते कायद्यासमोर समान असतात; फार तर त्यांच्या प्रभावामुळे कायद्याचे हात त्यांच्यापर्यंत पोहोचायला उशीर होतो, इतकेच. बरं, काही प्रकरणे न्यायप्रविष्ट असतात. म्हणजे, त्यावर भाष्य करणे हा गुन्हाच. कोर्टाची बेअदबी झाली तर, या भीतीने अनेकांचे घोडे अडते.

अशीच ती दोन भावंडं माझ्याकडे आली. पालीच्या नेत्यांपैकी कुणी तरी चिठ्ठी पाठवलेली. पार फाटकी माणसे. शर्टावर शर्ट चढवलेले. दहा दिवसांत कपड्यांना पाणी लागलेले नसेल. दारिद्र्य आणि अगतिकता चेहऱ्यावर ओघळणारी, खांदे पार वाकलेले. समोर येताच नवे प्रकरण गळ्यात पडणार, हे मी जाणलेले. एक-दोन बैठकांतच यांना फसवले गेल्याचे लक्षात आले.

नेहमीप्रमाणे जिकडे-तिकडे हरकत-अर्ज रवाना झाले. शासनाच्या दोन कल्याणकारी योजना कामाला आल्या. एक विधीसेवा प्राधिकरण. त्यामुळे स्टॅम्प डयुटीचा प्रश्न सुटला. दुसरा माहितीचा अधिकार. त्यामुळे कागदपत्रांची जमवाजमव झाली. नेहमी ही धनगरमंडळी यायची. सोबत कुणी नाही, शिक्षणाचा पत्ता नाही. एक अंगठाबहाद्दर, तर एक जेमतेम सहीचा धनी.

पार डोंगर उतरुन तीन तासांनी नाक्यावर आल्यावर मिळेल त्या वाहनाने वडखळ गाठायचे आणि मग एस.टी. ने अलिबाग. वाहन नाही मिळाले, तर सहा तासांची पायपीट.

त्यांच्या जागेत प्रतिमहाबळेश्वरसाठी महाराष्ट्र शासनाने खास योजना जाहीर केली होती; ते त्यांच्या गावीही नव्हते. स्थानिक आमदाराचे लक्ष या डोंगरमाथ्यावर गेले. प्लॅन तयार झाले. जाहिरात झाली. बयाणे दिले गेले. यंत्रणा उभी राहिली. शिते टाकल्यावर भुते जमायला वेळ लागत नाही. मग काही शेतकरी इस्टेट एजंट बनतात. कामाला मजूर मिळाले. मजुरांना मजुरी मिळत गेली. पावत्या वेगवेगळ्या कंपनीच्या नावे बनविल्या जात होत्या. एक-एक शेतकरी गळाला लागत होता. डोंगरमाथ्यावर ना रस्ता, ना लाईट. कोण पैसे टाकणार? त्यामुळे मिळेल ते पैसे घेऊन काही व्यवहार होत होते.

या मंडळींच्या वडिलांच्या नावेसुद्धा असाच एक कागद लिहिला गेला. ह्यांच्या म्हणण्यावर विश्वास ठेवायचा, तर वडिलांनी पैसेच घेतले नव्हते. अंगठा मिळाल्यावर कधी तरी पॉवर ऑफ ॲटर्नीचा कागद बनवला गेला. चूक येथेच झाली. अखत्यारपत्र आमदारसाहेबांचे नावे झाले. आमदार इतका अव्यवहारी कसा, असा प्रश्नच आहे. पण त्याआधारे मोठी जमीन परस्परपणे तहसीलदारामार्फत बिनशेती झाली.

तुम्हाला साधा उतारा पाहिजे असेल, तर या पुरोगामी महाराष्ट्रात तलाठी नावाच्या शेठचे चार वेळा पाय धरावे लागतात; इथे मात्र बिनबोभाटपणे प्रतिमहाबळेश्वरसाठी वेगाने बिनशेतीकरण झाले. शेतीची नोंद रद्द झाली. नंतर या बिनशेतीचे खरेदीखत उरकले गेले. पॉवर ऑफ ॲटर्नी म्हणून आमदारांनी सही केली.

खरेदीदार स्वत:च्याच कंपनीचे भागीदार. सातबारा नावावर होता-होता राहिला, कारण हे शेतकरी तोपर्यंत जागे झाले. त्यांनी गावच्या मंडल निरीक्षकाला गाठले. वडील मयत असताना खरेदीखत झालेच कसे, असा त्यांचा भाबडा मर्मभेदी प्रश्न होता. चौकशी झाली. विक्रेता जमीनमालक खरेदीखतापूर्वीच

गणपतीला मेलेला होता. मनसुबे उधळले गेले. झालेली नोंद रद्द झाली.

विधी प्राधिकरणामार्फत त्यांचा वकील म्हणून माझी नियुक्ती झाली. आमदारसाहेब व त्यांचे सहकारी यांची लांबलचक क्रॉस झाली. अनेक अडचणी कोर्टासमोर आल्या. मुख्य मुद्दा खरेदीखताच्या दिवशी मालक जिवंत होता का, हाच होता. त्यात सरकारी नोंदी संशयास्पद ठरल्या. मृत्यूचा दाखला खोटा ठरला.

गावकरी सणाचा हवाला देऊन गणपती विसर्जनाच्या दुसऱ्या दिवशी मालकाला माळरानावर पुरल्याचे सांगत होते. म्हणजे त्यानंतरच्या खरेदीखताला तो जिवंत नव्हता आणि त्याचे तथाकथित अखत्यारपत्रही जिवंत नव्हते. कायद्यात ते अस्तित्वात नव्हते. अखत्यारपत्रही उघडे पडले. आमचा म्हातारा अर्धांगवायूने दोन वर्षे अंथरुणाला खिळून होता. खासगी डॉक्टरकडे जाण्याची ताकद नव्हती; तो मोटारीने मुंबईला नोटरीकडे कसा जाणार? ही नोटरीमंडळी काहीही करतात.

आम्ही दावा जिंकला; पण पैशाच्या लोभासाठी वेडेवाकडे कागद बनवणाऱ्या इस्टेट एजंटविरुद्ध कोर्टाने आपले अधिकार अशा प्रसंगी वापरावेत, असे वाटते. पण तसे होत नाही. अखत्यारपत्रावरील तारखेनंतर स्टॅम्प खरेदी केल्याचे उघड झाले. सब-रजिस्टार ऑफिसचा अधिकारी कोर्टासमोर आला. खरेदीखतासोबत साधा सातबाराचा उतारा जोडलेला नव्हता, मूळ अखत्यारपत्र जोडलेले नव्हते, बिनशेती आदेश नव्हता, देणारा व घेणारा एकाच कंपनीची माणसे आहेत, त्याबाबत हरकत घेण्याची गरज या सरकारी अधिकाऱ्यांना वाटली नव्हती.

सर्व नियम फाट्यावर मारून एकाच दिवशी अशी दोन खरेदीखते नोंदवली गेली होती. त्यांच्या सही-शिक्क्याच्या नकलेत तफावत होती. आमच्या धनगरमंडळींच्या सह्या संशयास्पद परिस्थितीत घेतल्या होत्या. पैशाच्या पावत्या वेगवेगळ्या संस्थांच्या नावे होत्या.

मालकाला खरेदी रक्कम मिळाल्याची सिद्धता झाली नाही. सारेच गौडबंगाल उघडकीस आले. मी इमाने इतबारे लांबलचक क्रॉस घेतली. खरेदीखताचे साक्षीदार त्यांच्या जमिनीच्या व्यवहाराचे पोटी सह्या केल्याचे कबूल करीत होते. दावा निकाली निघाला. जमिनीचा वापर बिनशेती कारणासाठी झालेलाच नव्हता. बांधकामे नव्हती. त्या वर्षीची वरी, नाचणीची पिकेसुद्धा आमच्या शेतकऱ्यांनीच पिकवली होती.

आता अपील झालेय. ही लढाई चालूच राहणार. दावा जिंकल्याने दुनियेत

सत्याचाच विजय होतो, हे आमच्या शेतकऱ्याच्या मुलाला आता पटलेय. तो मुंबईत कुठे तरी हॉटेलमध्ये काम करायचा. आता त्यांचा आत्मविश्वास वाढलाय. ताबा तर आहेच; आता हुकूमनामापण आहे.

सरकारी अधिकारी तरीही ऐकायला तयार नाहीत. त्यांना प्रतिवादीपणात सामील करूनही, मराठीत हुकूमनामा असूनही तहसीलदारांना आदेश समजत नाहीत; उलट तेच या गरीबांना कायद्याचे डोस पाजतात. अशा वेळी मग त्यांची गचांडी धरण्याची गरज असते, कारण काहींना कायद्याची भाषाच कळत नाही.

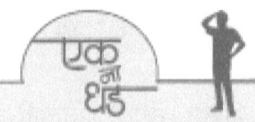

सुडाचा प्रवास

जिल्हा सरकारी वकील म्हणून मी चार वर्षे काम पाहिले. पूर्वीच्या एका सरकारी वकिलांचा दरारा शाळेत असताना पाहिला होता. खोट्या नोटांची केस, खोपडी दारूकांड केसेस कोर्टात बसून मी ऐकल्या होत्या. पुढे कधी तरी आपलेही नाव या पदावर येईल, असे त्या वेळी जाणवलेही नव्हते. वकिलीत येण्याची महत्त्वाकांक्षा फक्त सुप्तपणे तयार होत होती, एवढेच!

सरकारी वकील झाल्यावर मात्र आपले नाव व्हावे, अशा तयारीनेच उतरलो. अनेक खटले अनेक न्यायाधीशांच्या समोर चालले. आरोपींच्या वतीने अनेक नामवंत, प्रज्ञावंत रथी-महारथी आले; शेकडो खटले चालले. शिक्षा घेण्याचे प्रमाणही खूपच होते. अनेक खटल्यांत अनेकांना जन्मठेप झाली. जिल्ह्याचा क्राईम रेट लोकसंख्या वाढत असूनही खाली आला. हे श्रेय माझे एकट्याचे नक्कीच नव्हते; पण न्यायालये, तपास यंत्रणा, साक्षीदारांची इच्छाशक्ती

आणि माझी जिद्द ह्यांचा तो दृश्य परिणाम होता.

अनेक खटल्यांत मी **'सूडाचा प्रवास'** हे सूत्र हेरले होते. गावकीच्या भानगडी, राजकीय चढाओढी आणि खानदानाची इज्जत यामधून हे सूत्र वारंवार दिसत होते. हा प्रवास, ही गुन्ह्यांची मालिका थांबणे गरजेचे होते. माझ्या कार्यकाळात ते मी थोड्या प्रमाणात का होईना, रोखू शकलो, यातच मी समाधानी आहे.

कुणी तरी वडिलांना मारले, कोणी वडिलांविरुद्धच्या खून खटल्यात साक्ष दिल्याने वडील पोहोचले, असा रोष ठेवून अनेक खून पडले. त्यांतले काही खून तर अमानुष होते. केवळ सूड उगवायचा म्हणून खून पाडताना मर्दुमकी गाजवल्याच्या आविर्भावात आरोपी वावरले होते. कोर्टातही त्यांचे वागणे, बोलणे, चालणे मग्रूरपणाचेच असायचे. अशा वेळी फिर्यादीची बाजू भक्कम ठेवून तोल जाऊ न देता साक्षीदाराकडून पाहिजे तेवढेच काढून घेणे आणि त्याची आरोपीतर्फे होणाऱ्या उलटतपासासाठी तयारी करून घेणे, ही खरंच तारेवरची कसरत असे.

साक्षीदारांची तयारी घेण्यातही अनेक अडचणी असायच्या. जास्त पोपटपंची केली, तर त्याचाही वाईट परिणाम व्हायचा. साक्षीदारांना उलटतपासात कसे प्रश्न येतील, त्याचीही कल्पना द्यावी लागत असे. एवढं करूनही तो साक्षीदार टिकेलच, हेही सांगता येत नाही. पोलिसांनी काही चुका कागदातच करून ठेवलेल्या असतात. त्या चुका सुधारणे सरकारी वकिलांना कठीण होऊन बसते.

पनवेल तालुक्यात अशाच एका स्थानिक राजकारणात एकाचा बळी गेला. त्या खून खटल्यातून आरोपी सुटले, म्हणून सुटलेल्या आरोपींपैकी एकाचा खून झाला. राजकीय रंग चढलेल्या या केसमध्ये आरोपी पोहोचले, पण ज्यांनी आरोपींविरुद्ध साक्ष दिली, त्या मुख्य साक्षीदाराचा खून दगडांनी ठेचून झाला. खटला खूपच गाजला. राजकीय नेते जिल्हा न्यायालयात जन्मठेपेला गेले. दोन्ही अपिले झाली. हायकोर्टात सूडाचा प्रवास सुरूच होता.

दरम्यानच्या काळात गावकीच्या पातळीवरील तडजोडीचे प्रयत्न फसले होते. आपल्यावर अन्याय झालाय, आपली माणसे मेलीत किंवा जन्मठेपेला समोरच्या पार्टीमुळे गेलीत— याचा राग खदखदतोय. उघडपणे राग दिसत नसला, तरी सूडाचा प्रवास थांबलेला नव्हता. शिक्षा होऊनही प्रश्न सुटलेला नाही. वेळ, पैसा, माणसे जाऊनही प्रवास थांबत नव्हता. दरम्यान, सर्वोच्च न्यायालयात याच कुटुंबातील हयात असणाऱ्या दोन मुलांना जन्मठेप सुनावली.

आता एक कुटुंब बाहेर तर एक कुटुंब आत, अशी परिस्थिती आहे. आज जवळजवळ दोन पूर्ण पिढ्या या प्रवासात चांगल्याच पोळून निघाल्या आहेत.

पेण तालुक्यातील खारेपाटातील काही गावांचाही इतिहास असाच रक्तरंजित आहे. गटागटाने ठरवून तेथे हाणामाऱ्या व्हायच्या, घराच्या कौलांची चाळण केली जायची. घराच्या चौकटी तोडून हल्ला केला जायचा. सेशन चालायचे म्हटले की, दोन्ही पार्टी टेम्पो करून अलिबागला यायच्या. रूम भाड्याने घेऊन तळ ठोकायचे. नाटकाची तालीम करतात त्याप्रमाणे साक्षीच्या तालमी साक्षीदार करायचे. अगदी काना, मात्रा, वेलांटीतही चूक होणार नाही. साक्ष ऐकायला कृत्रिम वाटायची, कारण पोलिसी छाप. माझ्या कानाला खटकायची.

पण त्यांचा एक म्होरक्या असे. बहुधा तो शिक्षक, नाही तर सरकारी नोकर असायचा. तो यांचा पाठीराखा. त्या तालमी रात्रभर रंगत जायच्या. तक्ते बनवले जायचे. कुणाच्या हातात काठी, कुणाच्या हातात तलवार. त्याने ती कुणाच्या कुठे मारली, त्यामुळे कुणाला कुठे जखम झाली— सर्वांचे पाठ असायचे. पुराव्यात पाहिजे तो एकसंधपणा साक्षीत असायचा. हे शिकवलेले साक्षीदार न घाबरता, इकडे-तिकडे न बघता सर्व सांगून टाकायचे. ही तयारी पाहून तर आरोपी पक्षाची गाळण उडायची. कधी कधी तर पोलीस-जबाबांचा अभ्यास करून त्यातला काही भाग जाणीवपूर्वक गाळला जायचा.

हा गनिमी कावा असायचा. आरोपीच्या वकिलांना गाफील ठेवले जायचे. त्यांनी या वगळलेल्या मजकुराबद्दल विचारले की, साक्षीदार एकदम बोलायला सुरुवात करायचा, आणखी स्पष्टीकरण द्यायचा. अशा वेळी पायावर कुऱ्हाड मारून घेतल्यासारखे आरोपींना व्हायचे. थोडक्यात— काय बोलायचे, काय वाढवायचे, काय गाळायचे— या सर्वांची तालीम व्हायची.

न्यायालयात काय चालते याचा अनुभव २-३ सेशनच्या मांडवांखालून गेलेल्या वारकऱ्यांना असायचा. ध्येय एकच— समोरच्या माणसावर सूड उगवायचा. मग त्यासाठी जमीन गहाण पडली तरी चालेल, बायकोच्या अंगावरचे दागिने विकायला लागले तरी चालतील; इतके स्पिरिट त्या सूडाच्या प्रवासाचे असायचे.

असे अनेक खटले रायगडने पाहिले. गावेच्या गावे केस ऐकायला यायची. गावकरी गर्दी करून कोर्टात जमिनीवर बसायचे. मग आरोपींच्या वकिलांना पण चेव यायचा. अभंग नाही तर कवितेतल्या ओळी मोठ्यामोठ्याने म्हटल्या जायच्या. न्यायाधीशही हे सर्व पाहत बसायचे. वाद वाढवण्यापेक्षा सेशन

लवकर कसे पूर्ण होईल, ते जज्ज पहायचे.

काही महाठग साक्षीदाराच्या नजरेत बसायचे. रोज खुणा बदलल्या जायच्या. साक्षीदाराला बेमालूमपणे उत्तरे सुचवली जायची. सरकारी वकिलीत या सर्वांचा अनुभव थक्क करणारा होता. निकालाच्या दिवशी गाव जमायचा. पोलीस गाडी बोलावली की, वातावरणात भयाण शांतता भरून राहायची. निकालानंतर रणतांडव व्हायचे. एकमेकांच्या नावाने लाखोली वाहिली जायची. अशा वेळी सूडाचा प्रवास कसा संपणार? याची जाणीव न्यायाधीशांना बहुधा झाली असणार.

अगदी ठरवून केल्याप्रमाणे रायगडमधले जामीन रद्द होत होते. सेशन शिक्षेला जात होते. त्याच वेळी गावागावातून शांतता कमिटी, लोकन्यायालये कामात गुंतली होती. आदर्श गाव पुरस्कार मिळू लागले. गरम डोक्यांना भांडणातले तोटे समजू लागले. कोर्टापेक्षा राजकारणात व धंद्यात पैसा गुंतू लागला आणि रायगडचा सूडाचा प्रवास मंदावू लागला.

आता ते जीव ओतून, गर्दीकडे बघून भांडणारे वकीलही नाहीत आणि हौशीकरता भांडणे लावणारे राजकारणीही नाहीत. तरीही भांडणे होतात, दंगली होतात; पण त्यांतली धार खूपच कमी झालेली आहे.

हे पुरोगामीपणाचे लक्षण, की समाजसुधारणा— हे मला माहीत नाही; पण इतके मात्र खरे की, आता तलवारी-भाल्याच्या मारामाऱ्या कमी झाल्या. एक विशिष्ट समाज शेतीतून बाहेर पडला, शिकला, शहरात गेला. शेती विकली गेली, पैसा आला. शेतकरी कॉन्ट्रॅक्टर बनला. त्याला व्यवहारज्ञान आले. त्यात सूडाचा आगडोंब विझला. एखादी ठिणगी पडते पण त्याची मर्यादा दोन कुटुंबांपुरतीच राहते. ते गावकीचे भांडण होत नाही. निवडणुका येतात आणि जातात. पण ते पोस्टर-बॅनर फाडण्यावरून हाणामारी होत नाही. बहुतेक गावांत आचारसंहितेचे पालन केले जाते. दिखाव्याचा खर्च कमी झाला, पण रात्रीचा आणि वाटपाचा खर्च प्रमाणाबाहेर वाढला. एक मात्र नक्की— आता प्रत्येक नेता निक्षून बजावत असतो, 'पोरांनो, लफडे नाही पाहिजे. ते जामीन आणि सेशनचं लफडं नको.' तरीही जुने वाद कुठे कुठे उफाळून येतात. मग हिशेब चुकते होतात. गावकरी पुन्हा दुष्टचक्रात गुरफटले जातात. पुन्हा त्याच चुका. प्रवृत्ती तीच; फक्त साधने वेगळी, पद्धत वेगळी.

वकील वेगळे... मग भांडणे जिद्दीवर येतात. सूडाचा प्रवास चालूच राहतो.

साक्षीचा पिंजरा

कोर्टातले किस्से मजेशीर असतात. ऐकणाऱ्यालाही ते आनंद देत विचार करायला लावतात. एका माजी खासदाराची उलटतपासणी घ्यायची होती. मी सरकारी वकील होतो. खासदार महाशय भारत सरकारच्या एका इमारतीचा ताबा सोडत नव्हते. त्यात ते म्हणे भाडोत्री होते. इमारतीत मुलाने हॉस्पिटल थाटले होते. खासदारही चिवट. उलटतपासात त्यांचा सारा इतिहास-भूगोल निघाला. जागेची गरज त्यांना राहिली नव्हती. जागा उगाचच अडवून ठेवली होती, हेही समोर आले. इतकेच काय, पण या थोर लोकनेत्याने झाडांचे आंबेसुद्धा विकले होते.

कोर्टात साक्ष देऊन फजिती त्यांनी स्वत:हून ओढवून घेतली होती. खरे तर त्यांचे राहणे साधे होते. खादी अंगावर असायची. स्वत:ला 'बॅरिस्टर' ही उपाधी लावायचे. पण तशी पदवी काही त्यांच्याकडे नव्हती. कोर्टात हे सर्व

उघड झाले. आज ते नाहीत. त्यांनी अनेक पदे भूषविली, पण या कृतीने त्यांची पुरी नाचक्की झाली. मतदारसंघाने त्यांना लक्षात ठेवावे, असे काम काही दिसले नाही. पण अती हेकटपणा तत्त्वाच्या नावाखाली जोपासता येत नाही. कोर्टात असा मुखवटा टराटरा फाडला जातो, हेच त्या उलटतपासणीत सिद्ध झाले.

साक्षीदार म्हणून मीही एकदा पिंजऱ्यात होतो. कोर्ट कमिशनर म्हणून साक्ष देत होतो. सिनियर कुंटे वकिलांनी माझा उलटतपास घेतला. त्यांच्याच घरात मी वाढलो होतो. वकिलीची उमेद त्यांच्याकडूनच घेतली होती. त्यांची मुलगी आशाताई होती, म्हणून तर मी बी. कॉम. झालो होतो. ती कान पकडून अभ्यासाला बसवायची. हक्काने खायलाही घालायची. त्या वेळी कुंटे वकील पक्षकारांवर बरसायचे. पण दावे स्वत: लिहायचे.

एकदा कुंटे वकिलांनी माझी साक्षीच्या पिंजऱ्यात पार भंबेरी उडवली. कितीही काळजी घेतली तरी ते फट काढीतच. कुंपणातल्या हद्दीचा वाद होता आणि मी मोठ्या झाडांची संख्या चुकलो होतो. अर्थात माझ्या साक्षीवर विश्वास ठेवला गेला. नंतर मात्र मी कानाला खडा लावला. कधी साक्षीदार बनलो नाही. शेकडो जणांची पुढे भंबेरी उडवली, पण त्या साक्षीच्या पिंजऱ्याची दहशत मला कायमची राहिली.

मी मोठ्या उमेदीत अलिबागजवळ जागा घेतली होती. समोर रस्त्याच्या पलीकडे होमगार्डचे ऑफीस होते. कुणाच्या तरी चढवण्यावरून होमगार्डनी २६ जानेवारीचा मुहूर्त गाठत माझे कुंपण तोडले, खूप नुकसान केले. मी पोलीस स्टेशनला धावलो. पोलिसांनी कानावर हात ठेवले. वकील होतो तरी दावा केला. कोर्टातही वादविवाद झाले. शेवटी थोड्याच दिवसांत दावा तडजोडीत निघाला. मी यशस्वी माघार घेतली. पण पोलिसांचा मात्र धसका घेतला होता. त्यांच्याबद्दलची तिडीक पार डोक्यात गेली.

सरकारी वकील असताना पोलिसांनी केलेली कसरत शीर उठवायची. अप्रामाणिकपणा समोर दिसायचा. पोलिसांनी फिर्यादीचे काय हाल केले आहेत, ते दिसायचे. मी त्याच तडफेने केस चालवायचो. पोलिसांना धारेवर धरायचो. अपवादही सापडायचे; पण भारतीय न्यायव्यवस्थेतील पोलीस स्टेशन आणि त्यांचा तपास यामध्ये फार मोठा बदल गरजेचा आहे. पोलिसांतील माणूस जागा होण्याची गरज आहे. पोलीस अन्याय का व कशासाठी करतात, याचा विचार त्यांनीच करायला पाहिजे. सामान्य तक्रारदाराला सन्मानजन्य वागणूक पोलीस स्टेशन देईल, तेव्हा नवा अध्याय सुरू होईल.

मी मात्र या लढाईत उतरलो नाही. स्वत: पोलीस स्टेशनपासून चार हात लांब राहिलो. पुढे प्रत्येक खटल्यात पोलिसांनी तपास कसा चुकीचा व संशयास्पद केला, हे शाबीत करू लागलो. तीच माझ्या यशाची खूणगाठ ठरली.

असाच एक दावा मी स्वत: दिला होता. गाडीसाठी घेतलेले कर्ज मी फेडूनही बँक ऐकायला तयार नव्हती. कर्ज मी नावालाच घेतले होते आणि मुदतीपूर्वीच व्याजासहित भरले होते. बँकेने खात्यातून पैसे वजा करायचे ठरले होते. मी आधीच पैसे भरून मोकळा झालेलो. पण बँकेने खाते चालूच ठेवले आणि नंतर व्याजाची मागणी केली. दावा केला. अपिलात तो तडजोडीत निघाला. बँकेच्या बऱ्याच चुका समोर आल्या, तरीही व्याजाला मरण नव्हतेच. बँकेपासून नंतर लांबच राहिलो. अनेक कर्जदारांना सोडवले. बँका धंदा कसा करतात, ते अनेक दाव्यांत उघड केले. पण स्वत:च्या दाव्यात मात्र व्यवहारीपणे तडजोड करून मोकळा झालो.

एका कर्ज प्रकरणात बँकेने कमालच केलेली. मच्छीच्या बोटीला कर्ज दिले. बोट वादळात बुडाली. बँकेने विमा काढण्याची जबाबदारी पार पाडली नव्हती. कर्जदार कोळी, अगदी देवभोळा. बोट किनाऱ्यावर आणली. बँकेने ती दोन वर्षे विकलीच नाही आणि जप्तही केली नाही. शेवटी मध्यस्थ गाठून बँकेच्या अधिकाऱ्यांनी ती बोट विकली.

दापोली तालुक्यात हर्णे गावात ती बोट गेली. ठरवलेली रक्कम खरेदीदाराने बँकेत भरली. पण राष्ट्रीयीकृत बँकेने लबाडी केली. आलेले पैसे दुसऱ्याच खात्यात जमा ठेवले. त्यावर फक्त चार टक्के व्याज दिले; मात्र या गरीब कोळ्याचे कर्ज खाते चालूच ठेवले, त्यावर सोळा टक्के व्याज, शिवाय दाव्याचा खर्च होताच!

विठोबा तांबोळी माझ्यापुढे येऊन उभा राहिला. तो खरंच बोलत होता. बँकेचे अधिकारी जुमानायला तयार नव्हते. मीही नवखाच होतो. पण सर्व काही उलटतपासात आणले. बँकेचे वकील दिवाणीतले नावाजलेले, पण त्यांचेही काही चालले नाही. बँकेला नाक दाबून खाते बंद करावे लागले. आता विठोबाची नातवंडेपण माझ्याकडे येतात. त्या घरातला मी एक अविभाज्य घटक झालोय. सणासुदीला आम्ही तेथे जेवायला असतो. साक्षीच्या पिंजऱ्यातला विठोबा आजही डोळ्यांसमोर उभा राहतो.

पण किती बँका यातून धडा घेतात? बँका फक्त धंदा करतात. सरकारी बँका तर कहरच करतात. जामीनदार घेताना, कर्ज देताना मनमानी चालते.

कर्जाचे नूतनीकरण फसवे असते. सहकारी न्यायालयाचा वापर केला जातो. त्यातच आता वसुली अधिकारी धुमाकूळ घालताना दिसतात. कर्जदार आहेत म्हणून बँका चालतात, हे सूत्रच बँकवाले विसरतात. कर्जदारही शक्य असते तेव्हा प्रामाणिकपणे कर्जफेड करीत नाहीत. सहकारी चळवळीचा कणाच या विश्वासघातामुळे मोडतो. संचालक बँका बुडवून टाकतात. ज्या बँका चांगल्या चाललेल्या दिसतात, त्यातही गैरप्रकार होत नाहीत असे नाही. पण सरकारी योजना आणि कर्जवसुलीची ताकद यावर त्या टिकून राहतात.

साक्षीच्या पिंजऱ्याची दहशत भल्याभल्यांना घाम फोडते. एका आमदाराला स्वत:चाच खरेदी व्यवहार सावरताना या पिंजऱ्यात आवंढे गिळताना मी पाहिले. याच पिंजऱ्यात एका नगराध्यक्षाला खोटी साक्ष दिल्यावर कोर्टाने संध्याकाळपर्यंत बसवून ठेवलेले मी पाहिले. या पिंजऱ्यात रथी-महारथी पार गोंधळलेले पाहून मला हसू आले. या पिंजऱ्याचे आकर्षण अगदी आक्रोश सिनेमापासून. त्यातला तो भांबवलेला ओम पुरी. कर्मधर्म संयोगाने ज्या पिंजऱ्याचे ते चित्रीकरण होते, त्याच साक्षीदाराच्या पिंजऱ्यात म्हणजे अलिबाग जिल्हा न्यायालयात पुढे मी शेकडो साक्षीदार तपासले. तो पिंजरा माझे कायमचे आकर्षण बनला. नव्हे, माझ्या जीवनाचे साधन बनला.

✦✦

वणवण

काही पक्षकार मनात घर करून बसतात. गेल्या वीस वर्षांत अनेक पक्षकार आले आणि गेले. अनेकांना न्याय मिळाला. काहींना न्याय मिळाल्यासारखे वाटले, तर काहींवर अन्यायही झाला; काही निरपराध शिक्षेला गेले, तर काही अपराधी असूनही सुटले.

न्यायव्यवस्थेचीच पुनर्रचना करण्याची वेळ आलेय. आपण सर्वच जण एका ठरावीक चाकोरीतून चालतो. ही न्यायव्यवस्था, कायदे, कार्यपद्धती असंख्य त्रुटींनी पोखरलेली आहे. अनेक गोष्टी कालबाह्य झाल्यात. लवचिकता नसल्याने अनेक वेळा न्याय मिळाल्यावरही समाधान होत नाही.

पक्षकारांच्याही अनेक जाती असतात. जिद्द म्हणून घराचे वासे मोडून भांडणारे, तत्त्व म्हणून भांडणारे, सतत वकील बदलणारे, असहायता म्हणून खेपा मारणारे, ओढून-ताणून दुसऱ्याच्या करामतीमुळे कोर्टात खेचलेले, दिवाणी

स्वरूपाचे, फौजदारी वृत्तीचे, प्रत्येक गोष्टीत फायदा शोधणारे, न्यायव्यवस्थेवर निस्सीम भक्ती असणारे, सर्व काही विकत मिळते अशा समजुतीतले, व्यवहारी, अडाणी, स्वत:च आपली बाजू मांडणारे, थोडा जास्तच विचार करणारे— असे शेकडो प्रकार पक्षकारांचे असतात. प्रत्येकाचा स्वभाव वेगळा, घटना वेगळी, त्यांचे वागणे वेगळे. जणू प्रत्येक पक्षकार म्हणजे आमच्या लेखी एक स्वतंत्र कादंबरीच.

एक वृद्ध व्यक्ती सकाळीच दारात आली. नुकतीच घरच्या दु:खद प्रसंगाला सामोरी गेलेली. काही व्यक्ती सीमा पार करून मनात स्थान मिळवतात, त्यांतली. मग तेथे वकील-पक्षकार नाते संपते. पक्षकारांचे 'काका' होतात. हे काका कधीही तारीख न चुकविणारे, नम्र, अगदी शांत, सुसंस्कारित, मितभाषी. मी 'बसा' सांगितल्यावर 'नको' म्हणाले. चाचरत मला 'नो ऑब्जेक्शन द्या' म्हणाले. प्रथेप्रमाणे लागलीच मी ते देऊनही टाकले. आभार मानून काहीही तक्रार न करता कागद घेऊन निघून गेले.

वकिलांच्या व्यवसायात असे कटू प्रसंग येत असतात. अशा पक्षकारांबद्दल अढी निर्माण होते. पक्षकार वकील बदलतो म्हणजे आपल्यावर 'नाखूष' आहे, असा त्याचा अर्थ निघतो. आपल्यापेक्षा उजवा वकील त्याने शोधला, याचीही काही वेळा असूया वाटते. पण काकांच्या बाबतीत तसे काहीही नव्हते. त्यांच्याबद्दल राग येण्याचा तर प्रश्नच नव्हता. एवढा चांगला पक्षकार सोडून गेल्याने वाईट नक्कीच वाटले. त्यांनी विचार करायला भाग पाडले. आत्मपरीक्षण करायला लावले. त्यामुळेच मी घटनाक्रम आठवायला लागलो.

आजही मला खात्री आहे. ते वकील म्हणून माझ्याबद्दल आदरानेच बोलतील. कधीही, कुणालाही तक्रार करणार नाहीत. त्यांच्या प्रत्येक दाव्यात मी प्रत्येक तारखेस स्वत: हजर होत होतो. प्रलंबित प्रकरणात अर्ज-विनंत्या करीत होतो. प्रतिवादींना समन्स, नोटिसा काढत होतो. पाठपुरावा करीत होतो. इमाने इतबारे तेही प्रत्येक तारखेचे साक्षीदार होते. त्यांना कामकाजाची सर्व माहिती होती. आमचे घरी जाणे-येणे होते. काका आले की, हातातले काम ठेवून त्यांच्या इच्छेनुरूप अर्ज तयार होत होते. तेही न चुकता फी स्वत:हून न सांगता टेकवून जात होते. इतका वक्तशीर आणि नम्र, शिवाय वकिलांबद्दल, कोर्टाबद्दल आदर असणारा पक्षकार विरळाच. कामाबद्दल जागरूक असणारा आणि आपल्याला न्याय लवकर मिळावा इतकी माफक असणारा पक्षकार विरळाच. त्यांच्या लेखी माझे वकील म्हणून काहीच चुकत नव्हते. माझ्या लेखी पक्षकार

म्हणून तो आदर्श होता. त्यांची अपेक्षा रास्त होती. प्रामाणिकपणे प्रयत्न करूनही त्याचे दावे चालत नव्हते. याच कारणासाठी त्यांनी आधी तीन वकील बदलले होते.

त्या वकिलांबद्दलही त्यांचा आक्षेप नव्हता. ते वकीलही माझ्यासारखेच अनुभवत होते. मी फक्त त्यांच्यापेक्षा वेगाने काम केले, एवढेच. तरीही मी दाव्यामध्ये साक्षीपुरावा सुरू करू शकत नव्हतो, कारण सर्व पक्षकारांना नोटीसा लागत नव्हत्या. कोर्टाची कार्यवाही लांबत होती, स्टाफ कमी होता, समन्सला वेळ लागत होता. काही वेळा समन्स न बजावता परत येत होती. मध्येच एखादा पक्षकार आटोपत होता. पुन्हा त्यांचे वारस, त्यांना नोटिसा– अनेक विघ्ने काकांच्या दावा सुनावणीचे आड येत होती. शेवटी त्यांचाही इलाज नव्हता. पाचव्यांदा वकील बदलून ते आपले नशीब अजमावत होते. ज्येष्ठ नागरिकांना तातडीने न्याय मिळवून देण्याची मार्गदर्शक तत्त्वे कागदावरच राहतात. दोष कुणाचा?

न्यायव्यवस्थेवरील उडत चाललेल्या विश्वासाची पुन्हा जपणूक करायची असेल, तर काकांसारख्या हजारो पक्षकारांचा प्रथम विचार करायला पाहिजे. कोर्टाने ठरवले तर वेळेवर समन्स निघतील, दर पंधरा दिवसांनी तारखा मिळतील, बेलिफ प्रामाणिकपणे समन्सची बजावणी करतील, वकील विनाकारण कालहरण करणार नाहीत. कोर्टानेही कोणत्या कामाला प्राधान्य द्यायचे ते ठरवून हाती घेतलेला दावा तडीस नेणे गरजेचे असते, कारण आधीच पार गांजलेला पक्षकार एखाद्या दिवाणी कामाच्या कचाट्यात सापडला तर पुरता पिचून जातो.

माझ्याकडून गेलेला '**तो**' पक्षकार माझ्या कायम लक्षात राहील. कोर्टाचे चक्र चालूच राहील. दाव्यात अतिक्रमण सिद्ध होईल; पण त्या हुकूमनाम्याची फळे त्याला मिळणार कधी, हे कुणीच सांगू शकत नाही. निराधार म्हातारा म्हटल्यावर आणि रस्त्यावरची प्रॉपर्टी म्हणजे अतिक्रमण वाढतच राहणार. कोर्टावर वेडी आशा ठेवून काकांची वणवण चालूच राहणार...

नाम्याची साक्ष

आपल्याकडे ऊठसूट टीका करणारे काही कमी नाहीत. एक तर दूषणं देण्याएवढं सोपं काहीच नसतं आणि टीका करण्यासाठी पुरेसा मालमसाला आपल्याकडे सतत तयारच असतो. आजची गोष्ट नाम्याची.

हा नाम्या पनवेलच्या गल्लीतला, साधा वडा-पाववाला. दिवसभर हातगाडीवर वडा-पाव विकायचा. झोपडपट्टीवजा चाळीत राहायचा. म्हाताऱ्या आईला आणि दारुड्या भावाला व त्यांच्या कुटुंबाला पोसायचा. म्हटले तर अगदी तळागाळातल्या सामान्य माणसाचे जीवन. जीवनात काही महत्त्वाकांक्षा नाही. पुरी होणारच नाहीत, म्हणून स्वप्नंच न पाहणारा हा नाम्या! कुठेही, कुणालाही सहज सापडणारा, साध्या हवालदारालाही घाबरणारा; इतकेच नव्हे तर हवालदार उभा राहिला तरी 'उगाच लफडं नको' म्हणून, त्याच्या घशात वडा-पाव कोंबणारा भोळा नाम्या.

पोलीस स्टेशनजवळच वडा-पावच्या गाडीचा धंदा. तहसीलदार कचेरी

आणि पोलीस स्टेशन जवळ म्हणूनच धंदा होतोय, या उपकाराखाली वावरणारा हा नाम्या. पोलिसांची शोधक नजर या नाम्यावर पडते. कधी तरी एका कोऱ्या कागदावर पोलीस नाम्याची सही घेतात. 'आपल्याला काय करायचेय? आपण बरे आणि आपला धंदा बरा' असे समजून नाम्याने 'जाऊ दे ना' म्हणत पाहिजे तिथे सही केली आणि पोलिसांना सवयच लागली. पंचनामा लिहून ठेवायचा, उपचार पूर्ण करायचे आणि नंतर हक्काचा पंच म्हणून आमच्या या नाम्याची सही घ्यायची. आठवड्यातून दोन ते तीन वेळा आमंत्रण ठरलेलेच असायचे.

पोलिसांची मेहरबानी झाली म्हणजे धंदाही टिकेल, या साध्या हिशेबाने नाम्या सराईत पंच बनला. पुढे छोटी-मोठी कामे होऊ लागली. भुरटे लोक नाम्याला सलाम ठोकू लागले. साक्षी-समन्स येऊ लागली. हळूच कधी तरी पहिला आरोपी आला, कुठून तरी ओळख काढून नाम्याला भेटला. कोर्टात साक्ष फिरवायला सांगितली. नाम्या सद्‌गुरूवाला, बैठकीला जाणारा. त्याने ठाम नकार दिला. कोर्टात साक्ष झाली, पोलिसांनी पंचनामा वाचून दाखवला. नाम्याने वेळ व जप्त मालाचे वर्णन हातावरच लिहून ठेवले होते. पोलीस प्रॉसिक्युटरही खूष झाले. पण दुसरा पंच तयारीचा, तो फुटला. जीवाला जास्त त्रास न घेता सरकारी वकिलांनीसुद्धा थातूर-मातूर चार प्रश्न विचारून त्याला मोकळे केले. आरोपीनेही खुशीने या दुसऱ्या पंचाचे हात ओले केले.

नाम्या मात्र कोरडाच राहिला. खऱ्याची दुनिया राहिली नाही, याचे व्यवहारज्ञान त्याला आता समजू लागले. पुन्हा केव्हा तरी दुसऱ्या केसचे समन्स आले. या वेळी नाम्याने पंच म्हणून कोऱ्या कागदावर सही केल्याचे सांगितले. भीत-भीत धंद्यावर गेला. साक्षीदार म्हणून साक्ष फिरवल्याची अपराधीपणाची भावना होतीच. पण पोलीस रागावतील, अशी भीतीही होती. संध्याकाळी कॉन्स्टेबल जाधव हातगाडीवर आला. नाम्याने वडा-पाव देण्याआधीच शंभर रुपयांची नोट गल्ल्यात टाकून 'साक्ष चांगली दिलीस', हे सांगायलाही कॉन्स्टेबल विसरला नाही. कॉन्स्टेबलने पाचशे रुपयांची 'लेव्हल' केली होतीच, त्यामुळे तोही खूष. पुन्हा सर्व काही बिनबोभाटपणे घडले होते.

आता नाम्या चांगलाच तयार झाला होता. पंच म्हणून सांगाल तेथे सही घ्या, साक्षीला बोलवा. जमेल ते द्या आणि नरो वा कुंजरो वा करत कमाईपण मिळवा— हा त्याचा जोडधंदाच झाला. आता तो दारूवाले, मटकावाले, भुरटे यांचा खास माणूस झाला होता. पोलिसवालेही जास्त त्रास न देणारा खबऱ्या म्हणून नाम्याचा वापर करू लागले.

वडापाव सेंटर

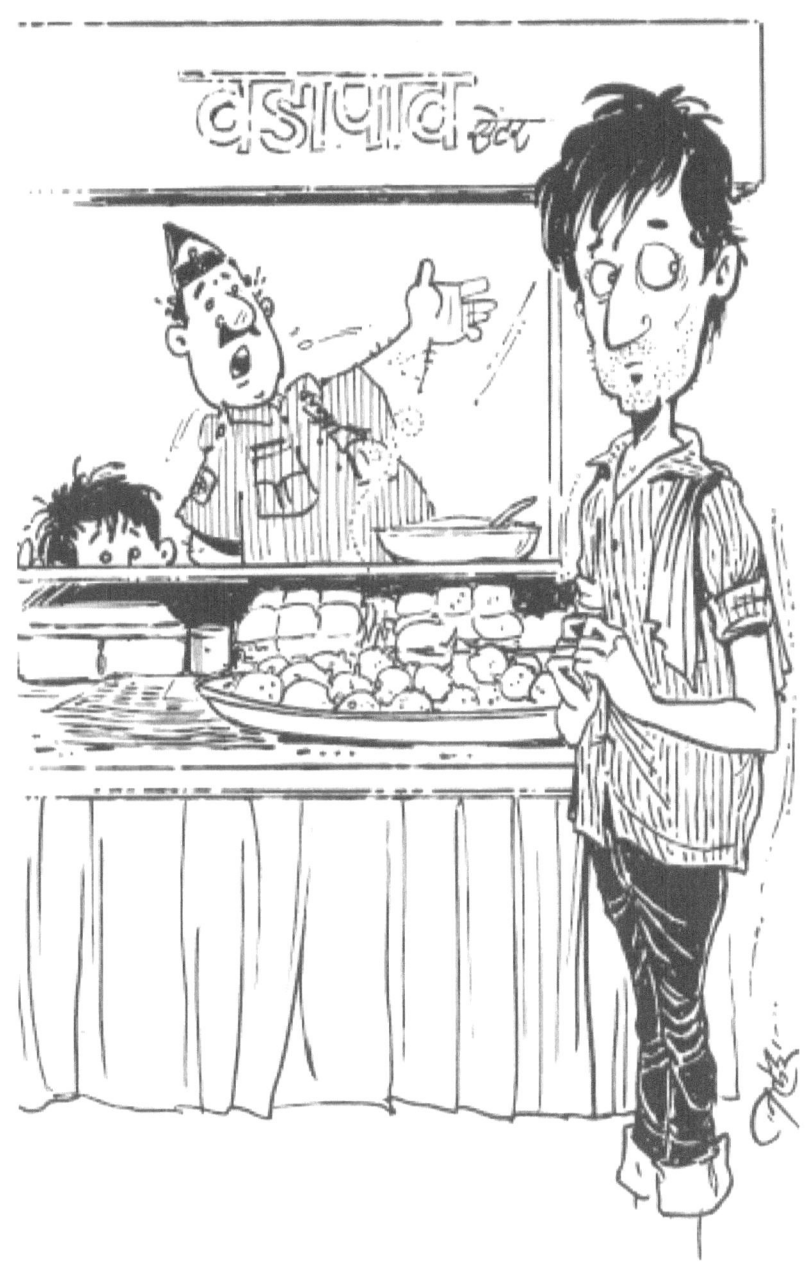

सर्व कसे व्यवस्थित चालले होते. एक दिवस नाम्याच्या भावावरच वार झाले. पोलिसी दिरंगाईत हॉस्पिटलला पोहोचेपर्यंतच भावाचा जीव गेला. नाम्याने टाहो फोडला. पोलिसांनी त्याला व्यवहारीपणे समजावले. तपासात नाम्या आता पंच नव्हता; तो आता साक्षीदार होता. नाम्याच्या डोळ्यांदेखत साक्षीदार फुटत होते. आरोपीच पोलिसांबरोबर चहा-पाणी करीत होते. नाम्या टाहो फोडत होता, पण खऱ्या आरोपींना हात लागलाच नाही.

पोलिसांनी शिताफीने अटक केलेल्या आरोपींविरुद्ध विशेष पुरावा नसल्याने ते सर्व जामीनावर सुटले. नाम्या, पोलीस, सरकारी वकील यांच्याकडे विधवा वहिनीला घेऊन फेऱ्या मारू लागला. त्याला पोलिसांची दुसरी बाजूही आता समजू लागली. यथावकाश सेशन कोर्टात केस उभी राहिली. पोलिसांनी केस कोडगेपणाने चालवली, साक्षीदार फिरले. परिस्थितीजन्य पुरावाही सिद्ध झाला नाही. केस सुटली, विधवा आणि दोन कच्ची बच्ची यांना पोसण्याची जबाबदारी नाम्यावरच येऊन पडली. तरीही अशा परिस्थितीत नाम्या झुंजत होता.

एक दरोड्याची केस लागली. पोलिसांच्या आमंत्रणावरूनही आता तो सह्या करायचा नाही. सेशन कोर्टात नाम्याची साक्ष होती. धंदा सोडून दिवस-दिवस फुकट घालवावासा त्याला आता वाटत नव्हते. नाम्याने साक्षीला हजर राहणे टाळले, झाले, नॉन-बेलेबल वॉरंट आले. पोलीस नाम्याच्या दारात! दुसऱ्या दिवशी सरकारी खर्चाने त्याला कोर्टात उभे करण्यात आले. सरकारी वकिलांना नाम्याने कर्मकहाणी सांगितली. त्यांना त्यात काय रस? त्यांनी नाम्याला जज्जसाहेबांसमोरच उभे केले. नाम्यावर कोर्ट भडकले. मान खाली घालून ऐकण्याव्यतिरिक्त पर्यायच नव्हता. नाम्याला आपला इतिहास आठवत होता.

साहेबांनी त्याला साक्षीदाराच्या पिंजऱ्यात उभे केले. साक्ष सुरू झाली. 'देवाशपथ खरं सांगेन, खोटे सांगणार नाही.' नाम्याला सर्व भूतकाळ आठवला. निग्रहाने तो सांगू लागला. त्याची साक्ष म्हणजे जळजळते वास्तव होते. पोलीस कसे खोटे कागद रंगवतात, तेच त्याने सांगितले. सारेच अनपेक्षित होते. नाम्याला वाटले, आपले काम संपले; पण झाले उलटेच. सरकारी वकिलांनी त्याला होस्टॉईल ठरवले, त्याला सराईत पंच ठरवले. जज्जनीही नाम्यालाच धारेवर धरले. नाम्यालाच खोटी साक्ष दिली म्हणून नोटीस निघाली. नाम्याची खरी बाजू कोणीच विचारात घेतली नाही.

नाम्या आजही दिवस बुडवून कोर्टात हजर राहतो. नोटीस काढणारे जज्ज

बदलून गेले. नाम्याचा खटला स्वतंत्र झाला. दोन वर्ष नाम्या फक्त चकरा मारत होता. रोजी-रोटी बुडवून दिवसभर वाट पाहायचा. आता त्याने कोर्टाचा धसकाच घेतलाय. समन्स आले की, नाम्या कोर्टात न चुकता हजर राहतो, शपथेवर खोटे बोलतो. कोऱ्या कागदावर सह्याकरूनसुद्धा पंच म्हणून खोटी साक्ष देतो. कोर्टात खोटं बोलल्यावर तो प्रामाणिक ठरतो; खरं बोलल्यावर आरोपी ठरतो! पोलीस सुधारत नाहीत, सुधारणारही नाहीत. दोष कुणाला द्यायचा?

इमाने इतबारे सरळ चालणाऱ्या नाम्याचा तर यात नक्की दोष नाही. त्याच्यात अन्यायाविरुद्ध लढायची ताकद नाही. शक्य असूनही खोटे कागद रंगविणाऱ्या आणि आरोपीचीच बाजू सांभाळणाऱ्या पोलिसांचा सर्व दोष; पण त्यांना बोलणार कोण? त्यांना सरळ ठेवणाऱ्या न्यायालयाने तर डोळ्यांवर पट्टीच बांधलेली आहे.

न्यायालयात हे असे किती तरी वेळा घडते. पोलिसांना न्यायालय वठणीवर आणू शकते; पण तसे होत नाही.

रोज नवे 'नाम्या' तयार होताहेत.

असे नवे 'नाम्या' मठ्ठपणे अनुभवत राहायचे.

आपण फक्त या सडलेल्या आणि कोरड्या व्यवस्थेचा भाग व्हायचे. व्यवस्था बदलायची ताकद व इच्छा— दोन्ही आपल्याकडे नाही.

आपण फक्त समाजसुधारणेच्या गप्पा मारायच्या...

सुखान्तिका

रोज दाखल होणाऱ्या भांडणांपैकीच हेसुद्धा एक भांडण. दावा कोर्टात दाखल झालेला. दावा वाटपाचा आणि दरम्यानचे उत्पन्न मिळण्याचा.

दोन सख्ख्या बहिणी आणि त्यांची वृद्ध असहाय आई यांची ही गोष्ट. कुठल्याही आईला आपल्या डोळ्यांदेखत आपल्या दोन मुलींनी इस्टेटीसाठी अशी टोकाची भूमिका घ्यावी, असे वाटत नसणार. म्हातारीचे वय वर्षे पंच्याऐंशी. सर्व व्याधींनी त्रासलेली. हाडे आणि मन, दोन्ही ठिसूळ झालेली. मरण येत नाही म्हणून एक-एक दिवस ढकलणारी. गडगंज संपत्तीची मालकीण.

दुर्दैवाने मुलगा झाला नाही. एके काळी शहरातले वैभवसंपन्न घराणे. गावात आणि मुंबईतही दबदबा असणारे. जमीन-जुमला, घरे, वाडी, देवळे, गाड्या, व्यवसाय, सोने-नाणे... आणि एका वादग्रस्त मृत्युपत्राने न संपणारे त्रांगडे ठेवून म्हातारा स्वर्गवासी झालेला.

त्यांनी दोन्ही मुलींना हातावरील फोडाप्रमाणे जपले, वाढवले, मोठे केले, आपल्यापरीने सुसंस्कृत केले. दोन्ही मुली मुंबईच्या मोठ्या शाळेत शिकल्या. एकमेकींना सांभाळून घेणाऱ्या. वडिलांना आपल्या इस्टेटीची विल्हेवाट लावायची घाई झाली. कदाचित त्यांना मृत्यू समोर दिसला असावा. नामांकित वकिलांसमोर मृत्युपत्र झालेले. झाले नसते तर बरे झाले असते, असे म्हणण्याची वेळ आता त्यांच्यावर आलेली. मृत्युपत्र तपशीलवार; पण नेमके कोणाला काय दिले, याचा तपशील गाळलेला. तो का व कसा राहिला, हे त्यांना विचारणार कोण? कारण भांडण सुरू झाले ते **'श्रीमंत'** वर गेल्यावर. आपल्या पश्चात विधवेला जावयांच्या दारात जाण्यास लागू नये, हा उद्देश असेल कदाचित.

मृत्युपत्रात पत्नी आणि दोन मुलींना सारखे हक्क ठेवले; पण **'गावचे मिळकतीचा उपभोग पत्नीने ती हयात असेपर्यंत घ्यावा व त्यांची विल्हेवाट हयात असताना लावावी'** असे एक वाक्य लिहिले. पुढचे रामायण, महाभारत याच वाक्याभोवती फिरत होते. गळ्यात गळे घालून फिरणाऱ्या बहिणी त्याचमुळे हाडवैरिणी बनत गेल्या.

एक बहीण सरकारी नोकरीत. तिने मर्जीनुरूप खालच्या जातीत विवाह केलेला. त्यामुळे घराण्याची इज्जत रस्त्यावर आली, असे नेहमीप्रमाणे येथेही आई-बापाला वाटलेले. पण मुलगी धोरणी. तिने खालच्या जातीतले पण राजकारणात पुढारलेले घराणे पकडलेले. त्यामुळे नाव, शोहरत सारे काही तिला मिळत होते. पुढे विरोध निवळू लागला. माहेरी जाणे-येणे सुरू झाले. मोठीचा नवरा आमदारपुत्र. त्यामुळे रांगडा स्वभाव वारसाहक्कानेच आलेला. छोटी मात्र जातीतच राहिली. आई-बापांवर तिचा भारी जीव. पण मृत्युपत्राने वांदा केलेला. तिला वाटले, मोठीवरचा राग वडील मृत्युपत्रात काढतील.

मृत्युपत्राचे सील उघडले आणि गडबड झाली. तिघींनाही हिस्सा मिळाला. म्हणजे ते नसते, तरीही तलाठ्याने वारस म्हणून तिघींचीच नावे इस्टेटीला लावलीच असती. धंदा अगदी नावारूपाला आलेला. रोज रोकड देणारा. वडील अचानक गेले आणि नोकरांचे फावले. मॅनेजर डोक्यावर बसू लागला. हिशेबात गफलती होऊ लागल्या. दोन्ही बहिणी मुंबईत. मग छोटी बहीण धंद्यात लक्ष घालू लागली. अविश्वासाचे बीज पेरायला नोकरांनी सुरुवात केली. ती मंडळी मोठ्या बहिणीचे कान फुंकू लागली.

ठेवलेल्या मुदत ठेवी रकमा बँकेतून काढल्या गेल्या. मुंबईची खोली विकली गेली. रोखीतला पैसा मोठीने धोरणीपणाने स्वतःकडे ठेवला. चेकची

रक्कम आई आणि छोटीचे नावे जमा राहिली. रोख रकमेचा पुरावा नसल्याने मोठीला सल्ला देणाऱ्यांनी चेकच्या रक्कमेतही हिस्सा मागायला, म्हणजे नाक दाबायला सुरुवात केली. विधवा आई या तमाशाकडे हतबल होऊन पाहत होती. तिला सारेच अनपेक्षित होते.

मृत्युपत्राचे प्रोबेट मिळविण्यापर्यंत भांडण गेले. वकील नावाची जात आता भांडणावरची राख उडवू लागली. मत्सराचे निखारे फुलवू लागली. आम्हाला सारखेच काही नको म्हणणारे आणि सरकारी नोकर असणारे दोन्ही जावई म्हातारीचे हाल होऊ नयेत, हेच 'कारण' सांगून वाटपाची बोलणी करू लागले. मोजणीदार आले. वाटे ठरले. धंदा कोणी घ्यायचा, रक्कम कोणी घ्यायची— ठरले. घरे, जमीनजुमला— सगळे ठरले.

वरकरणी सारे आलबेल असले, तरी महत्त्वाकांक्षा आणि जास्तीची हाव या दोन विकारांमुळे वाटणीपत्र होत नव्हते. त्यातच म्हातारी पडली, जायबंदी झाली. सहा महिने अंथरुणास खिळली. सांमजस्य संपले. नोटिसा निघाल्या. त्याला उत्तरे आली. आरोप-प्रत्यारोप सुरू झाले.

धंदा रसातळाला गेला. मोठीच्या नवऱ्याने तो सक्तीने ताब्यात घेतला. आता छोटीचे रडगाणे सुरू झाले. मोठीने आईचा आणि इस्टेटीचा कब्जा घेतला. भांडण मिटावे म्हणून आईने भराभरा सह्या केल्या. मुंबईच्या वकिलांनी रासभर कागद इंग्रजीतून करून आणले. आईने वेड्या आशेने त्यावर सह्या केल्या आणि नव्या वादाला जन्म मिळाला. आईचेही मृत्युपत्र केले गेले; अखत्यारपत्र, अधिकारपत्र सारे काही झाले.

छोटीला बेदखल करण्याचा जणू मोठीने विडाच उचलला. राजकारणी डोके आणि तत्त्वशून्य वकिली यातून पिढीजात भांडणे रंगविणारे कागद जन्माला आले. छोटीला कोर्टात जाण्याशिवाय पर्यायच नव्हता. सरकारदरबारी छोटीचे नाव काढून टाकावे, असे कुठल्या आईला वाटेल? पण तसे घडले आणि सामंजस्याचे सर्व मार्ग बंद झाल्यावर कोर्टात वाटपाचा दावा दाखल झाला.

आई कोर्टात येऊ शकत नव्हती, पण मोठीने मोठे वकील दिले. सिनिअर-ज्युनिअर जोडी दोघींसाठी मुंबई आणि गावाला उभी राहिली. वकिली डावपेच सुरू झाले. छोटीला वाटले तेवढे सरळ भांडण राहिले नाही. सिनेमाचा पगडा असणाऱ्या या भगिनींना आपण का आणि कशासाठी भांडतोय, हेच कधी कळले नाही. न्यायालयात प्रयत्न करूनही तडजोडी होत नव्हत्या. खासगी भांडण म्हणून शेजारीपाजारी, नातेवाईक वाईटपणा नको म्हणून लांब राहिले.

कोर्ट आपले काम करतच होते. कायद्याची कोंडी आपल्या परीने सोडवीत होते. वकील नवनवे डावपेच आखत होते. वकिलांच्या मनातला समाजसेवक आणि जबाबदार न्यायरक्षक पक्षकारांच्या '**इगो**'मुळे दबला जात होता. आत्मसन्मान आणि अपमानाचे शल्य यापेक्षा खरे तरं हावरेपणा, असूया महत्त्वाची ठरत होती. वकिलांनी सांगूनही, कोर्टाने सुचवूनही सुसंवादाने तडजोड करून आईच्या हयातीत वाटप करण्यापेक्षा, आईची देखभाल करून तिला शांतपणे डोळे मिटण्याची व्यवस्था करण्यापेक्षा; तिच्या हिश्श्याला येणारा वाटा आपल्याला कसा मिळेल, म्हणजे अर्ध्या हिश्श्यापेक्षा आपला दोन-तृतीयांश हिस्सा कसा होईल, या आपमतलबीपणाकडे दोघींचे लक्ष होते.

या भांडणात जन्मदात्री आईचे होणारे हाल, ती जिवंतपणी अनुभवत असलेले मरण त्यांना दिसत नव्हते. मृत्युपत्रातला '**उपभोग**' राहू दे, झाडाचा आंबासुद्धा म्हातारीच्या तोंडात पडत नव्हता. मिळणारे भाडे तिला सुखाने झोपू देत नव्हते. तिला हिस्सा नको होता; हातात रोकड पाहिजे होती, ती शेवटच्या औषधोपचारासाठी. पण तीही बँकेत अडकून पडली होती. तिला तारखेत रस नव्हता. ती अंथरुणाला खिळली होती आणि तिच्या नावाने मोठी बहीण नवे डावपेच टाकून कोर्टात वेळकाढूपणा करीत होती. ती म्हातारी मरण्याची वाट पाहत होती.

कोर्टाला म्हातारीच्या हयातीत सोक्षमोक्ष करून पाहिजे होता. थोडी माघार घेऊन धंद्याचे हिशेब करून पैशाचे वाटप करून तीन भाग करावे. रोकड आईच्या हातात द्यावी, तिला उत्तम रुग्णालयात नाही तर वृद्धाश्रमात ठेवावे; नाही तर तिची एकत्रित शुश्रूषा करावी व पैसा खर्च करावा. सर्व स्थावर, जंगम मालमत्तेचे सारखे दोन भाग वाटपाने दोघींनी नावावर चढवावेत; मृत्युपत्राकडे डोळेझाक करावी. आईचे मृत्युपत्र रद्द करावे, हे साधे-सरळ उपाय सहज शक्य होते; पण नियती आणि स्वभाव तसे होऊ देत नव्हती. अशी सुखांतिका त्यांना मान्य नव्हती. या कथेचा शेवट असा गोड होणार नव्हता.

शेवटी म्हातारीने डोळे मिटले. अचानक दोघींना उपरती झाली. बापाची कष्टाची मिळकत विकायचे ठरले. खरेदीदार टपलेलेच होते, घरातीलच होते. तत्त्वाचे भांडण रात्रीत गळून पडले. थैल्या हाती आल्यावर भांडण मिटून गेले. भांडण आईसाठी नव्हतेच मुळी; सर्व पैशात तोलले गेले. त्यांच्यासाठी ती एक सुखांतिकाच होती.

✦✦

बॅन्क मॅनेजर

अनेक वर्षे मानेला पट्टा, अंगावर जुना सफारी, खिशाला दोन ते तीन साधे पेन... एका खिशाला पेनाने प्रसाद दिल्यामुळे पडलेला डाग... मधुमेह झाल्याने पायाला खाजवल्यामुळे दिसणारे व्रण... प्लॅस्टिकचे बूट... अशा थाटात खरेकाका आमच्याकडे येत असत. आले की थेट घरात प्रवेश. आवाज खणखणीत आणि थोडा जास्तच मोठा. स्वर आग्रही, किंबहुना गळेपडूपणाचा. पहिली चहाची ऑर्डर.

माणूस तसा सोज्वळ, साधा. त्यामुळे मुलींचा गमतीचा विषय. बरे, चहा नाही मिळणार सांगितले तरी त्यावर खळखळणारे हास्य. एक-दोन हास्यविनोद करून धडाधडा निरोप ठेवून गेट उघडून हा माणूस जाणारसुद्धा. समोरच्याला काय कळलेय, याच्याशी काही संबंध नाही. धांदरटपणा हीच तर खरेंची खरी ओळख. फोनवर समोरचा बोलायची वाट न बघता, समोरच्याचे बोलणे पुरे

होण्याच्या आतच फोन बंद करणारा हा इरसाल काका.

ज्युनिअर वकीलमंडळी म्हणजे त्यांचे शत्रू नंबर एक. वकीलही या म्हाताऱ्यावर नेहमीच वैतागलेले. म्हणजे 'तुमच्या सांगण्यावरून आम्ही काकांना उलटे बोलत नाही; पण ते आमचा सतत पाणउतारा करतात, जज्ज समोर काहीही विधाने करतात' असाच नव्या शिकाऊ वकिलांचा सूर!

'जाऊ दे रे. त्यांचे संतुलन थोडे बिघडलेय. एक काळ त्यांनी गाजवलाय. त्यांच्या मनासारखे करण्याचे नाटक तरी करा!' हा माझा सल्ला. पण खरेसुद्धा सुधारत नाहीत आणि आमचा ऋणानुबंधही तुटत नाही.

त्या दिवशी तो आग्रहाचा, खाक्यातला सूर नव्हता; विनंती होती. त्यांची पत्नी सिरीयस होती. एका मोठ्या बँकेचा हा माजी अधिकारी— ज्यांनी आयुष्यभर थयथयाट घातला, लाखो-करोडोंची प्रकरणे हाताळली; तो अगदी काकुळतीला आला होता. डॉक्टरांनीच आशा सोडली होती. खिशात दमडा नव्हता.

मोठे हॉस्पिटल परवडणारे नव्हते. सरकारी रुग्णालयात ओळख निघते का, शोधत होते. पत्नीला असे सोडून जाताना पाहून काका पार खचले होते. पत्नीने जेमतेम काही दिवस काढले. पत्नीला परिस्थितीने आणि पोटातल्या कर्करोगाने ग्रासले होते. कर्जवसुलीत कर्दनकाळ होणारा हा माणूस परिस्थितीने हतबल झाला होता. पत्नीला शेवटी काही दिवस घरातच ठेवण्याचा निर्णय झाला.

त्यातही काकांचा फोन येत होता. तारखांची काय व्यवस्था करता येईल, त्याबद्दल विचारत होते. मी 'काळजी करू नका' असे परोपरीने सांगत होतो. पलीकडून ते 'पत्नीचे काही खरे नाही, पण तुम्ही स्वत: युक्तिवाद करा', असे आग्रहाने सांगत होते. कधी नव्हे ती विनंती करत होते.

कामाबद्दल इतकी आस्था, इतका लगाव? पण त्यामुळेच तर आमचे जुळत होते. त्यांना घरात स्थान होते. त्यांनी वेगळे असे काहीच केले नव्हते. माझी आई गेल्यावर पुरे दोन दिवसही झाले नव्हते, तेव्हा ते जनरल मॅनेजर होते.

संध्याकाळी सांत्वनाला आले ते फायलींचा गठ्ठा आणि अधिकारी सोबत घेऊनच. मी काय बोलणार? बाहेरच्या पडवीतच बसलो. चार-पाच तास लिखाण चालले. दोन दावे, एक-दोन कैफीयती झाल्या.

आत घरामध्ये खरेंच्या नावाने मंडळी बोटे मोडत होती, त्यांचा कॉमनसेन्स निघत होता; पण ते रसायनच वेगळे होते. कामापुढे भावना क्षुद्र होत्या. सुतकात गप्प बसण्यापेक्षा तो वेळ वापरून घेणेच त्यांना जास्त पसंत होते.

नियतीने खरेकाकांवर नेहमीच सूड उगवला. त्यांच्या ठायी कोकणी ब्राह्मण ठासून भरला होता. त्यामुळे इमाने इतबारे नोकरी करणे, एवढेच त्यांना माहीत होते. त्यापुढे संसाराकडे दुर्लक्ष झाले. जनरल मॅनेजरपर्यंत प्रगती केली. साहेबाची उलटी-सुलटी प्रकरणे हाताळावी लागत, ती कायद्याचे चौकटीत बसवावी लागत. मग ते माझे डोके खात.

काम महत्त्वाचे, त्यामुळे त्यासाठी काहीही करायची तयारी. प्रसंगी जज्जची बोलणी ठरलेलीच. कितीही घासले तरी मालक, अन्नदाता समाधानी नसायचाच. मालक म्हणजे बँकेचा चेअरमन. त्यांच्या सुवर्णकाळातही— म्हणजे मंत्रिपद असतानाही— खरेंची धावपळ तीच. खरे ओझ्याचे गाढव— सतत धावणारे आणि अखंड बडबडणारे.

खरेंनी किती आणि कशी कर्ज प्रकरणे निस्तरली, ती त्यांनाच माहीत. तारेवरची कसरत करून साहेबांना सांभाळत कर्जाची वसुली करताना सर्व वाईटपणा स्वतःवर घ्यावा लागतो. मर्जीतली माणसे साहेबांचे कान फुंकत असतात, पण खुर्चीतल्या मॅनेजरला कागद दहा वेळा तपासायला लागतात. वरून संचालक मंडळ 'तुम्ही काय झोपा काढत असता काय? तुम्ही फुकटचा पगार घेता काय?' असे पालुपद लावतच असतात. त्यांचा मतलब वेगळा असतो. खरे शेवटपर्यंत पडक्या, जुन्या वाड्यातच राहिले. खरेंनी कमवले असे दिसत तरी नव्हते; खरेंनी फक्त गमावलेच.

खरेंनी साहेबांच्या सांगण्यावरून अनेकांना नोकरीत चिकटवले. शेकडो उद्योगांना मदत केली. गरजेपोटी त्यांनी खरेंना 'साहेब, साहेब' केले; पण कुणीही त्यांच्या मुलाला साधी शिपायाची नोकरीसुद्धा लावली नाही. तो थोडा मानसिक विकलांग होता. त्याचे ओझे घेऊनच ते धावत-पळत होते. बँकेसाठी झिजत होते.

कुटुंबात संकटे येतच होती. पुढे अती झाले. नोकरीला तिलांजली दिली. खरेंचे काबाडकष्ट लक्षात ठेवण्याची संचालकांना गरज नव्हती. शेठना आता व्यावसायिक मंडळी भेटली होती. मोठे सल्लागार भेटले होते. त्यांना फाटक्या तोंडाचा आणि 'साहेब, तुम्ही चुकताय' असे सांगणारा मॅनेजर कसा चालेल? खरेंनी काढता पाय घेतला.

पुढे बँकेत वचक नसल्याने कर्मचारी भाट बनले. बँक वाहत गेली. पुढे पूर्ण बुडाली. खरेंची आयुष्याची पुंजी बँकेत अडकली. हजारो ठेवीदारांप्रमाणे तेही देशोधडीला लागले. नंतर घरी बसवत नाही म्हणून म्हातारपणातही दुसऱ्या एका आजारी बँकेत कर्जवसुलीच्या कामात त्यांनी स्वत:ला गुंतवून घेतले. घरचे प्रश्न संपत नव्हते. घर आजारांनी पोखरले होते. मन भूतकाळ विसरू देत नव्हते. अशा ओझ्याखाली एखादा ठार वेडाच व्हायचा, तरी खरे सावरत होते. कामाशी प्रामाणिक होते.

त्यांच्या वागण्या-बोलण्यात हे परिस्थितीचे ओझे जाणवत असायचे.

अशी शेकडो माणसे माझ्या सान्निध्यात आली. प्रत्येकाने मला शिकवले, घडवले. मला अंतर्मुख व्हायला लावले. हे नंदादीप सतत तेवत होते, म्हणून तर माझे माजघर उजळून निघत होते.

काका-पुतण्या

तो खुशालचेंडू नव्हता, पण एकचित्तही नव्हता. चंचलपणे एका वेळी दहा गोष्टी करण्यात त्याचा हातखंडा होता. घरचा लक्ष्मीपुत्र असला, तरी बापाच्या जीवावर उड्या मारणाऱ्यांपैकीही तो नव्हता. जो काही होता, तो स्वत: धावपळ करून, वेडीवाकडी वळणे पार करून मोठा झाला होता. अतिउत्साहामुळे अनेक वेळा नको ते प्रसंग ओढवून बसला होता. आई-बापाची पुण्याई आणि गृहलक्ष्मीची कृपा यामुळे पुन्हा सहिसलामत बाहेरही आला होता. पुन्हा तीच धावपळ करीत बराच पुढे आला, एक यशस्वी धंदेवाला आणि राजकारणीही झाला.

या सर्व रगाड्यात तो कोर्टातही चकरा मारत होता. खर्च करायला खुळखुळणारा पैसा आणि सहज उपलब्ध होणारे वकीलमित्र यामुळे अनेक दावे त्याने टाकले. त्याला आपला दावा कशासाठी, कुठे, कधी आहे— हे माहीत असण्याचे कारणच नव्हते. 'वाजली तर वाजली' **याच पद्धतीने दावे दिलेले, स्टॅम्प ड्युटी फुकट**

जाईल याचीही त्याला काळजी नव्हती. दोन भावांनी केलेले दावे, पण दोन्ही भाऊ कामधंदेवाले; वकिलांवरच बोजा सोपवून निर्धास्त रहाणारे.

दावेही केवळ धडा शिकवण्यासाठी किंवा नाक दाबण्याच्याच उद्देशाने दिलेले. काका विरुद्ध दिलेले दावे, तेही एका खासगी भूखंडासाठीचे. काकाही बिलंदर. पुतण्याने एखाद्या जमिनीचे साठेखत केले की, हे महाशय गुपचूप आपल्या पत्नीच्या नावे त्याच जमिनीचे खरेदीखत पूर्ण करून ठेवणारे. दोघांमध्ये जास्त लबाड कोण, इतकेच काय ते ठरायचे. पुतण्याची साठेखते काकाकडे असायची, त्याच्या मूळ प्रती त्यांना मिळायच्या.

काका स्वत: अर्धा वकील— म्हणजे कोट न घातलेला व्यावसायिक. त्यामुळे दावा आणखीनच रंगलेला. त्याला अशा उद्योगांसाठी वेळही खूप असायचा. काका आतल्या गाठीचा. नम्र, पण मतलबी. काकी-पुतण्याची काही काळासाठी भागीदारीसुद्धा होती. त्यांचे देणे-घेणे त्यांनाच माहिती. कागदपत्रे काकीचे नावावर, तर ताबा पुतण्याकडे. पुन्हा संबंध अगदी दृष्ट लागावी असे! कोर्टातली तारीख संपली की काका-पुतण्या एकत्र जेवणारे. सणासुदीला एकत्र येणारे. एकमेकांच्या सान्निध्यात चुकूनही दाव्याचा किंवा धंद्याचा विषय न काढणारे. तडजोड तर नाहीच. दाव्याबद्दल साधी चौकशीही न करणारे. ज्याला खऱ्या अर्थाने ऐषारामी भांडण म्हणता येईल, असे लढणारे.

कोर्टापुढे मात्र हाडवैरी. त्यात काका म्हणजे वक्तशीर. पुतण्याला धडा शिकविण्यासाठी प्रत्येक तारखेला तलवार पाजळून येणारा. अनेक डावपेच स्वत:च रचणारा. कोर्टात पुतण्या हजर राहत नाही, याचा पुरेपूर फायदा उठविणारा. वकिलांकडून काम करवून घेणारा. वेळोवेळी पुतण्याला चीतपट करण्यात आनंद मानणारा.

गेले एक तप हे काका-पुतण्या कोर्टात भांडत होते आणि तरीही व्यवस्थित नांदत होते. त्यांचे हे भांडण समाजाला काहीही शिकवत नाही, पण पक्षकारांची एक जात त्यामुळे समोर येते. खरं तर भांडणाचं तसं काहीही कारण नाही. संवाद असूनही सुसंवाद नाही, व्यवहारी असूनही समंजसपणा नाही अन् कळत असूनही वळत नाही. त्यांना आपापसातले व्यवहार, लांड्या-लबाड्या चांगल्याच माहीत होत्या.

पण दोघेही आपल्या चुका स्वीकारायला तयार नाहीत. तडजोड म्हणून दोन्ही भूखंड वाटूनही, व्यवहार संपविता येईल; पण तडजोडीत घरच्या व धंद्याच्या वाटपापासून विषय निघतात. सगळ्याच मिळकतीचे वाटप करायचे, तर तुझे-माझे

होते. कुणाचंच अडत नाही, म्हणून दोघेही अडून बसलेत. त्या गुंत्यात कोर्ट मात्र बारा वर्षं अडकून पडलेय. दाव्यांवर प्रतिदावे, अपिले, रिव्हिजन चालूच आहेत. एकाने समंजसपणा घेतला, तरी दुसरा घेईलच याची खात्री नाही. पुढच्या पिढीला या भांडणात सोयर-सुतक नाही. त्यांना नाती महत्त्वाची वाटतात किंवा त्यांना भांडणातला फोलपणा कळून चुकलाय. कोर्ट मात्र तारखांवर तारखा देतेय. असहायपणे वादी-प्रतिवादींचे डावपेच सोडवतेय. एक वांझोटे भांडण घेऊन सर्वच जण खेळताहेत. न्यायव्यवस्थेची खिल्ली उडवताहेत.

एखाद्या कोर्टात दावा कशासाठी अडकून पडला आहे, यासाठी अशी उदाहरणे घेऊन त्यावर चर्चा होणे गरजेचे आहे. कुणी तरी नुकसानभरपाईसाठी तिष्ठत असतो. एखादी परित्यक्ता नवऱ्याने रखेली ठेवली, दुसरे लग्न केले; पण पुरावा नाही, तरी घटस्फोटाला विरोध करून संसार पुन्हा मांडायची खोटी स्वप्ने पाहत असते. या सर्वांना जलदगतीने न्याय पाहिजे असतो.

कोर्टही अकरा ते पाच इमाने इतबारे चालू असते. पुरावा नोंदवीत असते. पण त्यांची चाकोरी ठरलेली असते. इंग्रजीत, मराठीत लिहिताना दुप्पट वेळ जात असतो. मधूनच लाईट जाते, मधूनच साक्षी-पुराव्यात हरकत घेतली जाते. त्यावर शब्दच्छल होतो. पुन्हा तारीख. आपला नंबर केव्हा लागेल, याची पक्षकार वाट पाहत असतो.

कुणाला महत्त्व द्यायचे, कोणते भांडण खरे, कोणते गरजेचे, कुणाला आधी न्यायाची गरज आहे— याचे परिमाण नाही. प्रत्येकाची तऱ्हा वेगळी, गाऱ्हाणे वेगळे, गरज वेगळी. कोर्ट न्यायाच्या रक्षणासाठी जास्त काटेकोरपणे वागणारे, नियमाप्रमाणे चालणारे. यात चलती असते ती कायद्याच्या पळवाटा शोधणाऱ्या अशा काका-पुतण्याची. त्यांना परवडते.

अनेकांना मात्र कोर्ट हे वेळ फुकट घालवणारे साधन वाटते. समाजात **'गांधीगिरी'**ऐवजी **'भाईगिरी'** निर्माण होण्याचे कारण अशाच वैफल्यग्रस्त घटनांमध्ये लपलेले असते. कारण पक्षकारांच्या मनातले ओळखण्याचे यंत्र अजून कोर्टाला सापडलेले नाही.

याला असे निरर्थक भांडणारे आणि त्यांची वांझोटी भांडणे लढणारे— दोघेही सारखेच जबाबदार असतात. आता ते काका नाहीत. पुढची पिढी छानपैकी एकत्र नांदत आहे. त्यांचा खेळ झाला, कोर्टाचा वापर झाला, केवळ स्टॅम्प ड्युटी भरली म्हणून कोर्ट-कचेरी झाली. पंधरा ते सोळा वर्षे खालपासून वरपर्यंत कोर्टाचा वापर केला गेला. त्या वेळेत किती तरी न्यायनिवाडे झाले असते. किती

तरी वाटपाची, नाही तर घटस्फोटाची भांडणे संपली असती; पण तसे होणे नव्हते.

नुकतीच एका सभागृहात काकांची तसबीर पुतण्याने समारंभपूर्वक अनावरण केली. मला ती हौसेने दाखविली. फोटोच्या चंदनाच्या हाराआडून काका मिश्कीलपणे हसत होते. जणू विचारात होते— कसे बनवले!

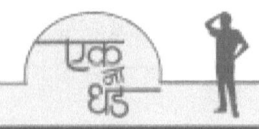

नियती

मी काय कमविले, त्याचा हिशेब आज मांडला; तर झोळी फाटकीच निघेल. पण, काही नाती जुळली; त्यांची किंमत कशी करता येईल?

लौकिकार्थाने तिने मला कधी राखी बांधली नाही की, मी कधी तिला भाऊबीज घातली नाही. नाही म्हणायला, आठ-दहा वर्षांपूर्वी तिच्या वडिलांच्या दारातले तोतापुरी आंबे हक्काने मागितले होते. माझ्या मुली तिला आत्या म्हणतात. आम्ही तिच्या सुख-दु:खात सामील असतो, इतकेच.

ती माझ्या वर्गात होती. तशी लक्षात राहण्यासारखी नव्हतीच. लवकर लग्न झाले आणि ती कॉलेज सोडून गेली.

त्यानंतर जवळजवळ दहा वर्षांनी वकील म्हणून मदत मागायला पार सुकलेली, निस्तेज बनून आली.

आज हक्कानं पुन्हा वीस वर्षांनी आली, ती हातात निमंत्रणपत्रिका घेऊन.

मुलीचे स्वतःचे टोलेजंग हॉस्पिटल झाले होते. जावई मोठे नाव कमावलेला डॉक्टर होता. मोठ्या शहरात मुलीचा संसार चालला होता. दुसरी मुलगीही वेगात प्रगती करत होती. आमंत्रण देताना डोळ्यांत कृतज्ञता होती, अडचणीत साथ केल्याची. तीच तर कमाई! या भावनाच रोज सकाळी जोमाने कामाला लावतात. न थकता कुणासाठी तरी झिजायला लावतात.

एका चित्रपटासारखा घटनाक्रम डोळ्यांसमोरून तरळून गेला.

लग्न झाल्यानंतरची नवलाई... वडील शिक्षक, त्यामुळे संस्काराशिवाय काहीच दिले नाही. तेच कन्यादान घेऊन श्रीमंताच्या घरात पडली. गावकऱ्यांनी भुवया ताणल्या. प्रत्येक सणाला मोठमोठ्या गाडीतून गावाला यायची. सर्वांना भरपूर खाऊ आणायची.

दृष्ट लागली! सुखी संसार उद्ध्वस्त झाला. एका अघोरी रात्री काळाने नवरा नेला. भर चौकात त्याच्यावर सपासप वार झाले. रक्ताच्या थारोळ्यात देह पडला. एका क्षणात होत्याचे नव्हते झाले. कॉन्ट्रॅक्टर म्हणून मोठा मान आणि त्यापेक्षा पैसा. सोबत सतत साथीला माणसे असायचीच. तरी मारेकऱ्यांनी डाव साधला. जी माणसे सावरायला आली, त्यांनाच आरोपी बनवले गेले. ज्यांनी मारले, त्यांनीच फिर्याद दाखल केली. घटना डोळ्यांदेखत घडली, असे सांगूनही साक्षीदारांनाच जेलमध्ये डांबले. सर्व मामला एकदम मोठा झाला. केस जोरात चालली. आरोपी शिक्षेला गेले. सुटले असते, तर सूडाचा प्रवास संपला नसता. न केलेल्या खुनाची शिक्षा भोगल्यावर समोरच्याचा जीव घेणे फार कठीण नसते. पुरावा पाहून शिक्षा झाली. खरी परिस्थिती कोर्टासमोर आलीच नाही.

तिला मात्र अकाली मरण आले. तिसऱ्या दिवशी सासरहून घराबाहेर काढले गेले. लाखो रुपये तसेच ठेवून नेसत्या वस्त्रानिशी हाकलवून दिले. कालपर्यंतची लक्ष्मी आज पांढऱ्या पायाची ठरली. दोन मुली पदरात घेऊन बापाकडे आली. बाप काय करणार? त्या अवस्थेत त्याने तिला सावरले. नवऱ्याचे पैसे मिळायलाही फार अडचणी आल्या. शहरात परत जायचे, तर मारेकरी घरचेच. तोंड दाबून बुक्क्यांचा मार!

दिवस सरकत होते. नवी घडी बसवली. भिंतीवरचा फोटो बघत आज पंचवीस वर्षे गेली. मुलींना नेटाने वाढविले. त्या अडचणीच्या वेळी मदतीच्या नावाखाली काही समाजसेवक आले, पण त्यांना दाराबाहेर काढण्याची वेळ आली. एकटे जगणे कठीण होते. मोठी बहीण म्हणून लहान बहीण-भावाची जबाबदारी होतीच. सोबत आई, वडील होतेच. प्रत्येक दिवस केवळ ढकलायचा

नव्हता, तर इतरांना जगवत ठेवायचा होता. तब्बल वीस वर्षे खस्ता काढायच्या होत्या.

तेही दिवस संपले. मुलीला उत्तम मार्क मिळाले. या काळात ती आमच्या घरातली होऊन गेली. वर्षातून कधी तरी कामानिमित्त भेटायची. जगाची जळजळीत बाजू तिने पाहिली होती. त्या अग्निदिव्यातून ती पार पोळून निघाली होती. त्यामुळे तर तिचे जीवन आणखी तेजस्वी दिसत होते.

हा असाधारण आत्मविश्वास तिने पाळलेल्या व्रताचा होता. आता नियतीने काटे उलटे फिरवलेत. मिळकतीच्या हव्यासापोटी आप्ताचाच जीव घेऊन पलीकडचा संसार फारसा सुखी झाला असेल, असे वाटत नाही. फार तर धंदे वाढले असतील, डंपर वाढले असतील, मिळकत वाढली असेल; पण शांती कुठल्या बाजारात विकत मिळणार? नियतीने आता फासे उलटे टाकले. त्या जिद्दी माऊलीपुढे नियतीनेही हात टेकले होते.

संकटे येतात आणि जातात. संकटांना झोळीत घेऊन फिरायचे नसते, उगाळत बसायचे नसते. संकटांवर आरूढ होऊन जो वादळातून वाट काढतो, तोच किनारा गाठतो. तिनेही नेमके तेच केले. भूतकाळ उगाळण्यापेक्षा तो कडी-कुलपात बंद केला आणि भविष्यासाठी रांगोळी रंगवली.

कंबर कसून तो गाडा ओढला...

म्हणून आज ती समृद्ध आई आहे.

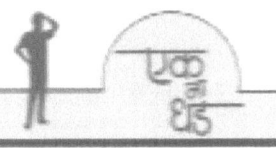

मुरूडचा कोर्ट दरबार

रेवदंडा खाडीशी माझे नाते गुंफले आहे. इथूनच मी १९८६ च्या सुमारास तर पकडली होती. रेवदंडा पूल तेव्हा पुरा झाला नव्हता, म्हणजे वाहतुकीस खुला झाला नव्हता. वर्षानुवर्षे तो रखडला होता. एस्.टी.ने अलिबागहून आम्ही रेवदंड्याला उतरायचो. राम पाटील वकिलांसोबत जायचो. मोठा मान त्यांना. ड्रायव्हर-कंडक्टर वाट पाहतच असायचे. वकिलांचा दरारा एवढा की, पकटीवर बॅग उचलायला पक्षकार हजर. तो नसेल, तर समोर येणारासुद्धा वकिलांना त्रास नको म्हणून हात द्यायचा.

मग आम्ही फुंडेच्या हॉटेलात जायचो. इकडच्या-तिकडच्या गप्पा होईपर्यंत खास 'मारामारी' यायची. चव अशी की, आजही तोंडाला पाणी सुटते. या मारामारीत जिरे घातलेली बटाटा भाजी, झणझणीत उसळ, शेव व कांदा असायचा. गरमगरम फुगलेल्या पुऱ्या जोडीला असायच्या. तोपर्यंत साळाव

एस. टी. चा ड्रायव्हर-कंडक्टर यायचा. चहा-कॉफी व्हायची. दरम्यान पॅसेंजर एस.टी.त जागा पकडायचे. आमच्या जागा राखीव असायच्या. निवांतपणे समुद्र पाहत मुरुड गाठायचो.

तेव्हा कुठे तरी एखादे नवे घर उभारताना दिसायचे. व्यवहार ठरलाच, तर एकरामध्ये ठरायचा. पूल सुरू झाल्यानंतर तीन वर्षांत चित्र बदलले. वीस हजार रुपये एकरवरून जमिनीची किंमत एक लाख रुपये प्रति गुंठा झाली. याच वेगात सर्व बदलले. त्याच वेगात गावेही बदलली.

एस्.टी.ची गाडी खास आमच्यासाठी एमटीडीसी गेस्ट हाऊसजवळ थांबायची. तेथेही पक्षकार वाट पाहत असायचे. हॉटेल चालक विजूभाऊंचे वडील अगदी संथगतीने सेवा करायचे. पुन्हा चहा-नाश्ता व्हायचा. एका पक्षकाराचे हॉटेल कम मिठाईचे दुकान होते. त्याची प्रसिद्ध जिलेबी आणि फापडा यायचा.

आमचे सिनिअर व अन्य वकील एकमेकांचे खास दोस्त. बाजू-बाजूच्याच खोल्यांत आम्ही उतरायचो. कोर्टाचा बोर्ड जवळजवळ त्यांच्यात विभागलेला असायचा. पक्षकारही त्यांच्या-त्यांच्या वकिलांच्या गॅलरीत जमायचे. सर्व काही खेळीमेळीत चालायचे.

तोपर्यंत कॅरिअरला कागदांचा गठ्ठा लावून विरकुड क्लार्क यायचा. त्याच्याकडे कोर्टाचा बोर्ड असायचा, तोही हाताने लिहिलेला. हॅन्डलला नक्षीची कापडी पिशवी असायची. दोन्ही वकिलांकडे तो आळीपाळीने बसायचा. तसा तो अर्धा वकीलच. कार्बन घातलेल्या कागदांवर अर्ज लिहायचा. दावा, कैफीयत दोन्ही त्याच्याच हस्ताक्षरात असायची. टायपिंग इन्स्टिट्यूट मुरुडमध्ये एकच होती. तेथून टाईप करून आणण्यापेक्षा हाताने लिहिलेले पक्षकारांना परवडायचे.

समोरच संस्थानिकाने बांधलेले ऐसपैस कोर्ट होते. स्थानिक वकील एकच. तो नुकताच वर येत होता, त्यामुळे तोही आलटून-पालटून दोन्ही वकिलांकडे मदतीसाठी यायचा. जज्ज वकिलांची वाट पाहायचे. वकील आल्यावर दावे, फौजदारी चालायच्या. माझे लक्ष कोर्टातल्या जुन्या सागवानी फर्निचरकडेच जास्त असायचे.

मुरुड कोर्टात जज्जच्या डायसच्या वर बाल्कनी होती. पूर्वी तेथे परदानशीन मुस्लिम बायका खटले ऐकायला बसायच्या. आता तशी रचना कुठे पाहायलाही मिळणे दुर्लभ. पावसाळयापूर्वी सर्व फर्निचरला पॉलिश व्हायचे. पुन्हा चकाकी यायची. दुपारी जेवणाचा मोठा डबा यायचा. पक्षकारमंडळी काही तरी आणायचेच. कोर्टाचा स्टाफही या सहभोजनात सामील व्हायचा. मग चहाही यायचा. वर्षातून

एकदा इन्स्पेक्शन असले की, रात्री एकत्र जेवण असायचे. तो मुरुड कॅम्प दोन रात्रींच्या वस्तीचा, पण आमच्यासाठी तर ती पर्वणीच असायची. कैफीयत, नोटीस, बनवायला शिकलो तो या मुरुड मुक्कामीच.

आता हे सर्व स्वप्नवत् वाटेल, पण कोर्टात कुणी कुणाबद्दल कधीही संशय घेताना मी पाहिले नाही. या एकत्र नांदण्याची कधी कुणाला असूयासुद्धा वाटली नाही. जज्जने वकिलाला चहा पाजल्याने पक्षकाराच्या पोटात कधी दुखले नाही.

संध्याकाळी आम्ही समुद्रावर मनसोक्त फिरत असू. पर्यटक नव्हतेच. पक्ष्यांचे थवे उडवत आम्ही राजवाडयापर्यंत पायपीट करायचो. कधी भांडणाची जागा पाहायला जायचो. ते प्रेम करणारे पक्षकार आणि पक्षकारासाठी रात्र-रात्र जागणारे वकील... मुरुडचा मुक्काम सोडल्यावर हे सर्व इतिहासजमा झालेय.

पुढे रेवदंडा पूल झाला. मुरुडला वस्ती करण्याचे कारण राहिले नाही. गाड्या धावू लागल्या; मने मात्र दुरावली. हे सर्व अचानक बदलले, असे म्हणता येणार नाही. पण कोर्टात गर्दी वाढली आणि गर्दीत मने संकुचित झाली. प्रॉपर्टीला किंमत वाढली तशी भाऊबंदकीसुद्धा वाढली.

आताही मुरुडला जाणे होते. कामापुरते कोर्टासमोर हजर व्हायचे. काम आटोपताच पळत सुटायचे. पक्षकाराकडे जाऊन बारसे, हळद साजरी करणे अशक्य झाले. पक्षकारांकडून ताडगोळे, पपनस, हळदीचे लोणचे, सुकवलेले सोडे घ्यायची लाज वाटू लागली. प्रत्येक गोष्ट आम्ही आता पैशात मोजतो. पक्षकार घरभरणीस घरी बोलावत नाही. सून बाळंत झाल्याचे सांगत नाहीत. घरगुती सुख-दुःखे सांगत नाहीत. त्यांनाही वेळ नसतो. हॉटेलात मालक चार पदार्थ आमच्यासाठी राखून ठेवत नाही. हॉटेलवाल्याला आता पर्यटकांची सवय लागलेय. चतुर्थीला तो आता नैवद्याचे ताट कशाला वाढून देईल? जज्ज कारणापुरते डायसवर येतात. कोणताही वाद अंगावर ओढून घेत नाहीत.

मुरुड आता जगाच्या नकाशावर ठळकपणे दिसू लागलेय, पण माणुसकीच्या नकाशावर धूसर होऊ लागलेय.

आताही कोर्ट तेच आहे, इमारत तीच आहे;
बदललीत ती आतली माणसे— बदललोत ते आम्ही वकील...
मुरुडचा जंजिरा तोच आहे, बदललाय तो नावाडी...
मुरुडचा पक्षकार तोच आहे, बदललाय तो त्याचा विश्वास!

✦✦

माझी पहिली जन्मठेप

आशावाद केव्हा केव्हा केव्हढा फसविणारा असतो, याची प्रचिती त्या दिवशी आली. आयुष्यात— मग ते माझं असो वा कुणाचंही— पहिली गोष्ट जरा कुतूहलाची असते. त्यातूनच काही पहिल्या गोष्टी जास्तच उत्सुकतेच्या असतात, ज्या बराच काळ आठवणीत राहतात.

मी चोरी केली नसतानाही चौथी-पाचवीत असताना मला ताईचा बेदम मार व बोलणी खायला लागली होती. हरवले होते फक्त आठ आणे, ज्याला मी हातही लावला नव्हता; पण काहीही न ऐकता मीच ते आठ आणे चोरले म्हणून घरातल्यांनी मला त्या शंकराच्या मोठ्या फ्रेमजवळ शिक्षा करून सक्तीनं उभे ठेवले होते. त्या वेळेला मनाची जी घालमेल झाली होती, अगदी तीच घालमेल आता सुरू आहे. कारण दोन्ही वेळेला कसोटीला लागला होता— 'माझा प्रामाणिकपणा'. दोन्ही वेळेला हार खाल्ली होती. पहिली माझ्या आयुष्यातली

न केलेल्या चोरीबद्दल शिक्षा होती आणि या वेळी सच्चाईने, जिद्दीने चालविलेल्या खुनाच्या पहिल्या स्वतंत्र खटल्यात सुटकेची अपेक्षा असताना आरोपी जन्मठेपेत पोहोचला होता.

आता तो क्षण आठवतोय... भोसलेसाहेबांची किर्ती माहीत झाली होती. आरोपी आदिवासी. काही प्रमुख साक्षीदारांची न झालेली साक्ष. 'आय विटनेस'ने दिलेली साक्ष. सर्कलने दिलेल्या जबानीत प्रेत पडलेल्या जागेपासून हाकेच्या अंतरावर वस्ती नाही. स्वत: पवारबंधू आपण रस्त्यापलीकडे राहतो याची कबुली देऊन मोकळे झालेले. पोलीस पाटलांच्या सांगण्यावरून गायकवाडने दिलेली फिर्याद, पंचनाम्यातील गोंधळ, स्वतंत्र साक्षीदार अविश्वसनीय कसे आहेत... हे कोर्टाच्या निर्दशनास आणल्यावरही पंचनामे ग्राह्य ठरले.

पातळाचे दोन तुकडे आहेत, बांगड्यांची संख्या चुकते, त्या झोपडीतच आरोपी मारुती रामा वाघमारे याचा खून झालेला आहे, हे दाखविणारा पुरावा नाही. प्रत्यक्ष घटना पाहणारा कुणीही नाही. स्वत:ला समाधान वाटावे, एवढी या केसमध्ये मी मेहनत केली होती. चॅरिटी ब्रीफ असूनही जिद्दीने चालवलेली केस— अगदी संपूर्ण केसचा व्यवस्थित परामर्श घेणारे डॉक्युमेंट, साहेबांनीही जास्त क्रॉस करण्यास केलेली मनाई, महाजन वकिलांनी युक्तिवादाची केलेली समर्पक स्तुती... केस कठीण असूनही सुटण्याचीच शक्यता आहे— अशी महाजन वकील, स्टेनो, क्लार्क यांची अपेक्षा.

या सर्व पार्श्वभूमीवर साहेबांचे अगदी शेवटचे वाक्य ऐकू येईपर्यंत आरोपी सुटेल, असेच मला वाटत होते. साहेबांनी आरोपीला बोलावून 'तुझ्यावरील गुन्हा सिद्ध झाला आहे', हे सांगितल्यावर मनात कुठे तरी पाल चुकचुकली. कारण काही तासांपूर्वीच देशमुख वकिलांनी चालविलेल्या ३०७ च्या केसमध्ये असेच विचारून आरोपीला ४ वर्षे शिक्षा आणि ५००/- रुपये दंड ठोठावला होता. शिक्षा झालीच, तर काही कालावधीकरिता होईल, असे मला वाटत होते. साहेब आपली चेष्टा तर करीत नाहीत ना, असंही वाटले. पण शेवटी साहेबांनी जेव्हा आरोपीला 'तुम्हाला जन्मठेप झाली आहे', असं सांगितले, तेव्हा कान बधिर झाले. कष्टावर असे पाणी पडले की, आणखी वेगळं काय होणार?

त्यातच साहेबांनी शाबासकीच्या सुरात सांगितले, "नाईक, तुम्ही केस चांगली चालवलीत; पण परिस्थिती आपल्या हातात नसते. गो ऑन!" बस्स. ते दिलासा देणारे शब्दही मी स्वीकारायच्या मन:स्थितीत नव्हतो. वाईट वाटलं. बाहेर आलो. मारुतीला कसं भेटायचे, असे झाले होते. थोडा शांत होऊन

गर्दीत मारुतीकडे गेलो. चूक नसूनही मला त्याच्याकडे पाहायची हिंमत होत नव्हती. त्याच्या चेहऱ्यावरही 'तुम्ही प्रयत्न केलेत, पण नाही सुटलो' हेच भाव होते. पाठ वळवली. त्याला अपील करायचा सल्ला देऊन खाली आलो.

सरळ बारमध्ये आलो. कुणाला माहीत झालेच नव्हते. महाजन वकील आले. त्यांना कळले होते. "लाईफ ना? पण साहेब चुकलेच! निकाल नक्कीच फिरेल. तू त्याला जेल अपील करायला सांग" म्हटले. जराशी चौकशी झाली. मी खुर्चीत बसून शून्यात गेलो होतो. डोळ्यांत पाणी तरळत होते, गहिवरलो होतो. ते अश्रूही माझा बावळटपणा सिद्ध करीत होते.

मारुतीनं खून केला होता, यात शंका नाही. पण एकंदर परिस्थिती पाहता, ज्या अवस्थेत त्याने बायकोवर हल्ला केला, ते पाहता त्याला जन्मठेप अनावश्यक होती. स्वत:च्या बायकोवर दोन गृहस्थ बळजबरी करताना पाहून चवताळलेल्या मारुतीने कोयता मारला, तो बायकोला वर्मी लागला. ते दोघे पळाले. मारुतीने रागाच्या भरात बायकोला मारले. बायको जीव वाचवण्यासाठी तशीच लुगडं घेऊन पळाली आणि वाटेत ओढ्यात पडली.

मारुती पोलीस पाटलाकडे गेला. तिथून त्याच्या सल्ल्यावरून आईकडे गावी गेला. इकडे केस दाखल होऊन ते दोघे पवारबंधू सरकमस्टन्शिअल इव्हिडन्ससाठी आय विटनेस राहिले. पुढे मारुती मंडणगडला पळून गेला. नंतर २ महिन्यांनी मिळाला. नेहमीप्रमाणे पोलिसांनी त्याला शिताफीने पकडले. दोषारोपपत्राप्रमाणे खून करून आरोपीने प्रेत खांद्यावर टाकून नदीत टाकले, टाकताना पवारबंधूंनी पाहिले; त्यांना मारुतीने जीवे ठार मारण्याचा प्रयत्न केला, दम दिला. दुसऱ्या दिवशी प्रेत मिळाले, सर्व प्रक्रिया झाल्या. झोपडीत रक्त, काठी, बांगड्या मिळाल्या. पंचनामे झाले. दोन महिन्यांनी फरार आरोपी सापडला. त्याने कोयता, शर्ट, पॅन्ट काढून दिली.

ही माझ्या आयुष्यातली स्वतंत्र चालविलेली पहिलीच मर्डर केस. विलक्षण जिद्दीने चालवूनसुद्धा मी अयशस्वी झालो. समाधान एवढेच की, मारुतीने गुन्हा केला होता, त्याला शिक्षा मिळाली; पण मी मात्र अगदी प्रामाणिक प्रयत्न करूनही हरलो होतो.

—अशा अपयशानेच मला घडवले!

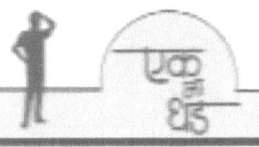

डबल मर्डर

वकिली व्यवसायात मला पत्रकारिता अनेक वेळा कामाला आली. खरं तर दोन्हींमध्ये मी पारंगत किती, हा वादाचा विषय असेल. पण इतके मात्र नक्की की, मला माणसे वाचायला मिळाली. समोरच्याच्या मनातील द्वंद्व ओळखल्याशिवाय परिणामकारक उलटतपासणी आणि युक्तिवाद कसा रंगणार? निदान कुठे थांबायचे, याचे तरी भान ठेवावेच लागते. समोरचा साहेब काय विचार करीत असेल, त्याचा ठोकताळा बांधावाच लागतो.

कायद्याच्या ज्ञानापेक्षा आणि भाषेवरील प्रभुत्वापेक्षा याच सामान्यज्ञानावर वकिली जास्त अवलंबून असते. सरकारी वकील असताना याच शिदोरीवर अनेक फितूर साक्षीदारांना वठणीवर आणता आले. काही साक्षीदार आपल्याला नको ते सांगत बसतात. काही तल्लख डोक्याचे साक्षीदार आपल्या प्रश्नावर स्पष्टीकरण देऊन आपल्यावर आफत आणतात. शिवाय उलटतपासात तुम्ही

प्रश्न अंगावर घेतलात की, संपलेच सारे.

पण प्रत्येक वेळी साहेबांची मर्जी सांभाळणे मला कधी भावले नाही. त्यामुळे अनेक सहकाऱ्यांच्या मते, मी साहेबांशी पंगा घेणारा वकील म्हणूनच गणला जातो. आमच्याकडील एक ज्येष्ठ वकील नेहमी म्हणायचे, 'साहेबांच्या पुढे आणि गाढवाच्या मागे कधीही जायचे नसते.' पण साहेबांच्या कलांनी घेताना आपला उलटतपास वा मुद्द्याला बगल देणे मला नाही जमले. त्यामुळे अनेक वेळा खडाजंगीही झाली.

एका खटल्यात मी डिस्चार्जच्या अर्जात युक्तिवाद करीत होतो. तो खटला असाच गाजलेला, अगदी पिक्चरच्या स्टोरीत चपखल बसेल असा.

स्वत:चाच खून झाला आहे, असा बहाणा करून एका आरोपीने पोबारा केलेला. त्यापूर्वी त्याच्यावर एका राजकारणी स्त्रीच्या हत्येचा आरोप होता. त्या स्त्रीने या आरोपीला तहसीलदार कार्यालयात मदत केलेली. शेवटची गाडी चुकली म्हणून आरोपीसोबत ती समाजसेविका खासगी गाडीतून गावाला निघाली. वाटेत आरोपीने साक्षीदारांच्या मदतीने तिचा गळा आवळून खून केला. तिचे दागिने घेऊन तो फरार झाला.

नंतर पोलिसांना कुजलेले प्रेत सापडले, पण आरोपींचा सुगावा लागत नव्हता. तहसील ऑफीसमध्ये चौकशी करता-करता पोलीस या महाभागापर्यंत पोहोचले. पोलिसांनी विश्वासात घेतल्यावर यांनीच आणखी एक कहाणी रचली. जीपमधल्या मित्रांनीच खून केल्याची बतावणी केली. एक-एक करीत सहाही जण गळाला लागले. त्यांचा जामीन-अर्ज फेटाळला गेला. आरोपी आता सरकारी साक्षीदार होता. त्याच्या जबाबावर विश्वास ठेवून तपास रंगविण्यात आला होता. केसमध्ये दोषारोपपत्र ठेवले गेले. आरोपीने दोषी नसल्याचा टाहो फोडला.

हा महत्त्वाचा साक्षीदार काही दिवसांनी अचानक गायब झाला. घरच्यांनी मिसिंग कंप्लेन्ट दिली. काही केल्या त्या प्रत्यक्षदर्शी साक्षीदाराचा तपास लागत नव्हता. एके दिवशी जंगलात जळालेले प्रेत सापडले. खिशात सुसाईड नोट. त्यात साक्षीदार मयताचे हस्ताक्षर. प्रेताजवळ अर्धवट जळलेली चप्पल. वस्तूवरून प्रेत ओळखले गेले. प्रेत मयताच्या नातेवाइकांच्या ताब्यात दिले गेले. मोठ्या शोकाकुल वातावरणात अंत्यसंस्कार झाले. साक्षीदार बनल्याची शिक्षा मयताला मिळाली होती. पेपरचे रकानेच्या रकाने भरले जात होते.

आता या सहा जणांविरुद्ध चांगलेच फास आवळले गेले. म्हणजे,

सामाजिक कार्यकर्तीला ठार मारून सोबतच्या साक्षीदारालाही जाळून टाकले होते. आरोप मोठा गंभीर होता. केस चालूच होती. तपास सीआयडीकडे होता. सीआयडीला काही तरी कुणकुण लागली. कुणी तरी खबर दिली की, साक्षीदार मेलेला नाही तर तो जिवंत आहे. मुंबईत नोकरी करतोय. सापळा रचला गेला. एका लग्नात आरोपीला म्हणजे तथाकथित मयत साक्षीदाराला झडप घालून पकडायचे ठरले. त्याआधी त्याचा ठावठिकाणा शोधला. पण तो नाव बदलून ज्या हॉटेलला नोकरी करत होता, तेथून सटकला होता. फोटोवरून हॉटेलमालकांनी त्याला ओळखले होते.

आता आरोपी मुंबई सोडून नवी मुंबईत आला होता. बहिणीला मात्र भाऊ जिवंत असल्याची माहिती होती; अर्थात घरातही ती समजली असणार. पण घरचे कोणी फुटत नव्हते. बायको विधवेसारखी राहत होती. पोलिसांची दिशाभूल करण्यात येत होती. पोलिसांनी शिकंजा कसला. ठरवले तर पोलीस काय करू शकतात, ते दिसून आले. आरोपी मामाच्या गावाला आसरा घेणार असल्याची बातमी आली. मामा पोलीस पाटील. त्याने मदत करायचे ठरवले. आणखी काही खबरे आणि नातेवाईक मदतीस तयार झाले. आरोपीचा अंदाज चुकला. दोन वर्षे पोलिसांना गुंगारा देणारा खरा आरोपी, मुख्य साक्षीदार, कैलासवासी संतोष रात्री अडीच वाजता मामाच्या माडीवर पोलिसांच्या हाती अलगद आला.

फटके खाल्ल्यावर गुन्हा कबूल झाला. चोरलेले दागिने मारवाड्यांना विकले होते. तेथपर्यंत पोलीस पोहोचले. खोट्या नावाने नोकरी करण्याच्या ठिकाणी पंचनामे झाले. तेथे पुरावे सापडले, नोंदी सापडल्या, ओळखपरेड झाली. सर्वांनीच आरोपीला ओळखले.

जेलमध्ये असलेल्या पूर्वीच्या आरोपींना सुटण्यासाठी पर्वणीच मिळाली. त्यांनीही आरोपीविरुद्ध धडाधडा जबाब नोंदविले. आरोपी मयत स्त्रीबरोबर शेवटी जेथे जेथे गेला तेथे तेथे पोलीस पोहोचले. फास लावण्याची दोरी जिथून घेतली, त्या दुकानदारानेही आरोपीला आणि दोरीला ओळखले. तपासात आरोपीने पर्स आणि मयताची कर्णफुले काढून दिली. मयताच्या वस्तू तिच्या नातेवाइकांनी ओळखल्या. आरोपीने मयताच्या वस्तू विकून गावकीचे फंडाचे पैसे चुकते केले होते, तोही पुरावा समोर आला. आरोपीला मदत करणारी बहीण, आई, भाऊ— सर्वांना ताब्यात घेतले. मग हस्ताक्षराचे नमुने जुळवले गेले. पुरवणी दोषारोपपत्र दाखल झाले.

तपास पुढे सरकत होता. मात्र जळला तो कोण, हा तिढा सुटत नव्हता.

शेवटी शेजारच्या पोलीस स्टेशनमधील याच घटनेपूर्वी एक आदिवासी हरवल्याची तक्रार तपासण्यात आली. पोलीस त्याच्या घरी पोहोचले. काळ-वेळ जुळली. खुन्याने स्वत:चा खून झाला आहे हे दाखविण्यासाठी एका निरापराध आदिवासीला ठार केले होते. त्याला स्वत:चे कपडे चढवून स्टोरी रंगविली होती. पोलीस तर पार गोंधळून गेले होते.

जज्ज मोठे निष्ठूर होते, नि:स्पृह होते. तेथे दया-माया काही नव्हतीच. ही केस घेणे म्हणजे फाशीची खात्रीच. डबल मर्डर— तोही प्लॅनिंग करून केलेला! अशा केसला कोण हात लावणार? दोन्ही खटले एकामागून एक चालले.

पूर्वीच्या साक्षीदारांनी पोलिसांचा तपास पाहून ही नवी केस दाखल झाल्यावर स्वत:ला सोडण्याची विनंती केली. खालील कोर्टाने साक्षी-पुरावा तपासल्याशिवाय सोडण्यास नकार दिला. पण पोलीस तपासाची दिशा पाहिल्यावर गाडीतल्या सहप्रवाशांची सुटका उच्च न्यायालयाने केली.

आता आरोप स्पष्ट होते. पहिल्या खटल्यात एका समाजसेविकेचा निर्दयी खून करून तिच्या अंगावरचे दागिने चोरून विकण्याचा व पोलिसांची दिशाभूल करून पुरावा नष्ट केल्याचा गंभीर आरोप ठेवण्यात आला होता.

दुसऱ्या केसमध्ये स्वत: केलेला खून लपविण्यासाठी आणखी एका निरापराध आदिवासीचा खून करून, प्रेत जाळून स्वत: मेल्याचा बहाणा करून परागंदा होण्याचा व घरच्यांच्या मदतीने पुरावा लपवण्याचा, स्वत:चे अस्तित्व लपवण्याचा आरोप ठेवण्यात आला होता.

दोन्ही खून खटले एकाच कोर्टात उभे राहिले. आरोपीच्या बाजूने एका वकिलाच्या आग्रहापोटी मी ही कठीण जबाबदारी स्वीकारली. अपार मेहनत करावी लागली. सुरुवातीला सांगितले तसे खटके अनेक वेळा उडाले, पण माझाही इलाज नव्हता. पक्षकारावर विश्वास ठेवून त्याने सांगितलेल्या कथेप्रमाणेच मी बचाव घेतला. इस पार या उस पारची लढाई होती.

पोलीसतपासातील चुका केवळ मदतीला येणार नव्हत्या, तर प्रत्येक प्रश्नाला उत्तरे द्यावी लागणार होती. पोलीस तपास खोटा आहे, इतके म्हणून भागणार नव्हते; तर खरी परिस्थिती काय असू शकेल, हे कोर्टासमोर आणावे लागणार होते.

पुरावे, कागद, पोलीस-तपास आरोपीला फासावर लटकवायला पुरेसा होता. तरीही आरोपीला मी विश्वासात घेतले. आरोपी भजने लिहायचा. तुरुंगातही

भक्तिमार्गात राहायचा. जेलरशी बोललो. त्याच्या बहिणीशी बोललो. ती जामिनावर सुटली होती. मुंबईत कुठे तरी ती कामवाली होती. तिचे निर्दोष असल्याचे रडगाणे सुरू व्हायचे आणि एकच पालुपद— 'साहेब, कसेही करा; पण आम्हाला यातून सोडवा. तुमचा एक पैसा आम्ही ठेवणार नाही.'

आरोपी तर वेगळीच स्टोरी सांगत होता. खून गाडीतल्या इतर सुटलेल्या माणसांनीच केला होता. तोही त्याच्या देखतच केला होता. का, ते माहीत नाही; पण काही साक्षीदार मयताचे राजकीय वैरी होते. सहप्रवासी गावगुंड होते.

ह्या आरोपीने पोलिसांकडे खुनाची पोलखोल केल्यावर यालाच पळविण्यात आले. दोन महिने मुंबईत डांबून ठेवले गेले. मारहाण झाली. याचे कपडे घालून चिठ्ठीचा पुरावा तयार करून गाडीतल्या माणसांच्या साथीदारांनी एका आदिवासीचे 'काम उरकले' व या आरोपीला दबावात ठेवले. याच्या डोक्यावर परिणाम झाला. तब्येत बिघडली. हा त्या गुंडांपासून पळत होता. याच्यावर सरकारी रुग्णालयात उपचार झाले. ऑपरेशनसुद्धा झाले. शेवटी हा जिवंत असल्याची माहिती घरच्यांना मिळाली. पण भीतीपोटी पोलिसांपासून घरच्या मंडळींनी ही माहिती लपवून ठेवली. प्रेमापोटी नाव बदलून बहिणीने भावाला नोकरीला लावले. याची चूक एकच होती— खऱ्या आरोपीने दिलेले दोन दागिने याने गरजेपोटी विकले होते व आलेले पैसे गावकीच्या फंडात भरले होते. नेमकी ही घटना पोलिसांना सांगितली नव्हती. अर्धसत्य बोलल्याची शिक्षा तो भोगत होता.

माझी अवस्था 'इकडे आड— तिकडे विहीर' अशी झाली होती. पण बचाव हिमतीने घेतला. मी चालविलेल्या सर्वांत वाईट खटल्यांपैकी हा एक होता. खटला प्रदीर्घ चालला. पुन्हा पोलिसांच्या अक्षम्य चुका आणि तपासातील संशय रेकॉर्डवर आला. कोर्टाचे कागद बारीक नजरेने तपासण्याची खोड कामाला आली. पोलिसांचे एक पत्र मिळाले. त्या पत्रात पोलीस-तपासात राजकीय दबाव असल्याचे स्पष्टपणे मान्य करण्यात आले होते. सोनार व आरोपींची लिंक पोलीस जोडू शकले नाहीत. ओळखपरेडचा उपचार तहसीलदारांनी उरकला होता. घटनेबद्दल आणि मयताच्या ओळखीबद्दल संशय निर्माण झाला. आरोपी व त्याचे नातेवाईक अगदीच फाटके होते.

एवढा मोठा राजकीय खून ते कशाला करतील, हा प्रश्नच निर्माण झाला. आरोपीने कर्जफेड करण्यासाठी पैशासाठी खून केला, हेसुद्धा सिद्ध करता आले नाही. जे आधीच सुटले होते, ते सहप्रवासीसुद्धा खुनात सामील असू

शकतात, अशी शंका निर्माण झाली. ज्यांचे चुकीचे जबाब पोलिसांनी रंगविले होते, ते कोर्टात उघडे पडले.

जेव्हा दोन शक्यता एखाद्या खटल्यात कोर्टासमोर येतात, तेव्हा जी शक्यता आरोपीच्या लाभात असते, ती विचारात घ्यावी, असे न्यायतत्त्व आहे. मी चालवलेल्या प्रत्येक सेशनचे ते ब्रह्मवाक्य आहे. पुराव्याची अखंड साखळी सरकारपक्ष सिद्ध करू शकला नाही. या खटल्यात कुणी फितुर झाले नाही; उलट पोलीस कसा शॉर्टकट मारतात, तेच पुराव्यात पुढे आले.

खरे तर मी सहप्रवासी खुनी आहेत किंवा हा राजकीय वैमनस्यापोटी खून झाला असावा, असा संशय व्यक्त केला होता. सरकार पक्षाने मात्र त्यावर स्पष्टीकरण दिलेच नाही. दोन्ही खटले सोडविताना मग खरा खुनी कोण, हाही प्रश्न अनुत्तरित राहिला. माझ्या आरोपीला पळवणारे कोण, हाही प्रश्न अनुत्तरितच राहिला. आरोपीचा वकील म्हणून माझे ते काम नव्हते; मी फक्त शक्यता समोर आणली होती. पोलिसांना किंवा सरकार पक्षासही उत्तरे शोधायची गरज वाटली नाही.

दागिन्यांसाठी खून झालेली ती महिला आणि तो आदिवासी युवक कारण नसताना स्वर्गवासी झाले होते. त्या स्त्रीच्या मरणाने गावात काही राजकीय विरोधकांचा खूप फायदा झाला. तिच्या नवऱ्यानेच हे कबूल केले. पण त्या आदिवासी युवकाच्या घरच्यांचे काय? तो या संशयकल्लोळ नाटकाचा हकनाक बळी ठरला.

आमच्या आरोपीने कर्ज कुठून फेडले, गुमनाम झाल्यावर दुसऱ्या नावाने नोकरी का केली— हे न सुटलेले कोडे होते. पण पोलिसांच्या कोलांटउड्या आणि तपासातली तफावत याचा फायदा आमच्या या नशीबवान आरोपीला मिळाला. आरोपी अक्षरशः फासावरून परत आला. पुन्हा तो कधी मला दिसला नाही. एक पैसा बुडवणार नाही, असे वेळोवेळी सांगणारी त्याची बहीण परागंदा झाली.

या आरोपींना केवळ एका वकिलाच्या सांगण्यावरून सोडवून मी चूक केली का, हा प्रश्न अनेक दिवस मला फार सतावत होता. अस्वस्थ करीत होता...

✦ ✦

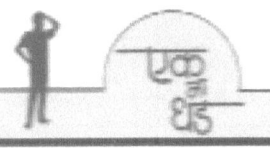

एक फूल दो माली

माझ्या मोबाईलवर 'व्हॉट्स अप' नावाची सुविधा सुरु झाली होती. फुकटात मेसेज पाठविता येण्याची सोय त्यामध्ये होती. मी त्याचा वापर एका बिलंदर पक्षकाराला फीची आठवण करून देण्यासाठी केला. अशा प्रयत्नांना कधी यश येत नसते, हे मलाही माहीत होते. आणि अशी आठवण फारशी मनावर घ्यायची नसते, हे पक्षकारांनाही माहीत असते.

माझा पक्षकार हा आत होता. एका मोठ्या खुनात तो सहभागी होता. त्याचा भाऊ माझ्याकडे आला होता. मुंबईत माझे नाव होतेय, त्याचा तो पुरावा होता. शिवडी कोर्टात आणि सेशन कोर्टात मी काही सेशन सोडविल्या होत्या. आर्थर रोड जेल आणि ठाणा जेलमध्ये त्याचा भाऊ आळीपाळीने पाहुणचार घेत होता.

एका मुलीच्या सांगण्यावरून खून करण्यात आला होता. मुलगी इंग्रजी

माध्यमाची शिक्षिका. तिचे अनेक मित्र; पण दोघे जण जरा जास्तच जवळचे. त्यांपैकी एक एका मोठ्या कपडे व्यापाऱ्याचा मुलगा आणि दुसरा असाच उद्योगी. दोघांनाही ती खेळवत होती, असे एका आरोपीच्या लक्षात आले. पण तोपर्यंत आरोपीने बरेच पैसे उधळलेले. थोडक्यात, 'एक फूल– दो माली'चा मामला होता तो.

आरोपीचा दोस्ताना मोठा. हरियाना बटालियनमधला सैनिक माझा आरोपी, मुंबई पाहायला आलेला. त्याची हॉटेलात राहण्याची व्यवस्था सहआरोपीनेच केलेली. आणखी एक पाहुणा त्यांच्याबरोबर होता. हॉटेलमध्ये पार्टी रंगली. मुलीचा विषय निघाला. स्पर्धक व्यापाऱ्याचा काटा काढायचे ठरले.

कपडे व्यापारीच असल्याचा बहाणा करून त्याला मोबाईल करून दुकानाबाहेर बोलावले गेले. कारमधून खाडीकिनारी आणले गेले. नरडी दाबून झटक्यात जीव घेण्यात आला. प्रेत गाडीत घालून विसर्जनासाठी नेले. कहर म्हणजे, आरोपींनी लाल दिवा लावून गाडी चालवली. दोघांच्या मधे डेड-बॉडीला बसवले. पोलिसांचे सॅल्यूट घेत गाडी ऐरोलीकडे गेली. प्रेताची विल्हेवाट लावली.

पळण्याच्या तयारीत असताना अपघात झाला. पोलीस डायरीत नोंद झाली. इकडे मुलगा बराच वेळ झाला तरी घरी परतला नाही, म्हणून शोधाशोध सुरू झाली. मनुष्य हरवल्याची रीतसर तक्रार झाली, सगळीकडे जाहिरात झाली. दोन-चार दिवसांनी खाडीकिनारी एक कुजलेले प्रेत सापडले. मयताच्या वडिलांनी प्रेत ओळखले. त्यांना काही चीजवस्तू दाखविण्यात आल्या.

केस जोरदार चालली. मयताच्या शरीराची पूर्ण कुजलेली अवस्था, कुजलेला व ओळखण्यापलीकडे गेलेला चेहरा यावरून प्रेत मयत मुलाचे होते, हेच नाकारण्यात आले. त्यानंतर मिसिंग कम्पलेंटमधील व मयताच्या शरीरावर सापडलेल्या वस्तू यांत तफावत निघाली.

ओळखपरेडचा फोलपणा कोर्टासमोर आला. ओळखपरेड जेलमध्ये जाऊन विशेष कार्यकारी दंडाधिकारी यांनी नावापुरतीच घेतली. ओळखपरेड सिद्ध झाली नाही. हॉटेलचे वेटर, मालक, मॅनेजर, दुकानदार यांच्या साक्षीतून परिस्थितीजन्य पुरावा सिद्ध झाला नाही; तरी युक्तिवादाचे वेळी मुलीची साक्ष, ओळखपरेडचा सरकारी पुरावा व तपासकामावर कोर्ट अडून बसले. 'पोलीस कशाला खोटेपणा करतील', हा कळीचा मुद्दा होता. मग तपासातील एक-एक पिसे काढावी लागली. जेव्हा दोन शक्यता कोर्टासमोर येतात, तेव्हा त्यांचा

आरोपीला फायदा मिळावा, असे न्याय तत्त्व आहे. तसेच तपासातले निखळलेले दुवे समोर मांडण्यात आले. सर्वच वकिलांनी कौशल्य पणाला लावले. सर्व आरोपी बाइज्जत रिहा झाले.

आरोपींचा आभाराचा फोनही आला नाही. तो भारतीय सैन्यात पुन्हा मानाने दाखल झाला. सैन्यात नि:शस्त्र असताना शत्रूला मारायचे कौशल्य मित्रप्रेमापोटी दारूच्या नशेत त्यांनी या गुन्ह्यात वापरले; पण सरकारपक्ष ते कोर्टासमोर सिद्ध करू शकत नाही. जिच्यासाठी हा खून झाला, ती सभ्य स्त्री पतिव्रता म्हणून तिसऱ्याचा संसार सांभाळायला मोकळी झाली होती.

मोबाईल रेकॉर्डने इमाने इतबारे काम केले होते. पण बेनामी मोबाईल आरोपींना घटनास्थळी पोहोचवू शकले नाहीत. तपासातील चुका पुन्हा एकदा आरोपींना जेलमधून बाहेर पडण्यास कारणीभूत झाल्या. या सर्वांत खरा मयत कुठे गेला, हा प्रश्न अनुत्तरितच राहिला, कारण मुलाच्या सवयी माहीत असल्याने घरच्यांनी सर्व ज्ञात ठिकाणे पालथी घातली होती. पोलिसांनी कापडात गुंडाळलेले प्रेत वडिलांच्या ताब्यात दिले. ते कुणाचे होते, ते त्या दुदैवी बापालाही माहीत नाही.

पोलिसांचा खरा मित्र मोबाईल रेकॉर्ड कामाला आला. मयताला आलेले व गेलेले मोबाईल रेकॉर्ड पडताळण्यात आले. त्यातूनच मुलीचा तपास लागला. तिला विश्वासात घेतल्यावर मित्राचा शोध लागला. मित्राला लटकवल्यावर हॉटेलची माहिती पुढे आली व भरपूर पुरावा गोळा झाल्याने चार्टशीट दाखल झाले.

फिर्यादीने खास प्रयत्न करून विशेष शासकीय अभियोक्त्याला मंत्रालयातून नेमून आणले, त्यामुळे केसला उशीर झालाच. प्रत्येकाची सोय बघता-बघता अकरा जज्ज बदलले. आरोपींना शेवटपर्यंत जामीन झालाच नाही. रूढी-परंपरेप्रमाणे मा. उच्च न्यायालयाने जामीन नाकारताना केस तातडीने चालविण्याचे निर्देश दिले. ते शोभेकरिता कागदावरच राहिले.

आरोपीच्याही वेगळ्याच तऱ्हा असतात. प्रत्येकाने सोईप्रमाणे अनेक वकील बदलले म्हणजे वेळोवेळी नवी विटी, नवा दांडू घेऊन मी या खटल्यात खेळत होतो. अक्षरश: तीन-तीन महिन्यांनी खटला या कोर्टातून त्या कोर्टात टोलविला जात होता. सुरुवातीला नम्र असणारे आरोपी आतल्या वातावरणात चांगलेच तयार होतात. त्यांना आतमध्ये भेंडीच्या झाडाखालचे बॅरिस्टर भेटत असतात. मग ते लॉ पॉइंट आणि केस-लॉही जेलमधून काढून वकिलांना देत

असतात. वकीलही अशिलाचे कौतुक करून चिठ्ठी खिशात टाकतात. त्यातले फारसे काही वापरण्यासारखे नसते, पण आरोपी आशेवर जगत असतात.

या खटल्यात डॉक्टरांची मनसोक्त उलटतपासणी झाली. प्रेत पाण्यात पडले की जिवंत माणूस पाण्यात बुडाला, हा वाद निर्माण झाला. कापडात गुंडाळलेला कुजलेला देह आपल्या मुलाचा समजून त्याचे अंत्यविधीही केले गेले. समजा— खरंच ते प्रेत मुलाचे नसेल तर? बापाच्या भावनांशी पोलीस निर्दयपणे खेळले, की मुलाच्या प्रेताबाबत वकिलांनी उलटतपासात घोळ घातला?

ज्यांचा कमवता मुलगा जातो, त्यालाच या प्रश्नांचे चटके समजतील.

एक मात्र खरे की, पोलिसांच्या चुकांमुळेच अनेक वेळा आरोपी सुटतात आणि मयताच्या नातेवाईकांवर अन्याय होतो— हे या निमित्ताने पुन्हा एकदा अधोरेखित झाले.

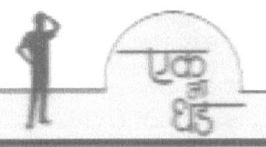

आम्हां काय त्याचे

अनेक जण जीवनात पाट्या टाकत असतात. आला दिवस ढकलत असतात. समोर आहे तेवढंच करायचं; उगाच स्वत:चं डोकं कशाला खाजवा, असे म्हणून ते वावरत असतात. काही जण उगाच धोका कशाला घ्या, म्हणून आपली जबाबदारी झटकून टाकतात. डोळ्यांसमोर खून होतो, हाणामारी होते; पण पोलिसांनी चौकशी केली की, 'छे बुवा, मी त्या वेळी नव्हतोच' इथूनच सुरुवात होते. मग पाट्या टाकायच्या इराद्याने म्हणा, नाही तर नाइलाजाने म्हणा— अनेक वेळा पोलिसांना नातेवाइकांच्याच जबानीवर अवलंबून राहावे लागते. नाही तर कुणाच्या तरी तोंडी काही तरी घालून केस रंगवावी लागते. शेवटी त्यांनाही केस डायरीचे रकाने भरायचे असतात. पुन्हा वरचा 'साहेब' केसच्या तपासाबाबत जागरूक असतोच.

महत्त्वाच्या केसमध्ये असे अनिच्छेने ओढून-ताणून मिळविलेले साक्षीदार

पुढे कोर्टात टिकत नाहीत. काही जण तर सरळ-सरळ पोलिसांवरच आरोप करत असतात. काम वाचविण्यासाठी पोलीस जेव्हा कोऱ्या कागदांवर पंचांच्या सह्या घेतात असे कोर्टात पंच धडधडीत सांगतो, तरीही त्याची फारशी गंभीर दखल कोणी घेताना दिसत नाही. साक्षीदार खोटं बोलायचं धारिष्ट्य करू शकतो आणि पोलीसही 'काही होत नाही, कर सही' म्हणत खोटे पंचनामे करायला मोकळे होतात. बरं, प्रत्यक्ष जागेवर जाऊन पंचनामे करायचे म्हटले, तर वेळेवर कर्तव्यबुद्धी जागी ठेवून त्रयस्थ वा स्वतंत्र पंच पुढे येतात, असेही नाही. कोर्टातल्या चकरा, पोलिसी खाक्या, येणारा दबाव, वेळेचा अपव्यय— हे सर्व अनुभव लक्षात घेता, नको ते झंझट म्हणून सहीच्या वेळेला 'सुज्ञ' नागरिक काढता पाय घेतो. पुन्हा न्यायदानाच्या नावाने बोटं मोडायला हाच जागरूक नागरिक पुढे सरसावतो.

पण केव्हा तरी एखादा माणूस जेव्हा पोलिसांना प्रामाणिकपणे मदत करतो; तेव्हा त्याला मात्र पळता भुई थोडी होते. असे प्रत्येक वेळेला होतेच, असे नाही. नव्या मुंबईत औद्योगिकीकरण वाढले; त्याचबरोबर खंडण्या, वाटमारेगिरी, भुरट्या चोऱ्यांचेही प्रकार वाढले.

एका केसमध्ये एका छोट्या कंपनीतील वॉचमन— ज्याच्यावर कंपनीच्या देखरेखीपासून कंपनीच्या कामगारांचे पगार आणण्यापर्यंतची सर्व जबाबदारी असायची— हा माणूस कंपनीची सेवा इमाने इतबारे करीत होता. व्यवस्थापन नेहमीप्रमाणे जास्तीत जास्त नफा मिळविण्याच्या उद्देशाने या हरकाम्या सद्गृहस्थाला साधी मोटारसायकलही देण्यास तयार नव्हते. हा बिचारा सायकलवरूनच पायपीट करीत सर्व कामे मुकाट्याने पुरी करत होता.

असाच एके दिवशी कंपनीतील कामगारांच्या पगाराचे साठ हजार रुपये जवळच्याच बँकेतून काढून तो कंपनीत येत असताना काही टोळभैरवांनी त्याच्यावर नजर ठेवून त्याला भर रस्त्यात लुबाडले. रस्त्यातही फारशी वर्दळ नसल्याने रिक्षातून पाठलाग करून आरोपींनी या वॉचमनची सायकल अडविली. त्याला गुप्ती दाखवून व त्याच्याशी झटापट करून सायकलवरून पाडून त्याच्या खिशातील पैसे काढून आल्या रिक्षातून पोबारा केला.

तो सायकलवालाही आरोपींचा पाठलाग करण्याचा प्रयत्न करीत होता. पुढे पोलीस स्टेशनला त्याने या गुन्ह्याची माहिती दिली. कधी नव्हे ते पोलीसही आरोपींच्या शोधात वेळ न दडविता निघाले. इकडे आरोपींनी रिक्षाचालकाला दमदाटी करून रिक्षा शहरात नेत असताना भर वस्तीत रिक्षावाल्याने रिक्षा ठोकली व आरोपींना पकडण्याचा प्रयत्न केला. आरोपी पळत जाऊन जवळच्याच

एका कंपनीच्या भिंतीवरून उडी टाकून पळत होते, तोपर्यंत पोलिसांनी आरोपींचा पाठलाग करण्यास सुरुवात केली.

पुढे कंपनीचे वॉचमन, पोलीस, काही माणसे यांच्या मदतीने कंपनीच्या आवारात शोधाशोध केल्यावर अडगळीच्या जागी चोरटे लपून बसल्याचे दिसून आले. ज्या कंपनीत ते लपले होते, त्या कंपनीच्या सिक्युरिटी गार्डने पोलिसांच्या मदतीने जागेवरच त्यांना पकडले. काही रक्कम आरोपींच्या खिशात सापडली. पंचनामे झाले. काही रक्कम आरोपींनी कंपनीच्या आवारातच गवतात लपविल्याचे आढळले. रीतसर गुन्हा दाखल झाला व केस सेशन कोर्टात आली.

दरम्यानच्या काळात ज्याला लुटले, तो वॉचमन ज्या कंपनीत होता त्या व्यवस्थापनाने मात्र या वॉचमनच्या मागेच ससेमिरा लावला. त्याला नोकरी सोडण्यासारखी परिस्थिती निर्माण केली. केस चालतानाही या कंपनीने फिर्यादीला, म्हणजेच त्यांच्या वॉचमनला वाऱ्यावर सोडले. बिचारा फिर्यादी डोळ्यांत पाणी आणून त्याने चोरट्यांना केलेला प्रतिकार, चोरट्यांकडून येणारा दबाव हे सर्व सांगत होता.

आर्थिक बिकट परिस्थितीत सापडलेल्या त्या प्रामाणिक वॉचमनने साक्षीदाराच्या पिंजऱ्यात उभे राहून झालेले सर्व प्रसंग कथन केले. त्याने आरोपींना व नोटांनाही ओळखले. हत्यारेही ओळखली. पुढे ज्या बँकेतून नोटा काढल्या होत्या, त्या बँकेतील एक अधिकारी येऊन फिर्यादीने बँकेतून याच नोटा समक्ष काढल्या होत्या, असे स्पष्ट केले. ज्या कंपनीत आरोपीला पकडले, त्या कंपनीचे अधिकारी अर्धे का होईना, परंतु सत्य बोलून गेले. पोलिसांनी घाईघाईत केलेला तपास तांत्रिक चुका ठेवून केला असला तरी आरोपी रंगेहाथ मुद्देमालासहीत मिळाले व साक्षीदारांनीही त्यांना ओळखले, ही गोष्ट आरोपींना शिक्षा करण्यासाठी महत्त्वाची ठरली. रिक्षावाल्याने साक्ष फिरविली, तरी घटनेबाबत त्याने सत्य परिस्थिती सांगितली. या सर्वांचा विचार करून शेवटी कोर्टाने न्याय देताना आरोपींना गजाआड पाठविले.

निकाल लागल्यावर फिर्यादी सुस्कारा सोडत एका सत्वपरीक्षेतून बाहेर पडल्याच्या आनंदात डोळ्यांत पाणी आणून रडत होता. इमाने इतबारे केलेल्या नोकरीचा झालेला बट्ट्याबोळ, त्याचा उघडा पडलेला संसार, छोट्या कंपनीत प्रामाणिकपणे काम करून मिळालेले फळ, कंपनीने त्याच्या पोटावर मारलेली लाथ... हे सर्व त्याला निकाल लागल्यानंतर आठवत होते. असहायपणे तो एकटाच या केसमध्ये लढत होता. ज्या कंपनीचे पैसे गेले, त्यांनी केसकडे पूर्णत:

दुर्लक्ष केले होते. ज्या कंपनीमध्ये आरोपींना पकडले गेले, तेही 'झाली तेवढी डोकेदुखी बस्स झाली' या विचाराने मूग गिळून गप्प बसले होते. एका प्रामाणिक नोकराने केलेल्या चांगल्या कामाचे बक्षीस म्हणून त्याला उपासमार सहन करावी लागत होती. केस झाली आणि नंतर दोन-तीन महिन्यांनी कंपनीवाले चोरीला गेलेली रक्कम मिळण्यासाठी कोर्टात नित्यनेमाने चकरा मारू लागले.

अशा परिस्थितीत मात्र संयम सुटण्याची वेळ येते. ज्या कंपनीने फिर्यादीला किंवा आपल्या नोकराला अभय देऊन त्याच्या मागे उभे राहायला हवे होते, ती फक्त व्यवहार पाहत होती; माणुसकी पाहायला ती तयार नव्हती. फिर्यादीने साक्ष फिरविली असती; तर कंपनीचे पैसेही बुडाले असते, आरोपीही सुटले असते. कदाचित फिर्यादीची आर्थिक विवंचनाही काही प्रमाणात मिटली असती; परंतु त्याने सत्याची बाजू उचलून धरली. आरोपींना शिक्षेस पाठवून त्याने आपले कर्तव्य पार पाडले. व्यवहारी कंपनी मात्र अगदी निर्ढावलेल्या व्यवहारीपणाने साठ हजारांचा हिशेब करीत मागाहून कोर्टात येत होती.

तो फिर्यादी हताश होता. त्याला न्यायासाठी पुढचे दरवाजे ठोठावणे केवळ अशक्य होते. त्यालाही आठवणी उगाळत बसायला जमले नसते. सर्वच परिस्थितीला तो विटलेला, गांजलेला असा या समाजाचा एक प्रतिनिधी होता. आपल्या प्रामाणिकपणाबद्दल सजा भोगीत होता. कंपनीवाले मात्र केवळ पैशावर डोळा ठेवून होते आणि त्यांच्या हातात पैसे देण्याशिवाय पर्याय नव्हता. त्या पैशाची विल्हेवाट त्यांनी कशी करावी, फिर्यादीवर केलेला अन्याय कसा दूर करावा, फिर्यादीला नेमका कसा न्याय मिळवून द्यावा, कंपनीने केलेल्या या निर्दयी कृत्याबद्दल त्यांना काय शिक्षा करावी— हा कोर्टासमोरचा विषय नव्हता. त्यामुळे मनात असूनही कोर्ट त्याबद्दल भाष्य करू शकत नव्हते. त्याकरिता पुढचे दावे, कज्जे करण्याची क्षमता फिर्यादीत नव्हती. गुन्हेगारांना योग्य शासन झाले, एवढेच कायदा म्हणत होता; पण न्यायाची प्रक्रिया पूर्ण झाली, असे मात्र त्या वेळी ठरत नव्हते.

आपण असे वेगवेगळे प्रकार रोजच अनुभवत असतो, म्हणून तर समोर अपघात झाला तरी आपण बाजूने अलगद निघून जातो. गर्दी करून मारामारी पाहतो, पण सोडवायला पुढे जात नाही. खुनाचे किंवा गंभीर गुन्ह्याचे माहीत असलेले धागेदोरे निनावी पत्रानेही कुणाला कळवायचे कष्ट घेत नाही.

✦✦

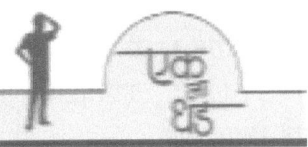

मातृऋण

त्या घरात आज अंधार होता. साहजिकच आहे. घरातील दोन तरणीताठी मुले शिक्षेला गेली होती. खून केल्याचा आरोप त्यांच्यावर होता.

गोविंदाचा दिवस होता. सर्व मुंबई उत्साहाने नाचत होती. त्या दोघांना आज बऱ्याच सुपाऱ्या होत्या. दोघेही बेन्जो वाजवायचे. तो काही त्यांचा फुलटाईम बिझनेस नव्हता, पण गल्लीतल्या पोरांनीच बेन्जो पार्टी निर्माण केलेली. कामावरून आल्यावरचा विरंगुळा आणि उत्पन्नाचे साधन.

वडील भाजीवाले. भायखळ्याहून पहाटेस भाजी आणायची आणि चाळीच्या तोंडावर रस्त्यावरच जागा अडवून ती विकायची. अशा दुकानासाठीसुद्धा डिपॉझिट लागते, शिवाय हप्ता आहेच. महानगरपालिकावाले, पोलीस आणि चाळीचा भाई— सर्वांनाच सांभाळायला लागायचे.

घाटावरून आल्याला बरीच वर्षे झालेली. काम शोधता-शोधता चाळीचा

आसरा घ्यावा लागला. भाड्याची खोली पागडीवर मिळाली. मुंबईच्या जीवनात सदाशिवराव इतका मिसळला की, गावाला परतायचे भानच राहिले नाही. दोन्ही पोरे इथेच झाली, वाढली. शिक्षण बेताचेच. एक सातवीतून निघाला, बारका पाचवी पुढे गेलाच नाही.

आई घरीच, घरोघरी जाऊन मसाले-पापड करणारी. साधारण मुंबईच्या बैठ्या चाळीत दिसणारे हे चित्र; त्यात वेगळे असे काहीच नाही.

पण काही तरी अघटित घडत होते. चाळीत शिवाप्पाने आपले ठाण मांडण्यास सुरुवात केली होती. 'एस. आर. ए.' योजनेखाली चाळ जाणार होती. भाडेकरार बदलून नवे कब्जे होत होते. बिल्डरच्या फेऱ्या वाढल्या होत्या. त्यांनी असे 'शिवाप्पा' जागोजागी तयार केले होते.

गोविंदाला बेन्जो वाजवून संध्याकाळी चारच्या सुमारास दोन्ही मुले परत घरी आली. पुन्हा रात्री दुसरी सुपारी होतीच.

घरात आल्या-आल्या आई धावत रडत आली. तिने रुद्रावतार घेतला होता. ती शिवाप्पाच्या नावाने लाखोली वाहत होती. शिवाप्पाने सार्वजनिक संडासाजवळ तिचा हात पकडून तिला खेचले होते. वाईट बोलला होता. गेले महिना-पंधरा दिवस शिवाप्पाचे डेअरिंग वाढले होते.

त्याला आवरायला कुणी नव्हते. शिवाप्पा दारूच्या नशेत नको ते बरळत होता. शिव्या देत शिवाप्पा खोलीकडे येताना पाहून त्या माऊलीने दरवाजा कडी लावून आतून बंद केला. शिवाप्पा त्या बंद दरवाज्यावर लाथा मारत होता. आया-बहिणीवरून शिव्या देत होता. पहिल्या मुलाला आवरता आले नाही. त्याने कोपऱ्यातला दांडका उचलला तो सोक्षमोक्ष लावण्यासाठीच.

कडी उघडताच शिवाप्पा आणि त्याचा मित्र समोर उभा. बाचाबाची झाली. रागाच्या भरात दांडका डोक्यात घातला. बारका भाऊपण पुढे सरसावला. जवळच पडलेल्या पाईपने हाणामारी सुरू झाली.

भाईची पोरेही आली. भाईचे डोके फुटले होते. भाईच्या पोरांनाही थोडे लागले होते. भाईच्या पोरांनी रिक्षा बोलावली नि दवाखाना गाठला. आईने दोन पोरांना घेऊन पोलीस स्टेशन गाठायचे ठरवले. अर्ध्या वाटेत भीती वाटली म्हणून रिक्षा मागे फिरवली, तोपर्यंत चाळीत शिवाप्पाने जीव सोडल्याची बातमी आली तशी पळापळ झाली.

पोलीस आले. पंचनामा झाला. दांडुका व पाईप दोन्ही जागेवरच मिळाले. एक मुलगा चाळीतच सापडला, तर दुसरा स्वत:हून हजर झाला. पोलिसांनी

त्याला शिताफीने पकडल्याचे दाखविले. आधीच मिळालेला पाईप आरोपींनी पोलीस कस्टडीत असताना गुन्ह्याची कबुली देऊन काढून दिल्याचे दोषारोपपत्रात दाखवले गेले.

चार्जशीट दाखल झाले. जागेवर एक मेला व एक जखमी. पोलिसांनी त्यालाच फिर्यादी बनवले. आरोपी स्वत: जखमी, त्यात कलम सत्तावीसचा रिकव्हरी पंचनामा; त्यामुळे केस फिट. जामीनाचा प्रश्नच नव्हता.

त्या वेळी मी शिवडी सेशन कोर्टात दारूकांडाच्या केस जोरात चालवीत होतो. काही खटले निर्दोष सोडविले होते. आरोपींच्या बापाने मला गाठले. केस सुरू झाली. मी जवळजवळ दहा-बारा तारखांना हजर झालो. पुढे पक्षकारांना स्वस्त वकील मिळाला. त्यापेक्षा त्यांना शिकविणारा गुरू भेटला. हा गुरू अर्धा वकीलच, स्वत: जेलची हवा खाऊन आलेला. त्यामुळे जेलमधल्या आरोपींचा आधार. प्रत्येक वेळी उलटतपास संपला की, त्याला समजावून सांगायला लागायचे. अशा बॅरिस्टरचा अनेक वेळा त्रास असतो, तसा तो मलाही झाला.

पोलिसांनी मूर्खपणाने आरोपींच्या आईला साक्षीदारांच्या यादीत घातले. चक्क तिचा जबाब नोंदविला. पोलिसांना ट्रेनिंग देताना ते काय शिकतात, हा संशोधनाचा विषय होईल. आईच्या जबानीत ही सर्व घटना विस्ताराने आलेली. मी आई-वडिलांना विश्‍वासात घेतले. नंतर आरोपींनासुद्धा खाजगीत विचारले आणि स्वरक्षणाचा बचाव नक्की केला.

मुंबई सेशनला तेव्हा एक शांत स्वभावाचे साहेब होते. जामीन-अर्ज न चालविता केसच सुरू करायचे ठरवले. तरीही पाच-सहा तारखा हेलपाटे मारण्यातच गेल्या. साहेबांची बदली आणि सरकारी वकिलांची सोय यामुळे आरोपी पुरते थकून जातात. मी तोट्यात जाणार, माहीत असतानाही दोन साक्षीदार तपासलेच. त्यात मुख्य जखमी साक्षीदार— त्याच्या तोंडातून आईचा जबाब उतरवून घेतला.

काही ठिकाणी जज्जसाहेबांशीही 'शाब्दिक' चकमक झाली; पण त्यांना माझा बचाव 'अवाक्' करणारा होता म्हणजे 'आ बैल मुझे मार'चाच तो प्रकार होता. शेवटी-शेवटी त्यांना आईच्या जबाबाची माहिती करून दिली. पुढे साहेब खूपच चांगले वागायला लागले. स्पॉट पंच झाला, त्याच्याकडूनही बचावाचे सर्व मुद्दे काढून घेतले. सर्व चित्र रेकॉर्डवर आले होते.

बचाव स्पष्ट होता. आईच्या अंगावर हात टाकून पुन्हा उलटा हल्ला करणाऱ्या दारूड्या मवाली माणसास अडविताना वर्मी घाव लागला होता. हा

सदोष मनुष्यवध नव्हताच. निर्दोष सुटण्याची अपेक्षासुद्धा नव्हती, पण शिक्षा कमी होणार होती.

पुढे यथावकाश केस चालली. मृत्यू आपल्या हातून अनवधानाने झाल्याचा बचावच कारणी आला. जन्मठेप वाचली. माझ्या जागी मी योग्यच होतो. त्याची पावती नंतर वर्षभराने मिळाली.

त्याच जज्जसाहेबांपुढे दुसऱ्या प्रकरणात मी गेलो होतो. श्री. उज्ज्वल निकम त्यांच्या एका युक्तिवादासाठी उभे होते. मी कोर्टात गेल्यावर साहेबांनी आपुलकीने माझ्याकडे चौकशी केली. त्या उलटतपासाची आठवण काढली आणि उलटतपासाची, बचावाची भर कोर्टात तारीफ केली. मुंबई येथे सेशन चालवायला जायच्या माझ्या निर्णयाचे चीज झाले होते.

आरोपीचे मानसशास्त्र वेगळे असते, त्यांना मला बदलायचे नव्हते; पण तो बाहेरचा गुरू त्यांच्या आई-वडिलांना भरवीत होता. मलाही आणखी तोट्यात जाऊन केस चालविणे शक्य नव्हते.

केसचा निकाल कळल्यावर मी बाहेरून चौकशी केली. आजही मुलाचे आई-वडील माझी आठवण काढतात, हे ऐकून बरे वाटले.

शिक्षा चुकीची की बरोबर, हा मुद्दाच नाही. पण समाजात ज्या गोष्टी व्हायला नकोत, त्या घडतात. केस रंगवताना पोलीस निर्दयी होतात. कोर्टात चार्जशीट दाखल होते. अनेक वेळा त्यात विसंगती सापडते. त्याचा फायदा बचाव पक्षास होतो. पोलिसांनी घटनेचे मूळ कारण शोधून खरा-खरा तपास केला तर? खरे साक्षीदार दाखवून प्रामाणिकपणे तपास केला तर? खटले तातडीने चालवून नेमका पुरावा कोर्टासमोर आणला तर? पण असे सहसा होत नाही. त्यामुळे माऊलीला वाचवण्यासाठी मुलांना असेही मातृऋण फेडावे लागते.

ट्रिपल मर्डर न्यायव्यवस्थेचा

अत्यंत निर्घृण म्हणून ज्याची निंदा करता येईल, असे हे हत्याकांड. पोलिसांनी वारेमाप प्रसिद्धी मिळवली. टीव्हीवर पोलिसांच्या तपासाची वाहवा झाली. चॅनेलवाल्यांना चघळायला विषय मिळाला.

बघणाऱ्यांना आणि बातमी वाचणाऱ्यांना या निर्घृण हत्याकांडात सर्वच्या सर्व आरोपींना फासावर चढवावे, असे वाटले. फक्त समोर मेणबत्तीवाले नव्हते, म्हणून मोर्चे निघाले नाहीत. कोर्टात घोषणायुद्ध झाले नाही. सरकारनेही सुरुवातीला दाखवलेला उत्साह नंतर दाखविला नाही, म्हणून कुणी थोर वकील सरकारतर्फे आले नाहीत. त्यामुळे पुढे सुनावणीदरम्यान एक ओळही पेपरात कधी लिहून आली नाही.

केवळ आपली न्यायव्यवस्था, पोलिसांचा ढिसाळ कारभार आणि बिलंदर आरोपी यामुळे ही केस निर्दोष सुटली. मी त्यात वकील होतो. पण माझ्या

वकिलीच्या कौशल्याने ही केस सुटली, असे अजिबात मला वाटत नाही. त्या पापाचे श्रेय केवळ पोलिसांनाच. केसचा तपास कसा करू नये, याचे हे जळजळीत उदाहरण. पण केस सुटल्यानंतर कुणाही पोलिसावर कारवाई झाल्याचे माझ्या ऐकण्यात आले नाही. केस का व कशी सुटली, यावर चर्चा करणे 'टीआरपी' वाढवणारे नव्हते, म्हणून न्यूज चॅनेलनी त्याची चर्चा केली नाही.

बऱ्याच वेळा केसेस सुटतात त्या पोलिसांच्या नाकर्तेपणामुळे. तपास करताना पोलीस जाणीवपूर्वक किंवा अजाणतेपणे अशा काही चुका करून ठेवतात की, कोर्टात केसचे पुरते वाटोळे व्हावे. पोलिसांना आपल्या वर्दीचा विसर का पडतो? अशा चुका ते तपासात का करतात? या प्रश्नांची उत्तरे शोधायला कुणाही विद्वानाची गरज नसते. ये पब्लिक है ये सब जानती है। पण तरीही जनता मुके राहणे पसंत करते.

कोर्टाच्या नावाने बोटे मोडायची, तर कोर्ट अगतिक असते. अनेक वेळा पाट्या टाकायचेच काम कोर्टात होत असते. तपासातला फोलपणा आणि चुका कोर्टासमोर वकील आणीत असतात. आरोपीच्याविरुद्ध बोलायला आलेले साक्षीदार धडाधड शपथेवर खोटे बोलतात. भर कोर्टात फितूर होतात. आरोपीला जामीन मिळत नाही. पण तारखेला कोर्टाबाहेर त्यांच्या जिभेचे चोचले पुरवले जातात. जेलचे पोलीस अगदी सोईस्करपणे मानवतावादी होतात. साक्षीदार फितूर झाला तरी सरकारी वकील त्याची नावापुरतीच उलटतपासणी घेतात. ते पाहून पुढचे साक्षीदारसुद्धा आपले भले करून घेतात.

वर्षानुवर्षे केस रखडते. केव्हा तरी तपासी अंमलदार येतो. त्याला आता केसचा पुरता तपासही आठवत नसतो. लक्षात राहिलेल्या गोष्टी शपथेवर सांगण्यासारख्या नसतात. त्यांनी केलेल्या चुका त्यांचेच मन खात असतात. आरोपीचे वकील नेमका याच मानसशास्त्राचा अभ्यास करून उलटतपासणी घेतात आणि पोलीस-तपासातील चुकांचा पाढाच कोर्टासमोर वाचला जातो.

कोर्ट हतबल होते. इच्छा नसूनही केवळ पुराव्याअभावी आरोपींना निर्दोष सोडून द्यावे लागते. पण ते करताना पोलीस वृत्तीबद्दल, न्यायव्यवस्थेबद्दल सहसा कोर्ट लिहीत नाही. तपासी अंमलदाराला पंखाखाली घेतले जाते. पोलिसांच्या चुकांवर पांघरूण घातले जाते.

आरोपी निर्दोष सोडताना पुन्हा अशी वेळ येऊ नये, म्हणून कोर्ट पेन झिजवताना सहसा दिसत नाही. तसे ताशेरे मारले तरी शासन पोलिसांविरुद्ध कारवाई करीत नाही, यातच न्यायव्यवस्थेचे अपयश लपलेले आहे.

पोलीस कथेप्रमाणे त्याचे मयत मुलीबरोबर प्रेमसंबंध होते. तिच्या घरी आरोपीचे जाणे-येणे होते. मुलीच्या बापाची मुंबईची खोली विकून आलेली रक्कम त्याने धंद्यात गुंतवली होती. त्यातून फॅक्टरी टाकली होती. मुलीला पनवेलला भाड्याने फ्लॅट घेऊन दिलेला होता. त्या भाडेकराराचे कागदावर त्याची स्वाक्षरी होती. मुलीसोबत आई-वडील राहत होते.

पुढे या मुलाचे लग्न झाले. मुलीसोबतचे संबंध कमी झाले. मुलीने त्याला पुन्हा लग्न करायची गळ घातली. आता ती मुलगी त्याला अडचणीची ठरू लागली. त्याने मित्रांबरोबर कट रचला. मुलीच्या फ्लॅटचा भाडेकरार रद्द करून खाली करण्याचे ठरले. मोठ्या बॅगा खरेदी केल्या गेल्या. रात्री मंडळी घरात घुसली. जेवण केले. ताकातून घरच्यांना झोपेच्या गोळ्या दिल्या गेल्या. तोंडावर उशी दाबून जीव घेण्यात आला. ओरडू नये म्हणून त्या आधी ओठांवर फेव्हिक्विक टाकण्यात आले. मोठ्या सुऱ्यांनी तिघांची मुंडकी कापण्यात आली. धडावेगळे शिर करून पिशव्यांमध्ये डोकी भरून वेगवेगळ्या ठिकाणी वाहत्या पाण्यात विसर्जित करण्यात आली. शरीराचे तुकडे वेगवेगळ्या बॅगांमध्ये भरून आरोपीच्या गाडीने लांब वेगवेगळया ठिकाणी टाकण्यात आले.

शांत डोक्याने फ्लॅट धुतला गेला. सामान हलवले गेले. फ्लॅटचा ताबा परत देण्यात आला. डिपॉझिट परत घेण्यात आले. मयताच्या वस्तूंचे वाटप करण्यात आले. अगदी गॅस सिलिंडरही वाटून घेण्यात आले.

इकडे विहिरीमध्ये पडलेली बॅग कुणाच्या तरी नजरेत आली. त्यांनी पोलिसांना निनावी फोन केला. प्रेत दिसत असूनही पोलिसांनी तहसीलदारांना बोलावले नाही. नेहमीचे पंच आणून कोरडेपणाने उपचार पूर्ण केले. हद्द कुणाची, यावरून दोन पोलीस स्टेशनमध्ये वाद झाला.

शेवटी दोन्ही पोलीस स्टेशननी फिर्यादी रंगवल्या. दोन पंचनामे झाले. त्यात चुका झाल्याच. मुंडके नसलेले प्रेत पाहून पत्रकारांना जाग आली. गाजावाजा झाला. तपास सीआयडीकडे गेला. खरे तर चुका सुधारून पुढील तपास निर्दोषपणे करण्यापेक्षा स्थानिक गुन्हे अन्वेषण विभागाने आणखीनच घोळ घालून ठेवला. मोठ्या शिताफीने आणि वरिष्ठांच्या मार्गदर्शनाखाली आरोपीला पळवाटा कशा मिळतील, याचीच काळजी घेतली गेली.

दुसऱ्या दोन पोलीस स्टेशनमध्ये पुढील तपास सुरू होता. तेथे नदीत एक कुजलेले मांस असलेली बॅग मिळाली. पुन्हा त्याच चुका झाल्या. तहसीलदारांना न बोलवता बॅग बाहेर काढली गेली. कुजलेल्या मांसाच्या गोळ्याचा पंचनामा

उरकण्यात आला. पण लाल साडी आणि सोन्याच्या कर्णफुलांचा उल्लेख पंचनाम्यात टाळण्यात आला. पुढे शवविच्छेदनानंतर ती प्रॉपर्टी मिळाल्याचे दाखविण्यात आले.

पेपरबाजी गाजत असतानाच खबऱ्या मदतीला धावून आला. बॅगेचा विक्रेता सापडला. मग धागेदोरे सापडले. आरोपी अलगद हाती लागले. ओळखपरेड झाली. तहसीलदारांनी फक्त रकाने भरायचे काम केले. जाब-जबाब झाले. औषध दुकानदाराकडे लायसन्सपासून आनंदच होता. त्याला झोपेचे औषध डॉक्टरच्या चिठ्ठीशिवाय विकता येत नव्हते.

दुकानदार बॅगेचा रंग वेगळा सांगत होता. त्याचा विक्रीचा पुरावा सुसंगत नव्हता. आरोपींनी दाखविलेल्या जागेवर तिसरे प्रेत, मुंडके मिळालेच नाही. पोलिसांना माहीत असलेल्या जागेचाच पुन्हा शिताफीने चतुर तपास दाखविण्यासाठी डिस्कव्हरी पंचनामा करण्यात आला होता.

कोर्टात तारखांवर तारखा पडत गेल्या. आरोपीच्या विरुद्ध बोलायला येणारे साक्षीदार उघडपणे फुटत होते. नाही तर वकिलांच्या उलटतपासणीत उघडे पडत होते. नेहमीचे पंच सराईतपणे पोलिसांची वस्त्रे उतरवीत होते.

तीन-चार वेळा उच्च न्यायालयाने मुदतवाढ देऊनही सुनावणी वेळेत पूर्ण करता आली नाही. उच्च्य न्यायालयाचा सेशन कोर्टाला किती धाक राहिलाय, त्याचे हे ठळक उदाहरण. काही मुद्देमाल कोर्टासमोर आलाच नाही. कोर्टही अगदी कासवाच्या गतीने चालले होते. 'कशाला हा त्रास?' असा चेहरा करून भर सुनावणीतही न्यायासनावर कोर्ट डुलकी काढत होते. सर्व मिळून न्यायाची क्रूर चेष्टाच करत होते.

स्वत:ला फार शहाणे समजणारे तपासी अंमलदार कोर्टात अक्षरश: गळ्यात आले. मूळ फिर्यादीचे कागद, महत्त्वाचे मुद्देमाल याबद्दल शंका निर्माण झाली. बॅगेचे दुकानदार, प्रत्येक साक्षीदार खोटे ठरले. त्यांनी सरकार पक्षाविरुद्धचा पुरावा दिला. तहसीलदारांची तर पार भंबेरी उडाली. त्यांना झाली तेवढी फजिती पुरे झाली म्हणण्याची वेळ आली.

मयताचे नातेवाईक, भाडेकरार करणारे, घरमालक सर्वांनी पोलीस टिपणाकडे पाठ फिरवली. बहुसंख्य साक्षीदार होस्टाईल झाले. पण त्यांना त्यापासून पोलिसांनी किंवा सरकारी यंत्रणेने परावृत्त केले नाही. त्यांना फितूर होताना पाहून फक्त आरोपींच्या सग्या-सोयऱ्यांना दोष दिला जात होता आणि पोलीस व सरकारी पक्ष स्वत:च्या अपयशावर पांघरूण घालत होते.

शेवटी जज्जसाहेबांची बदलून जायची वेळ आली, तेव्हा कुठे एकदाचा

निकाल झाला. आरोपी सुटल्याची बातमी होणे अपेक्षित होते. पण ती देणार कोण? आरोपी निसटले ते निसटलेच. सरकार पक्षाने अपील केले नाही. केले तरी त्यांची मेहनत पाण्यात जाणार, अशी परिस्थिती पुराव्यात आली होती. तपासी अंमलदार मिठाची गुळणी घेऊन बसले होते. त्यांच्यावर कारवाई होण्याची त्यांना भीती राहिली नव्हती. झाकली मूठ उघडायला कुणीही तयार नव्हते.

आपण मात्र व्यवस्थेविरुद्ध टाहो फोडायचा, निष्क्रियपणे कोरडे आसू गाळायचे.

त्या कामचोर आणि कर्तव्यात कसूर केलेल्या पोलीस अधिकाऱ्यांना चाप लावला तर, त्यांच्याकडून साधे स्पष्टीकरण मागितले तर, पोलिसांच्या कॉन्फरन्समध्ये चर्चा झाली, तर, ही सुनावणी तातडीने संपवली असती तर, साक्षीदारांना फुटून जाण्याची संधी मिळाली नसती तर...

कदाचित निकाल वेगळा लागला असता...

पण तसे होणार नव्हते.

खरा त्रिवार खून पडला होता तो न्यायव्यवस्थेचा!

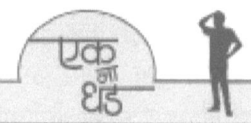

अभिलाषा

खरंच पैशाला इतकं महत्त्व असतं? त्यात नाती-गोतीसुद्धा लक्षात राहत नाहीत? इतिहास तर तेच सांगतो. पैशापुढे नाती विसरली जातात. पण किती? माझ्या पाहण्यात एक मित्र आहे. लहानपणापासून दुर्लक्षित बालक. वडील शिक्षक. तेही विक्षिप्तच. यथाशक्ती दोन पोरांना वाढविले. एक सरकारी नोकरीत चिकटला. अती व्यायामाच्या व्यसनापोटी अक्षरशः चुरगळला. त्यातच मधुमेह जडला आणि ऐन उमेदीत गेला.

वडिलांना आपल्या मुलाचे अग्निसंस्कार पाहण्याचा योग आला. सून शिक्षिका, मुलगी चुणचुणीत. वडिलांनी गावाला शिक्षक संस्थेत एक भूखंड मिळविला, त्यावर एकाने घर बांधले. घर बांधतानाही भांडणे झालीच. पुढे वडील शहरात गेले. तिथेच निवृत्त झाले. तिथेही एक भूखंड घेतला. छोट्या मुलाला घेऊन राहू लागले. आता तोही मोठा झाला. जनरितीप्रमाणे लग्न झाले.

भांडण पाचवीला पूजलेले. नेहमीच शेजाऱ्यांना तमाशा.

आता ती नात मोठी झाली. मधे कधी तरी आजोबाही गेले. आजोबांनी कमविलेल्या मिळकतीवरून डोकी फोडण्यापर्यंत मजल गेली. पोलीस स्टेशन, कोर्ट-कचेरीत नाती अडकली.

कोण चुकते, कोण बरोबर— हे पाहण्याची येथे गरज नाही. खरं तर दोघेही बरोबर, पण ते त्यांचे लेखी. इतरांना हा म्हणजे केवळ ताप. केवळ सहानुभूती म्हणून दोन शब्द सुनावून सखे-सोबती दूर पळायचे. वहिनी कोर्टात गेली. व्हायचे तेच झाले. तारखा, वकिली डावपेच, वारस, साक्षी-पुरावा यात नाते विसरलेय.

पुतणीचे लग्न ठरले. आजूबाजूला आग्रहाची आमंत्रणे गेली; पण दिराला आमंत्रण नाही, की पत्रिकेत त्याचे साधे नावही नाही. पापड मोडायला हे कारण खूपच मोठे. अर्थात आमंत्रण द्यावे, असे त्याचे नातेही उरले नव्हते. दोन जावांमधून विस्तवही जात नव्हता. मयतावर भांडण थांबले नाही, ते काय अक्षता पडताना थोडेच थांबणार होते?

हे सर्व आज डोळ्यांसमोरून सरतेय, कारण मी या घटनांचा थोड्या-थोडक्या नाही तर चांगला तीस वर्षांचा साक्षीदार आहे. वकील व्हायच्या आधीपासून या सर्वांना मी पाहतोय, अनुभवतोय. मी प्रयत्न करूनही मी कुणालाच सुधारू शकलो नाही.

नात्यांची वीण इतकी सैल कशी झाली? ही वीण इतकी सहज उसवता येते? आज प्रत्येकालाच हा अनुभव येतोय. कारणे अनेक असतील; पण पैसा, संपत्तीचा मोह, असूया आणि कुटुंबाबद्दलची कमी होत चाललेली आस्था, ही नक्कीच कारणीभूत ठरते. टी.व्ही. मालिका नेमका काय संदेश देतात? शिक्षण वाढले, पण संस्कृतीचा बळी गेला. उत्पन्न वाढले, पण स्वकीय हरवले.

खरं तर दोन्ही बाजूंनी सामंजस्य दाखवले गेले तर? त्या वडिलांची कमाई तरी किती आहे? वडिलांनी जाण्यापूर्वी विकता येईल तेवढी प्रॉपर्टी विकून त्यांच्या परीने व्यवस्था लावलेली. पण अंथरुणात खितपत पडत त्यांना असहाय मरण आले. ज्या मिळकती मागे राहिल्या; त्यावर दावे, कब्जे झाले. मिळकत मागे ठेवायची, तर ही अवस्था आणि नाही ठेवली, तरी म्हातारा अडचणीचा ठरतो. करती-सवरती मुले पाठ फिरवतात, नाही तर वृद्धाश्रमात पाठवतात.

आपण आपला विवेक हरवून बसलोय. हे सांगायचे कारण, आता

येणाऱ्या भांडणांपैकी बरीच भांडणे भाऊबंदकीची येतात. त्यांच्याशी बोलल्यावर लक्षात येते की, प्रमुख कारण प्रॉपर्टी हेच आहे. लोकांना तंटामुक्त ग्राम योजना दिली, तरी भांडणे मिटतच नाहीत. आपली माणसे डोळ्यांसमोर अकाली जातात, तरी या मोहातून विरक्ती येत नाही.

मी स्वप्न पाहतोय, या कुटुंबात पुन्हा सलोखा व्हावा, सर्व दावे तडजोडीत निघावेत. दिराने वहिनीकडे येऊन राहावे, पुतणीने काकाकडे राहायला जावे. जुने दिवस आठवावेत. त्या चिऊताईला पायाला लागल्यावर ती काकाकडे धावत जायची. काका प्रेमाने सायकलवरून डॉक्टरकडे न्यायचा. रागाने कधी तरी फटकादेखील मारायचा. दसऱ्याला दादा बायकोसोबत भावालाही कपडे आणायचा. एकत्र अभ्यंगस्नान व्हायचे. का नाही परत तशी दिवाळी एकत्र होणार?

गरज आहे ती फक्त दोन पावले माघारीची.

पण इगो दुखावलाय आणि प्रॉपर्टीची किंमत वाढलीय, त्याला कोण काय करणार?

आता दादाही नाही आणि बापही नाही; राहिली ती फक्त निर्जीव प्रॉपर्टी आणि गहाण ठेवलेली नाती.

नाते नावाला उरलेय.

अभिलाषा सुटत नाही.

घटस्फोट

वकिली व्यवसायात नवरा-बायकोचे तर शेकडो मामले येत असतात. प्रत्येकाचे सूत्र एकच— 'इगो' दुखावलेला असतो. घटना वेगवेगळ्या असतात, चेहरे वेगवेगळे असतात.

महिला सुरक्षा समित्या स्थापन होतात. पण सामंजस्याने विचार करून संसार जोडण्यापेक्षा प्रश्न वाढविण्याकडे त्यांचा जास्त कल असतो. बऱ्याच वेळा प्रश्न सोडविण्यापेक्षा दादागिरीच जास्त चालते. काही वेळा तर समाज सुधारण्याचा विडा उचललेल्या या रणरागिणींचाच संसार विस्कटलेला असतो. पोलीसही अभावानेच प्रापंचिक प्रश्न सोडविताना दिसतात. बऱ्याच वेळा तक्रारदार मुलगी आधीच शिकून आलेली असते. स्वत:च्या चुका मान्य करायला ती तयार नसते. स्वत:च्या आयुष्याची सांगड ती टी.व्ही. मालिकांशी घालू लागते.

किती तरी वेळा या अन्यायग्रस्त मुली माहेरच्या प्रेमात असतात. कुठे

थांबायचे, याचे भान नसते. साध्या-साध्या कारणावरुन 'इगो' दुखावला जातो. नोकरीवाली कमवती बायको पाहिजे असते; पण ती सातच्या आत घरातही पाहिजे असते. पतीची थेरं तिने दुर्लक्षित करावीत, अशी अपेक्षा असते.

काही ठिकाणी तर सिनेमाला लाजवेल, अशी छळवणूक सासरी होते. बरे हे झोपडपट्टीतच चालते, असे नाही. अशिक्षितच सुनेला छळतात असे नाही, तर टॉवरमध्ये आणि ब्राह्मण आळीतही हुंडाबळी होतात. त्यामुळे वैवाहिक प्रश्नांना प्रांत, जाती-धर्माच्या भिंती नसतात. मनाच्या भिंती कोसळायला असमंजसपणा कारणीभूत ठरतो.

एका प्रकरणात तर नवरा-बायको एकाच समाजाचे. ओळखीत लग्न झालेले. नवरा कॉल सेंटरमध्ये काम करणारा. राहण्याचे ठिकाण शिवडी. मुंबईतला चाळवजा परिसर. मुलगी सुशिक्षित, हुशार, संसाराला हातभार लावणारी; पण खेड्यातली. गरीब. सुरुवातीचा काळ सुखात गेला. कॉल सेंटरवाला मुलगा एक-एक गुण दाखवू लागला. रात्री उशिरा पार्टी करून झोकांड्या खातच स्वारी घरी यायची. पोटमाळ्यावर भांडणे रंगायची. सासू-सासऱ्याला मुलाचाच पुळका. संसार हाकायचा कसा, म्हणून सूनही नोकरीला लागली. त्यावरून रणकंदन माजले. अंगच्या गुणांमुळे नोकरीतील स्पर्धेत नवरा मागे पडला. त्याचे कौतुक म्हणून अमली पदार्थही घेऊ लागला.

तो आजारी आहे, असे आई-वडिलांना वाटू लागले. माहेरची जास्तच ओढ असलेली एक बहीण या संसारात विष कालविण्यासाठी दुपारच्या फावल्या वेळात न चुकता येऊ लागली. तिच्या अंगात म्हणे सासरचे आत्मे यायचे. मग तिला सगळे चाळे जास्त जवळचे वाटायचे. ती घुमू लागली की सासरची माणसे तिच्या म्हणण्याप्रमाणे डोलू लागायची. मुलगी बाळंत झाली, तो खर्च माहेराहून वसूल केला गेला.

मुलगी गरोदर असताना तिला सक्तीने नवऱ्यापासून वेगळे, सासऱ्याच्या शेजारी झोपायला लागायचे. नेहमी मारहाण व्हायची. घरात आधीच एका सुनेला विषप्रयोग झालेला; तरीही जीव मुठीत घेऊन ती जगत होती. मुलगी नऊ महिन्यांची असताना एका रात्री तर कहर झाला. नवऱ्याच्या मोबाईलमध्ये त्याचे कॉल सेंटरमधील मुलीबरोबर आक्षेपार्ह फोटो सापडले. जास्त विचारल्यावर सुनेलाच मारहाण झाली, घरातून हाकलून दिले गेले.

प्रश्न इथेच संपत नव्हते. ताईकडे मुंबईला तिची छोटी बहीण यायची. ती दिराच्या प्रेमात पडली. आणखी एक डोकेदुखी वाढली. बहीण ऐकण्याच्या मन:स्थितीत नव्हती. ताईच्या आयुष्याची परवड पाहूनही तिने गुपचुप कोर्ट मॅरेज

केले.

बापाच्या गळ्यात दोन दोन मुली आणि हे विकतचे दुखणे. बाप अपघातग्रस्त, असहाय मुलींना जन्म दिला, म्हणून स्वत:ला दोष देणारा. साधा शाळेतला शिपाई. त्याला ह्या प्रश्नांची उकलच होत नव्हती.

आज ती उभी राहतेय; नवऱ्याला आणि सासरच्या मंडळींना धडा शिकवायचे तिने ठरवलेय. पण बहिणीची काळजी आहे. तिचा संसार कसा होईल याची खात्री नाही. स्वत:च्या वाट्याला आलेला वनवास बहिणीला घडला तर ती विषच खाईल, याची भीती तिला पोखरतेय. तरीही बहीण घर सोडून हिच्याच सासरी गेलीय. आता बहीणच बहिणीविरुद्ध साक्ष देण्यास तयार झालीय.

कठोर व्हायचे, तर कायदा तिच्या बाजूने आहे. आयुष्य एकटे काढायचे, तर पोर गळ्यात आहे. पाऊल पुढे टाकायचे, तर बहिणीचा संसार समोर दिसतोय. अशा कात्रीत 'ती' सापडलेय.

दुसऱ्या एका कथेत तर टॉवरमध्ये राहणारे कुटुंब. नवरा एअर इंडियात. पैसा मुबलक. नवऱ्याला भक्तिमार्गाचा नाद लागला. परदेशवाऱ्या वाढल्या. बायकोला टाकून देव-देव करायचा. त्या पंथाबद्दल तिला तिटकारा. एकदा नवरा नोकरीवर गेला, तो आलाच नाही. जंग-जंग पछाडले, पण सापडला नाही. टीव्ही, पेपर, पोलीस स्टेशन— सारे काही झाले. तो मृत आहे, हे मानायला मन तयार नव्हते. कोर्टातून मृत आहे जाहीर करायला लागणारी सात वर्षे थांबायची तयारी तिची नव्हती.

बापाला मुलगी जड झालेली नव्हती, पण पुढच्या आयुष्याचा प्रश्न होताच. मुलगी लाखात एक देखणी. नव्या विचारांची. नवी घडी काय वय गेल्यावर बसवणार? नोकरीही मोठ्या बांधकाम कंपनीत लागलेली. घटस्फोट कसा मिळणार? शेवटी कायद्यातील फटींचा फायदा मिळवून द्यायचे ठरले. नवऱ्याविरुद्ध एकतर्फी हुकूमनामा झाला. घटस्फोटाचा कागद मिळाल्यावर ती आधुनिक स्त्री नाहीशी झाली.

कधी तरी तिच्या बॉसचाही खून झाल्याची बातमी झळकली. पहिला नवरा जिवंत आहे, की संन्यासी बनलाय; माहीत नाही. पण तिने नक्कीच मोठा बकरा शोधला असणार. अशा काही सुधारित भगिनींच्या लेखी आयुष्य एकदाच मिळाले आहे, ते उपभोगण्यासाठीच असते; फक्त त्यात व्यवहार तपासायचा असतो. अशी कॅलक्युलेटेड रिस्क घ्यायची असते. भूतकाळ विसरायचा असतो.

एका घटस्फोटाच्या प्रकरणात तर मला पक्षकाराचे हाल पाहवत नव्हते. मी नवीनच वकील होतो. कोकणातील मुलगी. लग्न जोशात झाले, पण तो जोश लवकरच निवळला. त्याच्यावर सावत्र आई व सावत्र भावांचीही जबाबदारी. तो ती आनंदाने पार पाडत होता. पण या राणीला ते रुचत नव्हते. पुन्हा ती सरकारी नोकरीत. तिथे लग्नाआधीपासूनचा मित्र तिला आधार देत होता. शेवटी तिने मित्राकडेच विषय काढला. मित्राने बिनबोभाटपणे खाली मान घालून सक्तीने घटस्फोट दिला. घटस्फोटाच्या आधीच ती नव्या सुखात रमलीसुद्धा होती. पुढे आमचा पक्षकारही पुनर्विवाहित झाला. आता त्याची मुलगी लग्नाची झालीय.

एका मारवाडी कुटुंबात असाच देण्या-घेण्यावरून वाद झाला. कुरबुर सुरू झाली. बैठका झाल्या, कागदोपत्री वेगळेपण आले. सहा महिन्यांनी कोर्टाने घटस्फोट बिनभोबाटपणे मंजूर केला. कोर्ट हळवे होते. बापाच्या मायेने बरेच समजावले, पण सर्व प्रयत्न फुकट गेले. कोर्टाला समजावयाची वेळ माझ्यावर आली!

दोघांच्याही पुनर्विवाहाची व्यवस्था झाल्याची ग्वाही मला द्यावी लागली. दिलेला शब्द खरा ठरला. नंतर कळले की, जज्जसाहेब स्वतःच्या मुलीच्या प्रकरणात होरपळले होते, म्हणून तर त्यांच्या जीवाची घालमेल होत होती. अशी मने जिवंत असलेली जज्जमंडळी तडजोडीचा प्रयत्न करतात; यांत्रिकपणाने अडचणी शोधत बसत नाहीत.

एका प्रकरणात तर बाईच्या गळ्यात अपंग, मतिमंद मुलगा. तिच्यावर तरीही नवऱ्याचे व्यभिचाराचे आरोप केले. आरोपही गंभीर, अगदी झिणझिण्या आणणारे. नवरा शपथेवर स्वतःच्या कुटुंबाची लक्तरे वेशीवर टांगत होता. त्याच्यासोबत त्यांनी पुरावा म्हणून गावपंचही तपासले. इतकेच काय, सरकारी अधिकारी असलेल्या आणखी एका भावाला तपासले.

जज्ज बाई सुन्न झाली होती. माझी पक्षकार दोषी ठरत होती. सख्ख्या दिरासोबत ती उघडपणे संबंध ठेवत असल्याचे आरोप नवरा करत होता. नवऱ्याचा धंदा आणि घरही भाऊ खाऊन बसला आहे, असा आरोप होता. पत्नीही त्याच्या घरात राहत होती.

नवऱ्याला हे सर्व शेजारच्या जुन्या घरात राहून उघड्या डोळयांनी पाहावे लागत होते. नवऱ्याला वाली कुणीच नव्हते. राजकारणी, पंच साऱ्यांनी तडजोडीचे प्रयत्न केले; पण व्यर्थ. पत्नी शिक्षिका. ती घटस्फोट देण्यात ठाम विरोधी. नवऱ्याला धडा शिकवायचाच, हे तिचे बोधवाक्य. तिची कहाणी वेगळीच. पहिलाच मुद्दा घणाघाती! दिराची बायको म्हणजे तिची ताई. बहिणीचा संसार ही कशाला

उद्ध्वस्त करेल? शिवाय दोन बहिणी एकदम खूश. त्यांच्यात कुरबुर नाही.

दीर मोठा व्यापारी. बंगला तीस खोल्यांचा. दिराच्या स्वकमाईचा. वहिनीला दिराने एका खोलीत आसरा दिलेला. मुलगा मतिमंद, तरी नवरा काहीच उपाय करीत नाही. माऊली मुलासाठी जगतेय. मुलासाठी मुंबईची सर्व मोठी हॉस्पिटले धावली. नवरा खुशालचेंडू. त्याचे कामात लक्ष नाही. शिवाय गावातल्या बाईकडेच जास्त ओढा. मुलाच्या भवितव्यासाठी ती जगतेय, तत्त्व म्हणून. ती पापी नाही, हे तिला माहीत आहे.

जगाने बदफैली ठरवले, तरी तिला पर्वा नाही; पण आलेले बालंट धुतलेच पाहिजे. स्वतः कमावते म्हणून नवऱ्याच्या मेहरबानीची गरज नाही. घटस्फोट तर देणार नाही. एक भाऊ आश्रय देणारा, तर दुसरा भाऊ साक्षीदार. नवरा-बायकोच्या भांडणात सारे कुटुंब भरडून निघालेय. शहराला चघळायला विषय मिळाला. नशीब, मुलाला देवाने मतिमंदच ठेवलेय. त्यामुळे त्याला तर घराण्याची अब्रू जाताना कळत नाही.

एका घटस्फोटाच्या प्रकरणात तर डॉक्टर कुटुंबातील मुलगा. पुण्याला नोकरीला होता. तोही सुशिक्षित, एकदम आदर्श. मुलगी ठरली तीसुद्धा पुण्याची. आधुनिक विचारांची. दोघेही इंटरनेटने जुळलेले. आचार-विचार आधुनिक. लग्नाला उपचार समजणारे, त्यापेक्षा करिअर जास्त महत्त्वाचे. इगो महत्त्वाचा, स्पर्धा महत्त्वाची. घरातही करिअर महत्त्वाचे. पुण्याचा हटवादीपणा आणि प्रॅक्टिकल ॲप्रोच नसानसात भिनलेला. कुणीच चुकत नव्हते. प्रत्येकाकडे हजार कारणे होती.

दोघांचेही वकील घरातले. त्यामुळे ज्याचे-त्याचे मुद्दे चोख. नोटिसा, अर्ज अगदी मोजून-मापून घेतलेले. कोर्ट-कचेरी म्हणजे पोरखेळ. प्रत्येकाला आपली मुलेच बरोबर, एवढेच माहीत. दुसऱ्याचा विचार करण्याची गरजच वाटत नाही. बरे, तुटेपर्यंत ताणायची भीती वाटत नव्हती. कारण पुन्हा इंटरनेटवर अशा भांडखोरांना शेकड्यांनी आमंत्रणे असतातच. त्या मायाजाळात किती फसायचे, हे स्वतःच ठरवून घ्यायचे असते. घटस्फोटानंतरही मेलवर संवाद सुरू असतो.

अगदी सहजपणे ते आता दुसऱ्या संसारात रमलेत. नोकरी आणि जीवनाचा साथीदार रमीच्या डावाप्रमाणेच ते मांडतात अन् मोडतातही आणि त्याचे जोरदार समर्थनही करतात.

लग्नात फक्त दोन मनेच जुळत नाहीत, तर दोन कुटुंबही एकत्र येतात;

ते त्यांच्या गावीही नसते.

एक रणरागिणी ऑफीसमध्ये आली होती. मनाचा निग्रह करुनच ती मुक्ती मागत होती. गळ्यात तीन-चार वर्षांचा पोरगा असूनही तिला दयायाचना नको होती. नवरा फिरतीच्या धंद्यात होता. त्याने पत्नीकडे कधीही लक्ष दिले नव्हते. सासरच्या मंडळींना तिचा फक्त पगार पाहिजे होता. ती सरकारी रुग्णालयात नर्स होती.

नवऱ्याला एड्‌सने ग्रासले होते, टीबीने पोखरले होते; तरी तिने त्याची सेवा केली. एवढे करूनही नवऱ्याचे गुण जात नव्हते. आता डोक्यावरून पाणी गेले होते. सासरच्या मंडळींकडे बघत तिला विधवा बनायचे नव्हते. पतिदेवाने परतीचे तिकीट नक्की केले होते. तिला मुलाची काळजी होती, स्वत:चीसुद्धा काळजी होती. निर्दयी वाटणारी ती आग्रहाने माझ्याकडे घटस्फोट मिळवून घ्यायला आली होती.

एका नोटिशीनेच काम झाले. नव्या कायद्याचा धाक असा की, नवराच स्वत:हून घटस्फोट द्यायला तयार झाला. निदान हे जग सोडताना त्याच्यावर बायको-पोराची जबाबदारी राहणार नाही. इथे धर्मपत्नी म्हणून असाध्य रोगातही पतीला माहेरी आणून सेवा करणारी सावित्री मोठी की, नवरा मरणारच तर विधवा म्हणून जगण्यापेक्षा नवी घडी बसवणारी नर्स मोठी हे कुणी ठरवायचे?

अशाच एका प्रकरणात एका सुशिक्षित मुलीने कमालच केली. कोळी समाजाच्या रितीरिवाजाप्रमाणे वाजत-गाजत लग्न झाले. लग्नाला गाव लोटला. दागिन्यांची देवाण-घेवाण झाली. जावईलाड झाले. जावयाच्या नावावर ठाण्यात फ्लॅट घेऊन दिला, मुलगी झाली. सासू-सासरे शिक्षक, म्हणजे कोळीवाड्यातील तसे सुशिक्षितच. बरे, मुलगी गावी आणि फ्लॅटवर जाऊन येऊन म्हटले, तर काहीच अडचण नाही, तरी मुलीची तक्रार चालूच. संसार करणार नाही म्हणायची. बापाने हात टेकले. शेवटी मुलगी आणि बाप माझ्याकडे आले.

मुलीशी स्वतंत्र बोलल्यावर वेगळीच बाजू लक्षात आली. मुलीला घटस्फोटाची गॅरेंटी होती. नवरा तयार होणार म्हणाली. मुलीची जबाबदारी आयुष्यभर स्वीकारायला मुलगी तयार. नवऱ्याकडून फ्लॅट नको, दागिने नको म्हणाली. मला घटस्फोटाचे कारणच दिसत नव्हते. पोरखेळ करायची माझी तयारी नव्हती.

मी नवऱ्याला भेटायला पाठवायला सांगितले. थोड्याच दिवसांत तो आला. साधा सरकारी नोकर. त्याच्याशी बोलल्यावर तो कुठेच चुकत नव्हता, असेच दिसले; तरी त्याला बायकोपासून सुटका हवी होती. खोलात गेल्यावर समजले, बायको 'सद्‌गुणी' होती. कॉलेजमध्येच तिने जोडीदार निवडला होता. नेव्हीत गेला.

लग्नाचे राहून गेले. आई-वडिलांनी कानाडोळा केला. लग्न लावून दिले.

तिनेही मनाविरुद्ध लग्न केले. खेळ मांडला आणि उद्ध्वस्तही केला. तिने आपले रूप दाखवायला सुरुवात केली. नवरा भोळा. त्याच्यावरच आरोप होऊ लागले. रोजच्या भांडणांना तोही उबला होता. बायकोमुळे आई-बाबांना पोलीस स्टेशनला बसावे लागले होते. त्यांनी व्यवहार पाहिला— फ्लॅट व दागिने त्याला पुरेसे होते. घटस्फोट मंजूर झाला. अडचण पुढेच होती. तो नेव्हीवाला लग्नाचा थांबला होता. त्यांच्या भेटी-गाठी चालूच होत्या. तोही माझेकडे आला. त्याच्या घरच्यांना ही अनुभवी सून पसंत होती.

पण तो एका केसमध्ये अडकला होता. आणखी एका मुलीने त्याच्याविरुद्ध बलात्काराची तक्रार दिली होती. जेलमध्ये गेला, तर नोकरी जात होती. पोलिसांची अशा वेळी मजा असते. त्यांनी खूप समाजसेवा केली. मांडवली केली. ती या मुलीच्या बापाला दोन-तीन लाखांना पडली. नवा जावई गुणाचा म्हणून मुलीचे दुसरे लग्न गुपचुप केले. सर्वांना सर्व पसंत होते. फक्त ही गोष्ट माहीत असणाऱ्यांनाच त्रास होत होता.

सहा महिन्यांनी दागिन्यांनी मढलेला तो जोडा हसत-हसत पाया पडायला आला. त्यांच्या पाठोपाठ तिचा जुना नवरा घटस्फोटाच्या सही-शिक्क्याच्या नकला मागायला आला. मी दोन प्रती आधीच काढून ठेवल्या होत्या. प्रथा म्हणून मुलीला फोन लावला, मुलीच्या बापालाही फोन लावला. ''नकला देऊन टाका.'' म्हणाले. मी त्याच्या डोळ्यांत पाहिले. ''कसं चाललेय?'' विचारले ''सुखात आहे.'' म्हणाला. ''दुसरे लग्न?'' सहज खडा टाकला. ''नाव नका घेऊ!'' म्हणाला.

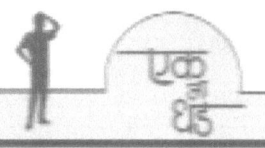

हरवलेलं कुंकू

टी.व्ही.वर हरवलेल्या माणसाबद्दलचा प्रसंग पाहत होतो... आणि माझ्या वाट्याला आलेला तो क्षण डोळ्यांसमोरून गेला.

आम्ही ओळखीतल्या एका लग्नाला मुंबईला गेलो होतो. लग्न आटोपून परतताना एका नातेवाइकाचा फोन आला. त्यांचे वडील लग्नाच्या हॉलमधून गायब झाले होते. वयस्कर माणूस, कधी तरी 'औषध' घेण्याची सवय. पहिला एक तास कुणाच्या फारसे लक्षातच आले नाही. पण मग मात्र शोधाशोध सुरू झाली. फोनवर पटापट संपर्क झाला. मुंबईत नातेवाईकही बरेच, तसेच आजोबा पूर्वी मुंबईत वावरलेले. सर्वत्र शोधाशोध झाली— अगदी देशी बार सुद्धा धुंडाळले गेले. पोलीस तक्रार झाली. त्यांचीही धावपळ उडाली. मला जेवढे करता येईल तेवढे मी केले.

आजोबा आमच्याही खास ओळखीचे. एक मुलगा मुंबईत, नातेवाईक

शिवसेनेत. त्यांचाही आधार घेतला गेला. एक मुलगा गावाला, सात-आठ दिवसांनी सर्वांना आशा कमी दिसू लागल्या. घरात काळजी वाढू लागली. गरिबीने, कर्जाने पोखरलेले ते घर आणखी उदास वाटू लागले. आशेवर आजी जगत होती. मुले तिला धीर देत होती. शोध संपत नव्हता. पण वेडी आशा मावळत चालली होती. आजीने धीर सोडला होता.

संसारात खस्ता खाल्ल्या, पोरांना वाढवले, नातवंडे झाली; पण हा आघात तिला सहन नाही करता आला. सौभाग्यवती म्हणून तिने जीव सोडला. शेवटच्या दिवसांत तिने अन्न-पाणी वर्ज्य केले होते. मुलांनी आपली समजूत करून घेतली होती. सात-आठ वर्षांत ऐंशी वर्षांचा देह काय टिकणार? कोणता दैवी चमत्कार वाचवणार? सर्व उपाय झाले. अशा वेळी भगत आणि भविष्यवाले जवळचे वाटतात. त्यांनी वेडी आशा लावायची— मग ते दाखवतील त्या दिशेला शोधत सुटायचे. शेवटी मनाचा निश्चय केला. आईनंतर वडीलही हयात नाहीत, अशी समजूत करून घेतली.

दोन्ही मुले रामरगाड्यात अडकली. शोधाशोध थांबली. काळ हाच अशा गोष्टींवर उपाय असतो. मुंबईत म्हणे, अशा निराधारांना पकडून त्यांच्या किडन्या विकण्याचे रॅकेट आहे. त्या दृष्टीनेही तपास केला. सर्व रेल्वेस्थानके, बसस्टॉप तपासून झाले तरी थांगपत्ता लागला नाही. असे अनेक जण हरवतात.

मुंबईत काय, महाराष्ट्रात— काय त्यांच्या शोधासाठी जी यंत्रणा आहे, त्यांच्याकडे पुरेसी साधनसामग्री नाही. जी साधने आहेत, ती पूर्ण कार्यक्षमतेने वापरण्याची मानसिक तयारी नाही. आपला बाप हरवल्याची आस शोधकर्त्याला नाही. त्यामुळे अनेक जण लापता होतात. एखादाच नशीबवान परत हाती लागतो. वाढते वय नवे प्रश्न निर्माण करतात. कधी कधी तरुण मुले नाहीशी होतात.

ज्यांच्या वाट्याला हे दु:ख येते, त्यांनाच त्याचे चटके कळतात. मनुष्य हरवल्यावर तो मेलाय, असेही मानायला बरीच वर्षे जायला लागतात.

थळच्या एक आजी अशाच आधारासाठी माझ्याकडे आल्या. अगदी असहाय. थोड्या सुशिक्षित, ब्राह्मण घरातल्या. पती असाच कधी तरी मुंबईला गेला, तो परत आलाच नाही. चांगली आठ वर्षे वाट पाहिली, तरी काही थांगपत्ता लागला नाही. बाईंनी मनाचा धीर केला. विमा पॉलिसीचे पैसे मिळाले, तर निदान स्वत:चे आजारपण निघेल इतक्याच माफक अपेक्षेने अनेक दरवाजे ठोठावले. पण विमा कंपनी नियमात अडकलेली. नवऱ्याचे मृत्यूचे प्रमाणपत्र

देणार कोण?

नोव्हेंबरमध्ये मी शेवटी दावा दिला. दाव्याला नंबर पडला एक. कारण असे मनुष्य मृत झाल्याचे जाहीर करून मागणारे दावे देणार कोण? अनेक सोपस्कार पुरे झाले. ती आजी बोलावल्यावर इमाने इतबारे कोर्टात हजर व्हायची. मलाच दया यायची. तिच्यापेक्षा तिला माझ्याकडे पाठवणाऱ्यांचा माझ्यामागे ससेमिरा जास्त होता. एक जिवंत मनाचा जज्ज तेव्हा लाभला होता. त्यांना सर्व परिस्थिती सांगितली. पोलीस रिपोर्ट दाखविले, तपासी अधिकाऱ्यांना तपासले; तेव्हा कुठे तो दावा निकाली निघाला.

दावा आजी जिंकल्या होत्या. हुकूमनामा कसला— तर कपाळीचं कुंकू पुसण्याचा; नवरा मयत झाला हे जाहीर करून घेण्याचा. पुढे त्या आजीला निकालाच्या आधारे विम्याचे पैसेही मिळाले. ते किती पुरणार? पण तोच तर जगण्याचा आधार होता.

हरवलेल्या कुंकूवाच्या या कहाण्या! एकीने धीर सोडला, दुसरीने धीराने आधार शोधला.

कापडी

"भडव्या, नुसती भाषणे काय देतोस? साल्यांनो, नुसती आश्वासने देता? साधी नोकरी देण्याची हिम्मत आहे का? माझी आई वझे सरांकडे पोळ्या लाटते, तिला मला सांभाळायचंय. द्या मला नोकरी, नाही तर न बोलता परत जा." समोरच बसलेल्या श्रोत्यांतून एक फाटका माणूस उभा राहतो. छाती पुढे काढून छातीठोकपणे सांगतो.

काही कार्यकर्ते येतात. त्या बेवड्याला घेऊन बाहेर बाजूला जातात. एकंदर सभेचा मूडच जातो. कितीही सारवासारव केली, तरी घडी बिघडलेलीच जाणवते. काही करमणूक म्हणून त्याच्याकडे पाहतात, त्यातील काही जण त्याला क्वार्टर पाजून चढविलेला असेल— असे समजतात.

मीही सभेला हजर होतो. त्या व्यक्तिरेखेने तेव्हापासून मनात घर केलंय. रोज दारू घेतल्यावर गावदादा बनलेला हा शुद्धीत असेल, तेव्हा अगदी

मांजरासारखा; पण बहुधा गाडी गियरमध्येच. नसलेली छाती पुढे करून दाखवीत अर्वाच्य शिव्या देणाऱ्या या अवलियाचे नाव आहे, 'अनिल कापडी.'

कुणीही पाजावे आणि हवा तो धुडगूस घालून द्यावा. कुणावर दगड फेकेल अथवा कुणाच्या सात पिढ्या खाली उतरतील, याचा नेम नाही. रस्त्याच्या मधोमध येणाऱ्या-जाणाऱ्यांना अडवून त्यांच्याकडून पैसे जमवायचे आणि पुन्हा 'तर्राट' व्हायचे.

शेजारचे गृहस्थही असेच. त्यांच्याही तोंडाला असाच कायम वास. दोघांच्यावर केसेस चालूच होत्या. असे हे वाह्यात, अगदी फुकट गेलेले व्यक्तिमत्त्व. पण आता चार वर्षांत अगदी बदलून गेलेय. आता त्याने नारळ, अंडी विकण्याची गाडी उभी केलीय. दिवसभर उभा असतो. कापडी टाइट झालेला हल्ली दिसत नाही. तुटपुंजा धंदा करतो. हल्ली दिसत नाही. प्रामाणिकपणे धंदा करतोय. मीही हल्ली नारळ, अंडी घ्यायला तिथपर्यंत जातो. हा माणूस बदलला— तोही अचंबा वाटावा, इतका. काय झालं; माहीत नाही. पण त्याची ही सुधारणा अंतर्मुख करायला लावणारी. मनाचे कुतूहल चाळवणारी.

कापडी सुधारेल, असे त्यालाही वाटले नसेल. जादू झाल्यागत तो सुधारला. त्याला एका भल्या गृहस्थाने आसरा दिला. दुकानात ठेवला. लोकांनी दुकान मालकाचे कान खाजवले. लाखांची उलाढाल असतानाही कापडी बिघडला नाही. त्याला कधी गल्ल्यात हात घालावासा वाटला नाही. गावातले एक-एक बेवडे कामी आले होते. दुःख पीत कापडी सुधारला. हजारोंचे व्यवहार पाहू लागला.

आणखी कुणी बागायतदार भेटला. बहुधा अलिबाग पोलीस स्टेशनहून बदलून गेलेला पोलीस इन्स्पेक्टर असावा. त्याने कोकणात मोठी बाग केलेली. कापडीची पोलिसांची ओळख फार जुनी. म्हणजे, त्याचे ते दुसरे घरच होते. त्या साहेबांनीही त्याच्यावर विश्वास टाकला. काजू, मसाल्याचे पदार्थ, काजूचे पदार्थ उधारीत दिले. आज आठ-दहा वर्षे व्यवहार सुरळीत सुरू आहे.

ज्यांनी कापडी अनुभवलाय, तेच हे स्थित्यंतर अनुभवू शकतील. त्यासाठी कुणी धर्मगुरू भेटला नव्हता, की कुठे व्यसनमुक्ती शिबिरात त्याला कुणी दाखल केले नव्हते. त्याच्यातला माणूस शोधून फक्त त्याच्यावर विश्वास टाकला होता. मदतीचा हात द्यायला कापडी कुणी इस्टेटवाला नव्हता; मदतीचा हात पोळूनच निघण्याची भीती होती.

अशा हातांचीच तर आपल्याला गरज आहे. एखाद्याला कानफाट्या ठरवताना किती जण त्याला असा हात देतात? पोटावर लाथ मारण्यापेक्षा विश्वासाने पाठीवर

हात फिरवणारे थोर!

असे कापडी किती तरी दिसतात. काही दिवसांनी जेलमध्ये सडतात, अनेक जण त्यांचा वापर करून पुन्हा त्यांना त्याच नरकात ढकलतात. एखाद्या कापडीलाच ते विश्वास टाकणारे हात सापडतात—

त्या हातांना सलाम...

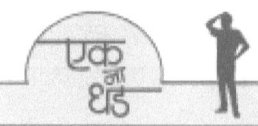

परदेशवारी

वकिली बहरत होती आणि प्रवासाचे व्यसन होते. वर्षातून निदान दोनदा बाहेर पडायचेच, असा दंडक. हिमालय आवडीचा विषय; पण परदेशाचे आकर्षणही तेवढेच. पहिला गाठला तो नेपाळ. अनेक वकीलमित्र सोबत होते. एका स्थनिक ओळखीच्या ट्रॅव्हल एजन्सीने आखलेला तो दौरा होता. पण नेपाळ आठवणीत राहिले, ते तिथल्या आंदोलनामुळे. चितवन अभयारण्यात छोटी-छोटी मुले आंदोलन करत होती. हायवेच अडवून धरला होता. उत्साहाच्या भरात आम्ही काही जण बसच्या खाली उतरलो आणि आमच्या बसवर दगडांचा वर्षाव झाला. आम्ही सहा तास एका जागी अडकून पडलो होतो.

काठमांडू पाहता-पाहता एका रस्त्यावर घासाघीस करू लागलो. बघता-बघता फेरीवाले जमले. आम्हाला लुटणार, असे लक्षात आल्यावर आम्ही पळापळ केली. पुन्हा बार्गेनिंग करताना दहा वेळा विचार करायला लागलो.

इस्त्राईलला शेतीविषयक अभ्यासदौरा होता. मला पॉलिहाऊसची हौस. स्वत: नर्सरी सांभाळलेली. अलिबागमधील पहिली नर्सरी. त्यामुळे शेती खात्यात प्रसिद्ध. त्यात खाज म्हणून व्हॅनिला लागवड मोठ्या प्रमाणात केलेली. इस्त्राईलची ती आंतरराष्ट्रीय प्रदर्शने बघून दमायला व्हायचे.

इस्त्रायलला शेती उद्योगावर परिसंवाद होता. सर्वच सहभागी नावाजलेले. कुणी साखर कारखानदार, तर कुणी मोठमोठ्या डेअरीचे संचालक. कृषिमंत्री शरद पवार, गुजरातचे मुख्यमंत्री नरेंद्र मोदी, वसुंधरा राजे-शिंदे यांची भारताच्या वतीने भाषणे झाली. मोदी काय बोलणार यांची उत्सुकता होती. मोदी बोलले. नुसते बोलले नाही, तर त्या दौऱ्यात अनेक करार त्यांनी केले. मोदींनी गुजरातमध्ये गुंतवणूक किती फायदेशीर आहे, ते अशा काही आकर्षक पद्धतीने पटवून दिले की, इतर सारे वक्ते त्यांच्यापुढे फिके पडले. महाराष्ट्राचे मंत्री किंवा पदाधिकारीही त्या दौऱ्यात होते; पण ते सर्व पिकनिक मूडमध्ये, सरकारी खर्चाने फिरायला आलेले.

इस्त्रायलला आपली माणसे अनेक भेटली. आमचा स्थानिक टूर व्यवस्थापक रोह्याचा मूळ रहिवासी. पोहोचलो त्या दिवशी संकष्टी, त्यात गुरुवार. तो सपत्नीक आमच्या हॉटेलवर आला तो कॅसेरॉल भरून उकडीचे मोदक घेऊनच! आमचे सूत चांगलेच जमले. प्रत्येकाने आणलेले घरगुती पदार्थ खाताना त्याच्या डोळ्यांत पाणी येत होते.

मोठ्या जिद्दीने त्याने खूप वर्षांपूर्वी भारत सोडला होता. प्रत्येक घासाबरोबर त्याला आठवणी दाटून येत होत्या. त्याला आपला देश कोणता, ते कळत नव्हते. एकीकडे इस्त्रायलच्या शिस्तीचे आणि कडक शासनाचे तो गोडवे गायचा, तर दुसरीकडे मुंबईच्या बेशिस्तीच्या पण माणुसकीच्या गोष्टीही सांगायचा. आयुष्य महाराष्ट्रात गेले. त्या आठवणी उतारवयात कशा विसरणार? धंदा वाढला, व्याप वाढला; पण भारतीय आले की, तो त्यांचे आगत-स्वागत स्वत: करतो.

विमानतळावर परतताना आम्हाला चांगलेच अडवण्यात आले. आमच्यातील एक महाशय दौरा सोडून पॅलेस्टाईनला जाऊन पवित्र नमाज पढून आलेले. आम्हाला ते माहीतच नव्हते. पण इस्त्राईल गुप्त हेरांच्या नजरेतून सुटलेच नाही. सर्वांची झाडाझडती झाली. पुस्तकांचीही पाने चाळून बघितली. सतरा-अठरा वर्षांच्या मुली आम्हाला गराडा घालून होत्या. एकदाचा आम्हाला विमानतळावर बोर्डिंग पास मिळाला. माझा नंबर आला. माझ्याकडील पुस्तकांचे वजन फारच

जास्त झाले होते. दंडाची रक्कमही फार होती. बॅगेजमधून पुस्तके काढून दुसऱ्याकडे द्यायचीही बंदी. आम्ही मराठीत बोलत होतो.

एक तरुण अधिकारी आमच्याजवळ आला व मराठीत बोलू लागला, तो रोह्याचा अष्टमीकर. गाववाल्याची अडचण त्याला नेमकी समजली. अडवणारी ऑफिसर मुलगी त्याची सख्खी बहीण होती. नंतर तिने नियमाविरुद्ध जाऊन मदत केली. हौशीने तिच्या वडिलांसोबत फोनवर बोलणे करून दिले. त्यांची जमीन रोहा रेल्वे स्टेशनसाठी संपादित झाली होती. त्यांना फक्त तसा सरकारी दाखला पाहिजे होता, पण अधिकारी दाद लागू देत नव्हते. मी ते काम करण्याची जबाबदारी स्वीकारली. नंतर तिच्याकडूनच आमची इतकी कडक तपासणी का झाली, ते कळले. तिने विमानात बसेपर्यंत आमची साथ केली नसती, तर आम्ही पुरते अडचणीत आलो असतो. नंतर ती सहकुटुंब भारतातही आली आणि शब्द दिल्याप्रमाणे तिचे अडकलेले सरकारी कामही झाले.

त्या वाळवंटात नंदनवन फुलवणारे अनेक हात कोकणी आहेत. वर्षानुवर्षे ते रायगडच्या विविध गावांत राहिले होते. त्यांची येथे शेतीवाडी, घरे होती. या मातीत ते खेळले होते. स्वत:ची आडनावे चौलकर, रोहेकर, थळकर, रेवदंडेकर, बोर्लीकर– अशी स्थानिक गावावरून अभिमानाने ठेवली होती. आज ते सर्व जण इस्राईल फुलवताहेत.

मॉरिशस बघितले. इतरही अनेक देश पाहिले. पर्यटक म्हणून प्रत्येक देश मला आवडतो. दुबईसुद्धा आवडली. खटकते इतकेच की, आम्ही परदेशात गेलो की शिस्तीने राहतो, वागतो, तिथले नियम पाळतो. पण मुंबईत उतरलो की, विमानतळाबाहेर पडताच पच्कन थुंकतो किंवा हवालदाराच्या हातात नोट सारतो. ही मानसिकता त्रास देते. आमच्याकडेही कायदे आहेत, सुशिक्षितपणा आहे; पण कायद्याची भीती नाही आणि देशावर प्रेम कमी होतेय याचा त्रास होतो.

दुबईत अनेक मित्र भेटले. इकडे कॉलेजला असताना अगदी उडाणटप्पू दोस्त आखाती देशांचे आकर्षण म्हणून तिकडे पोहोचले, पण देशाचा कायदा आवडीने पाळला जातो. त्यांच्या धर्माचे जितके लाड इकडे चालतात तितके लाड मुस्लिम देश असूनही त्यांना दुबईत करता येत नाहीत. सर्वांना कायदा पाळावा लागतो. दंड भरण्यासाठी बँकेत पैसेही जमा ठेवायला लागतात. काही चूक केली, तर झटपट खटला चालवून जेलमध्येही जायची तयारी ठेवावी लागते.

ऑस्ट्रेलियात तर आणखी एक गोष्ट प्रकर्षाने जाणवली. सरकारने सर्वत्र अशा काही जाहिराती केल्यात, सूचना फलक लिहिलेत की; गुन्हेगाराला गुन्हा करण्यापूर्वी दहादा विचार करावा लागेल. गुन्हा घडू नये म्हणून तेथे मतपरिवर्तन केले जाते. कॅमेरे तुमच्यावर नजर ठेवून आहेत, हे वेळोवेळी लक्षात आणून दिले जाते. सावध केले जाते.

आमच्याकडे हवालदार कुठे तरी झाडांच्या आडोश्याला लपून बसलेला असतो. सिग्नल तोडल्यावर बरोबर आडवा येऊन हात पसरतो. नेमका हाच फरक आपल्या प्रगतीच्या आड येतोय. कायद्याचे राज्य आणण्याची फक्त आपण वाट पाहतो. गुन्हा घडल्यावर त्याच्या मागे धावतो; तो घडू नये म्हणून मात्र काही करताना कुणी दिसत नाही.

ऑस्ट्रेलियातही अनेक भारतीय स्थिरावलेत. ज्यांनी-त्यांनी स्वत:ला या नव्या संस्कृतीत बदलून घेतलेय, तरी भारतीय दुकाने तिथे खूप चालतात. सणावाराला पूजेचे साहित्य जोरात विकले जाते. धार्मिक पुस्तके, कॅसेट खूप खपतात. आमचे भारतीय जगाच्या पाठीवर कुठेही गेले, तरी संस्कार विसरत नाहीत. उलट, संस्कृती समृद्ध करण्याचा त्यांच्यापरीने ते प्रयत्न करतात.

बॅन्कॉक, थायलंडमध्ये, मॉरिशसमध्ये अनेक देवळे मी पाहिली. बुद्धविहार पाहिले. हिंदू संस्कृती त्यांना जेवढी कळली, तेवढी मलाही कळली नसेल. बँकॉकमध्ये तर बौद्ध संस्कृती जपताना अनेक ठिकाणी देवपूजा केलेली मी पाहिली.

आणखी एक जाणवले— मध्य-पूर्वेच्या देशांत— अगदी हाँगकाँग, चीनमध्येसुद्धा— प्रचंड मोठ्या प्रमाणावर भारतीय मध्यमवर्गीय पर्यटक उतरलाय. तो त्या देशांना मोठा आर्थिक हातभार लावतोय. म्हणून आता भारतीय पर्यटकांचे स्वागतही जोरात होतेय. आपल्यालाच त्याची महती कळत नाही. आपण ती व्यावसायिकता आपल्याकडे आणत नाही. आजही आपण परदेशी पर्यटकाला आनंद वाटेल असे वातावरण निर्माण करीत नाही.

मॉरिशसला बहुतेक घरासमोर देवांच्या मूर्ती आणि तुळशी वृंदावन हटकून दिसते. अनेकांची नावे तुकाराम, शिवाजी, विष्णू, शंकर अशी आहेत. आपण मात्र राजपत्रात नावे बदलून घेतो आणि अंगणातले वृंदावन अडचण होते म्हणून काढून टाकतो.

सिंगापूरचे मला आकर्षण वाटले ते तेथल्या सुखसोईंचे नाही तर गाईड मुलीने आमचे जे स्वागत केले, ते अजोड होते. नोकरीवर असलेली ती मुलगी

विमानतळावरून हॉटेलवर मुक्कामी जाताना सतत बोलत होती. देशाची महती सांगत होती. भारतीयांनी सिंगापूरला का स्थायिक व्हावे, ते सांगत होती. अर्थकारण समजावून सांगत होती. कायदा व नियमांची माहिती करून देत होती. पण अगदी खुसखुशीतपणे, हसत-खेळत. तिच्या कामावर ती प्रेम करत होती. बोलू नये; पण कधी तरी ताजमहल किंवा आग्र्याच्या किल्ल्यातला वाटाड्या गाठला, तर नेमका उलटा अनुभव येतो की नाही, ते पाहा. नोकरीवर, देशावर अतोनात प्रेम आणि कायद्याचा आदर या कसोटीवरच हे छोटे-छोटे देश मोठे होत आहेत.

आपलं घोडं इथेच तर अडतेय...

तरुण व्हायला पाहिजे

आपल्याला सवय झालीय ती फक्त दुसऱ्यांकडे बोटे दाखविण्याची. हेडक्लार्कचे काम पुरे झाले नाही की क्लार्ककडे बोट दाखवितो, क्लार्क शिपायाच्या डोक्यावर खापर फोडतो.

एखादं ट्रेझरी ऑफीस घ्या— तिथे आयुष्यभर मर-मर काम केलेल्या व ब्रिटिशाच्या शिस्तीत वाढलेल्या निवृत्तिवेतनधारकांना पेन्शनीचे दिडके हातात पडायला का ताटकळत राहावे लागते, ते त्यांनाच ठाऊक! हे जर त्रयस्थ म्हणून पाहता आले, तरी तुमचे मन हतबल झाल्याशिवाय नाही राहणार.

कोणतेही सरकारी कार्यालय घ्या— काही अपवाद सोडले, तर मान मोडून काम करणे वा प्रामाणिक मेहनत हे शब्द मोडीतच निघाल्याचे थोड्या-फार फरकाने जाणवेल. काही कर्मचारी वा कार्यालये अपवादही असतील, पण निर्भेळ आनंद देणारे आणि शंभर टक्के सचोटीने व कार्यक्षमतेने काम करणारे

सरकारी कार्यालय उघडायला पंचविसावे शतक पाहावे लागेल, अशी आज सर्वसामान्य माणसाची प्रतिक्रिया आहे.

कितीही पुळका घेतला तरी ही वस्तुस्थिती झाकता येत नाही. जिथे संस्कृतीच पार गोठून गेलीय, सद्‌विवेकबुद्धीच गंजून गेली आहे; तिथे सामर्थ्य, प्रतिकारशक्ती, प्रामाणिकपणा सारं-सारं गुडघे टेकतं आणि उरते ती वैफल्यता, उदासीनता, निष्क्रियता. त्याचबरोबर देशाला आर्थिक, सामाजिक, औद्योगिक, राजकीय क्षेत्रात मागे मागे नेणारी अकार्यक्षमता!

एकीकडे आम्ही एकविसाव्या शतकाच्या गोष्टी करतो आणि मुलांवर चांगले संस्कार व्हावेत म्हणून रामायण, महाभारत दाखवतो. होनी-अनहोनीच्या वादात अडकतो आणि स्वत:ची अविवेकीबुद्धी व अंधश्रद्धा दोन्हींची जपणूक करतो. हीच उदासीनता टीव्हीवरच्या बातम्या बंद करते, संसद समाचार सुरू झाले की डोळे पेंगविते आणि छायागीताला गर्दी करते.

आम्ही हे सारे पाहत असतो. 'स्वामी' मालिकेला प्रायोजक मिळत नसेल, तर हळहळतो आणि ओम पुरीच्या वास्तववादी इतिहासावर आधारित मालिकेविरुद्ध बहिष्काराच्या गोष्टी करतो.

सामान्य माणूस थांबतो. त्याला ऐकू येत असते. पाकिस्तानात हुकूमशाहीचा अतिरेक झालाय अन् भारतात लोकशाहीचा अतिरेक होतोय. आम्हाला फक्त हक्कच दिसतात. केळे खाऊन रस्त्यातच साल टाकावी, इतक्या सहजतेने आपण कर्तव्ये विसरतो. सरकारी इमारतीत धूम्रपानविरोधी जाहिरातीकडे बघत झुरके मारतो आणि कोपऱ्यातील पिकदाणीत थुंकताना नेम धरून चुकवितो.

कॅपिटेशन फी विरुद्ध मोर्चा काढतो, पण स्वत:च्या मुलांसाठी मात्र मोर्चातून परत आल्यावर वशिला कुठे लागेल, तेच शोधतो. शालेय परीक्षा उत्तम रीतीने पास होऊनही पालकांना सगळीकडे खेटे मारायला परिस्थिती लावते. नाइलाजाने लाचार बनविते, नाही तर नीरस चरख्यात ग्रॅज्युएटच्या फेऱ्यात अडकविते. वेळ, श्रम, पैसा सारं वाया जातं.

युनिव्हर्सिटी रिव्हॅल्युएशनच्या नावाखाली पैसा उकळते आणि थकले-भागलेले विद्यार्थी यशासाठी नाही-नाही ते करतात. कॉलेजात बॅगीचा जमाना येतो. घरातल्या जुन्या फोटोतील आजोबांचे अघळ-पघळ कपडे नव्या ढंगात व्यक्तिमत्त्व खुलविणारे वाटतात. स्त्रीमुक्तीच्या नावाखाली स्वैराचार वाढतो. बुजऱ्या पोरी बावळट ठरतात. थ्रिलसाठी पिकनिक होतात, स्मोकिंग होते. कॉलेजचा प्रवेश सुरू होतो न होतो तोच इलेक्शनचे रण फुंकले जाते. आमदारपुत्र,

पुढारीपुत्र, गुंड— सारे नव्या तालमीला लागतात. स्टडीरूमपेक्षा जिमखाना जवळचा वाटू लागतो आणि मिसरूड न फुटलेल्या पोराच्या हातात रामपुरी दिसतो. प्राचार्य मॅनेजमेंटला दुखवू शकत नाहीत. प्राध्यापक गटबाजी विसरू शकत नाहीत. कट्ट्यावरची गँग शिस्त, आदर, शैक्षणिक वातावरण पाळू शकत नाही.

मार्केटला चढ्या भावाने गृहोपयोगी वस्तू विकल्या जातात. अचानक गायबही होतात. रेशनसमोर लाईन लागते, मालक सुतकी चेहऱ्याने माल संपल्याचा बोर्ड लावतो आणि मागच्या दाराने दुसरीकडे पोच करतो.

व्यापारी वर्ग संघटनेच्या गोष्टी करतो. हप्त्यांविरुद्ध बोंबा मारतो, जकात नको बोलतो; व्यवहारात मात्र दादांच्या, पोलिसांच्या मुठी दाबतो. टॅक्स गिऱ्हाइकांच्या मानेवर सुरी ठेवून वसूल करतो.

बिल्डर मन मानेल तशी कामे करतात. भाईंना आणून भाडोत्र्यांना रस्त्यावर बसवतात. इंचामागे पैसे जमवतात. पर्यायी जागा नाही, टाऊन प्लॅनिंग नाही; तरी त्यांचे प्लॅन धडाधड पास होतात. खिडकीला खेटून खिडकी उभी राहते. मजलेच्या मजले अनधिकृत उभे राहतात. रेती, सिमेंट, स्टील दुय्यम वापरून बिल्डिंग मात्र चकाचक करतात. पैसे हातात पडल्यावर पोबारा करतात. तीन-चार वर्षांतच फ्लॅट-ओनर कपाळाला हात लावतात.

जराशा क्षुल्लक कारणावरून शेजारी-शेजारी भांडतात, एकमेकांचे आई-बाप निघतात. प्रकरण पोलीस स्टेशनला जाते. तिथली आणखी वेगळीच तऱ्हा. मार खाणारा फिर्याद द्यायला गेला, तर त्यालाच आरोपी केले जाते. खरा आरोपी आधीच फिर्याद नोंदवून हाणामारी करतो. थोडे हात ओले केले की, सर्वसामान्य माणसावर विनयभंगाचीही केस होते. मग वरपासून खालपर्यंत दर ठरलेले. सर्वांच्या वतीने कुणी तरी पाकीट स्वीकारतो. आता तर आरोपी व्हा, फिर्यादी व्हा, साक्षीदार व्हा— त्यांचे मीटर चालूच असते.

त्यांना इन्कम टॅक्स नाही, चौकशी नाही, राहणीमानात फरक नाही. एवढं करूनही पोलीस लाईन जवळून जाताना नाक धरावेच लागते. उघडी-नागडी पोरं रस्त्याच्या कडेला बसलेली हमखास दिसतात. पैसा वाढतो, पण सुसंस्कृतपणाचे नाव नाही. दांडुक्याचा दणका तुमच्या-आमच्यासाठी, मटकाकिंग आला की फौजदार ताठ उभा राहतो.

रस्त्यावरच्या भाजीवाल्यांना पकडून डांबून ठेवतो. तासन्तास ताटकळून कोर्टासमोर गुन्हा कबूल करून उद्याच्या भाकरीची काळजी करायला लावली

जाते. भर रस्त्यातून मटक्याच्या चिठ्ठ्या गोळा करणारे, दारूचे फुगे वाहणारे मोटारसायकलवरून समोरून गेले तरी त्यांना दिसत नाहीत.

युनिट लागते. कोटा पूर्ण करायचा असतो, म्हणून दारूच्या अड्ड्यांवर धाडी टाकायच्या. 'टिप' आधीच मिळाल्याने, मालक आधीच पसार होतो. कुणी तरी एक 'बेचनेवाला' थोड्या रोकडीसोबत सापडतो. पद्धतशीरपणे पोलीस स्टेशनला जातो. दारात भाई जामीन घेऊन तयार. पंचनाम्यावर रोजचीच माणसे. जबानी तोंडपाठ झालेली. तारखेच्या दिवशी पंच बाहेरच्या बाहेरच 'मॅनेज' होतात. कोर्टासमोर शपथेवर माझी पोलिसांनी कोऱ्या कागदावर सही घेतली, सांगून मोकळे होतात. कोर्टातून बाहेर आल्यावर निर्लज्जपणे हसतात. आपण न्यायव्यवस्थेची चेष्टा करतोय, समाज पोखरतोय— या पश्चात्तापाचा लवलेश नसतो.

कोर्टाचा राखणदार झगे घालून डुलक्या घेत असतो. पुकारल्यावर तेच ते आरोपी कोर्टासमोर येतात. आरोपीची जबाबदारी जामीनदार घेतात. आरोपी जामीनावर सुटल्यावर आणखी दोन इंच छाती काढून भाईगिरी करायला मोकळे होतात.

घरातलं कोंदट वातावरण... पैसा नाही, नोकरी नाही, धंदा नाही; प्रामाणिकपणा नावाची चीज शिल्लक नाही. फायदा नाही. वस्तीतली मुलं न शिकता मोठी झाली. साऱ्याचा भयानक परिणाम बालमनावर होत असतो. आई-बापाला फसवून मुलगा पिक्चर बघतो, ग्रुप वाढतो, भानगडी वाढतात. चांगल्या घरातला मुलगा वाह्यात निघतो. बाप नोकरीत अडकलेला. वचक, आदर्श, भीती— काहीच वाटत नाही.

आरोपी आत जाऊन बसले की, पहिल्या वेळेस गाळण उडते. पण कुठला तरी राजकीय पक्ष धावून येतोच किंवा आरोपी पक्षाकडे धावत जातो. पक्षाकरिता वकील राबतच असतो. काही वकील आरोपीकडे धावतात. आताशा ब्रॅकेट वाढू लागलीत. म्हणजे एखाद्या पोलीस स्टेशनला ठरावीक वकिलांचीच चलती असते. तसेच कधी कधी ठरावीक जज्जकडेही ठरावीक वकिलांचीच वट असते. मग अण्णा, मामा, मध्यस्थी, मांडवली, दम, भीती काहीही वापरून साक्षीदार फोडणे. वेळ पडली तर सरकारी वकिलांवर दडपण आणणं, त्यांचं तोंड बंद करणं— सारंच आलं.

आता तर साहेबालाही द्यावं लागतं, असं जाणकार मंडळी सांगतात. मग घड्याळ, टी.व्ही., फ्रिजपासून काहीही चालतं. व्यवहार हजारोंतही होतात.

ॲन्टि- करप्शनवाले हात चोळत बसतात. वृत्तपत्रातून काही वेळा जज्ज चमकतात. वकिलांना कळतं, पण बोलायची हिंमत नसते. अनुभव घेतलेले चारचौघांत सांगायला घाबरतात. तरीसुद्धा काही वेळा साहेबांचा रेट किती याची चर्चा चालूच असते.

ज्या न्यायव्यवस्थेवर विश्वास ठेवायचा, तीच पोखरलीय. एकाने दुसऱ्या वकिलाला मारले म्हणून संप केला जातो. त्यासाठी शेकडो मैलांवरून आलेले पक्षकार वेठीस धरले जातात. वकिलांमध्ये सामाजिक जाणीव कमी होतेय. राजकारणात सूत्रधार व्हायची त्यांना इच्छा फार. जज्जांना पगार पुरत नाही. समाजात मिसळायचे नाही, राहणीमान खालावून जमणार नाही. जज्ज बसच्या रांगेत उभा राहून धक्के खातो. हाउसिंग सोसायटीत दिवस काढतो. समोरून होंडा सिटी, मारुती उडवीत वकील जातात. केव्हा तरी, कुठे तरी मन झुकते. सामाजिक तत्त्व गळून पडतं. आमिषं 'आ' वासून उभी राहतात. पुढे गरजेची सवय बनते. न्यायदेवता तर आंधळी असते. तिची तागडी झुकायला लागते. तिथेच आपली हार असते.

पेपराकडे धाव घ्यायची, तर तेथेही पूर्वग्रहदूषित माणसे उद्योगपतींच्या दावणीला बांधलेली दिसतात. पत्रकारिता धंद्याचे रूप घ्यायला लागल्यावर गाड्या उडतात. कॉकटेल पार्टीज होतात. रातोरात मतपरिवर्तन होते. बातमीचे मथळे बदलतात. काही वेळा पत्रकार, प्रसिद्धिमाध्यमे अपराध्याला मुक्त करतात; तर कधी निरापराध माणसाला फाशी जावे लागते. पेपर चालतो. अफाट नफा मिळतो. अपराधी कोण, ते कोर्टाआधीच प्रसिद्धिमाध्यमे ठरवून टाकतात.

आम्हाला या मागचा कर्ता-करविता कोण, हे नाही कळत. या वृत्तपत्रांची ताकद एवढी की, एखाद्याला ती सत्ताभ्रष्टसुद्धा करू शकतात. तर लोकशाही जपण्यासाठी वृत्तपत्रे किती हितकारक, हे टाहो फोडून सांगितले जाते.

नोकरशाही माजलीय. प्रत्येक नियमाला फाटे फुटताहेत. सर्वांना हक्क हवे आहेत. नोकरांना पगार वाढवून पाहिजे, कामगारांना बोनस पाहिजे, आमदारांना भत्ते पाहिजेत, व्यापाऱ्यांना करात सवलती पाहिजेत. प्रत्येक जण काही ना काही तरी मागत फिरतोय. काही देताना मात्र प्रत्येक जण हात आखडतोय.

पक्षापक्षात जाती-धर्माचे राजकारण वाढलेय. कुणाला एकगठ्ठा मते सोडायची नाहीत. राष्ट्रीय एकात्मतेच्या नावाखाली पंतप्रधानही विशिष्ट जमातींना भेट देतात. जरा धर्माचे काहूर माजवले की, धडेच्या धडे तातडीने बदलतात. इतिहासाची पाने गाळली जातात.

कुठल्या धर्माला दुखवायचे नाही, सर्वांचे चोचले पुरवायचे; म्हणजे राष्ट्रीय एकात्मता, धार्मिक सद्भावना— असे समीकरण केले गेलेय. खरं तर या लाडानेच देश धोक्यात आलाय. आपण पाशवी लोक मतांसाठी केव्हाही घटना बदलतो. मागासलेल्यांना पुढे आणायच्या नावाखाली फुटीरतावादालाच पुढे आणतो. आर्थिक विकासाचं नाव नाही. वर्षानुवर्षं सवलती मिळवून सुधारणा नाहीत. फुकटातली घर मिळाली; पण लाभार्थींना पत्रे, कौले विकायला कमीपणा वाटत नाही. आर्थिक पातळीवर सवलती देऊन देश सुधारता आला असता, हे ज्याच्यावर गुजरते— त्याला कळते. ज्याचा नंबर गुणवत्ता असूनही सवलतींच्या नावाखाली निघून जातो, त्याला याची जाण होते. पण आवाज उठवायला मनगट शिवशिवत नाही. मनंच थिजलीत.

सहकारी सोसायट्यांना कुरणच मोकळ सोडलंय. लाखोंनी अपहार होतोय. उद्दिष्टं बाजूला पडताहेत, राजकारण शिजतेय.

आम्ही मात्र हतबल होऊन बघत बसतो, बोटे मोडत राहतो. वेळ येते, तेव्हा शेपटी घालून पळतो. देशाची काळजी, समाजाची काळजी करायला इथे वेळ आहे कुणाला? प्रत्येक जण स्वार्थाने बरबटलेला.

दुसऱ्यांच्या डोळ्यातले आपल्याला कुसळ दिसते; आपण कुठे चुकतोय, ते नाही कळत.

माझी तंद्री तुटली...
मी खिडकीतून बाहेर डोकावले,
बाहेर स्वच्छ ऊन पडले होते...
नुकताच पाऊस पडून गेला होता...
पऱ्यावरच्या उनाड गवतावर एक
नाजूक फूल फुललं होतं...
कळलं -
सर्वच काही वाईट नाही.
अजूनही आशा आहे.
फुलं फुलणार आहेत...
मुलं घडणार आहेत...
त्यासाठी मला स्वत:ला पुन्हा एकदा
तरुण व्हायला पाहिजे!...

गावकीची जमीन

काही पक्षकार जगावेगळे असतात. लौकिकार्थाने त्यांना हेकट म्हटले, तरी हरकत नाही. स्वतःच्या तत्त्वासाठी ते झटत असतात. ही जुनी हाडं मोडतील पण वाकणार नाहीत, अशाच घडणीची असतात.

काका रविवारी दुपारीच माझ्याकडे आले. छोट्या मुलींनी बऱ्याच महिन्यांनी अवतरलेल्या त्या आजोबांना आदराने घरात घेतले. वय नव्वद. पार थकलेली कुडी, जेमतेम चालता येण्यासारखे अवसान. आल्या-आल्या रडगाणं गायला सुरुवात केली.

मी वामकुक्षीतून उठलो. काकांवर ओरडता येत नाही, म्हणून राग आवरता घेतलेला. खरं तर काकांनीच आदर घालवलेला. या माणसासाठी मी वीस वर्षे फुकटात लढलो. व्यवस्थेविरुद्ध जाऊन झगडलो. मी अनेकांसोबत वैर घेतले ते केवळ यांची आत्मीयता बघून, एकाकी झुंज देण्याची ताकद बघून.

एके दिवशी मी कोर्टात नसताना मुलांच्या आणि गावकऱ्यांच्या सांगण्यावरून ग्रामस्थांनी दावाच मागे घेतला. माझ्या सर्व मेहनतीवरून बोळा फिरवला. त्या दिवसापासून कुणी मला तोंड दाखविण्याची हिंमत करत नव्हते. काकाही नंतर कधी आले नाहीत.

आज मात्र अत्यंत विकलांग अवस्थेत काका दारात होते. हात जोडून झालेल्या अन्यायाचा पाढा वाचत होते. खोटे बोलावयाचा प्रश्नच नव्हता. मला ते देवासारखे मानत होते. मुलांनी, गावकीने, इस्टेट एजंटनी कसा दबाव आणला आणि सक्तीने दावे, अपिले कशी काढून घेतली— ते सांगत होते. आता वादी व हरकतदार म्हणून त्यांच्या आणखी काही सह्या पाहिजे होत्या; त्या देणार नाही, असे सांगून काका पुन्हा माझ्या आश्रयाला आले होते. मी पण असहाय होतो. तडजोडीमुळे दावे अडचणीत आले होते.

गावकीच्या जमिनीबाबत आता हे असेच चालायचे. पूर्वी कधी तरी गुरं चरण्याच्या जमिनीला ग्रामस्थांचे वहिवाटदार पंच म्हणून प्रमुख ग्रामस्थांची नावे लागत. अनेक गावात ही प्रथा असते. महसूल खाते डोळे झाकून पंचाच्या नावावर फेरफार करते. सातबारा फिरतो. काही बिलंदर या विश्वस्त व्यवस्थेला स्वतःचीच मालकी समजतात, जहागिरी समजतात. या गावकीच्या जागेचे वाटप करून मोकळे होतात.

काही पंचांनी तर या जमिनीला कूळ म्हणून नाव लावून घेतलेले होते. काहींनी स्वतःच या जमिनीवर अतिक्रमण करून घरे बांधलेली होती. गावात घरांना जागा पुरत नव्हती. घरात कुटुंबे वाढली तशी काही चाणाक्ष लोकांची नजर सामाईक जागेवर गेली. नेमका याच व्यवस्थेला काकांचा विरोध होता. ताठ कण्याचा हा माणूस गावकीविरुद्ध, पंचांविरुद्ध उभा राहून वीस वर्षांपूर्वी माझ्याकडे आला.

सगळीकडे अर्ज करून आम्ही मोकळे झालो. पण पंचमंडळी जागेचा व्यवहार करून चुकलेली. त्यांच्या खिशात पैसे खुळखुळत होते. हा सर्व व्यवहार त्यांनी ग्रामस्थांना कळविला नव्हता. मुंबईचा कुणी तरी वकील गाठला गेला. साठेकरार केला गेला. काही रक्कम बँकेत जमा झाली. साठेकरार संशयास्पद निघाला. स्टॅम्प पेपरवरच्या तारखा जुळत नव्हत्या. सह्यांमध्येसुद्धा तारखांत तफावत होती. बरं, गावकरी एवढ्या मोठया संख्येने एकत्र गावाबाहेर मुंबईला कधीच गेले नव्हते.

मुंबईतच अखत्यारपत्र झाल्याचे दाखवले गेले. त्यावर मयत इसमाच्या

नावानेपण सह्या झालेल्या. एकाच हस्ताक्षरात अनेक सह्या. कुठे कुठे तर एकाच घरातील दोघा-तिघांच्या सह्या! कुणाचा कुणाला पायपोस नाही, असे कागद कोर्टासमोर आले.

मी सार्वजनिक हितासाठी दावा दिला. खरेदीदार आणि गावकरी एका बाजूला आणि हा वयोवृद्ध एका बाजूला— अशी स्थिती निर्माण झाली. अनेक क्लृप्त्या लढवल्या गेल्या, डावपेच रचले गेले. अनेक गावकरी हजर झाले. त्यांना दाव्याच्या प्रती देताना आमची पुरती दमछाक झाली.

स्वत:च्या पायात प्लॅस्टिकच्या चपला आणि चष्म्याची एक दांडी व एक काच फुटलेला हा जीर्ण म्हातारा एकतर्फी लढत होता. महसूल खातेही त्याला वाटाण्याच्या अक्षता लावत होते. अनेक वर्षे भांडल्यावर काही ग्रामस्थांना व्यवहारातला फोलपणा आणि जागेचे महत्त्व कळून चुकले. ते आजोबांना साथ द्यायला उभे राहिले. आम्हालाही मानसिक धैर्य मिळाले. आमची बाजू आम्ही कोर्टासमोर मांडत होतो. अनेक कोर्टे बदलली. खोटी पॉवर ऑफ ॲटर्नी करणारे नोटरी वकील महाशय कोर्टात साक्षीसाठी आलेच नाहीत.

दरम्यानच्या काळात काही पंच स्वर्गवासी झाले. आता पुन्हा त्यांचे वारस रेकॉर्डवर घेणे आले. त्यातच जमिनीच्या किमती वाढत होत्या. आजूबाजूच्या गावांतील जमिनी अशाच विकल्या जात होत्या. कायदा धाब्यावर बसविला जात होता. ट्रस्ट जाहीर करावा, असे कुणालाही वाटत नव्हते. सर्व काही व्यवस्थित मॅनेज होत होते. मुंबई, दिल्लीचे भांडवलदार जागेवर चकरा मारू लागले.

मोक्याची जागा कोण सोडणार? झाले. स्थानिक राजकारणीच इस्टेट एजंट बनले. पार्ट्या रंगू लागल्या. विरोध करणाऱ्यांना फटके खायची वेळ आली. पोलीस स्टेशनसुद्धा बांधलेले. मार खाणाऱ्यांनाच पोलिसांनी अडकवले. कुणी सरकारी नोकरीत, तर कुणी कंडक्टर. त्यांच्यावर दबावासाठी खोटे आळ घेतले गेले. पोलिसांची गोळी कामाला आली.

विरोधकांनी तलवारी म्यान केल्या. अनेकांचे हात ओले झाले. मग तरुणांनी उचल खाल्ली. पैसे अधिक गावठाण प्लॉट प्रत्येकास वाटण्यात आला. आमचा म्हातारा एकाकी पडला. साथीदार फुटले, मुलेही फिरली. घरातच वाद झाले. दिवाणी कोर्टातून न्याय मिळण्यापेक्षा चालून आलेली लक्ष्मी मुलांना महत्त्वाची होती.

म्हाताऱ्याला गावाने वाळीत टाकले होते. पुन्हा नवे व्यवहार ठरले,

साठेखते झाली. दावे मागे घेण्याचे मनसुबे रचले गेले. ज्याची भीती होती, तेच झाले. मी दुसऱ्या कोर्टात आहे त्याचा गैरफायदा घेऊन काही वादींनी दाव्यातून अंगच काढून घेतले. गावात जल्लोष झाला. ही दिवाळी इमान विकण्याची होती. काळ्या आईचा लिलाव करून मंडळी सुखावली होती.

काकांना वेगळे काय पाहिजे होते? त्यांचेही शेवटी तेच म्हणणे होते. जमीन अशी बेकायदेशीरपणे विकण्यापेक्षा वाटून घ्या. समान भूखंड पाडा पण त्यात अडचण होती. पैशाचा व्यवहार मोठा होता. खरेदीदाराला आता दुसऱ्या पार्टीकडून लाखो रुपये मिळाले होते. त्याचीही काही हरकत नव्हती. शिवाय व्यवहारात गावच्या म्होरक्यांनाही कमविता आले होते.

आता दावेच निकाली निघणार म्हणजे तहसीलदार, प्रांत यांना पटवणे सोपे होते. झालेही तसेच. काही जमिनी कूळकायद्याच्या ठरविल्या गेल्या. मग त्यांची विक्री परवानगी घेण्यात आली. काही जमिनीचे आपसात वाटप करण्यात आले. पंचायतींनी अडकविण्याचा प्रश्नच नव्हता.

नेत्यांचीच घरे पहिली उभी राहिली. तलाठी, तहसीलदारांनी डोळ्यांवर कातडे ओढून घेतले. आता ते गावठाण प्लॉट धडधडीतपणे पुन्हा विकले जातात. लोकही त्यासाठी लाखो रुपये मोजतात. कुणी कागद, मालकी हक्क, दाव्याचा निकाल पाहत नाही.

तरीही कागदोपत्री काही प्रश्न उभे राहतातच. प्रत्येक वेळी हरकतदार म्हणून आमच्या या काकांची सही लागतेच. पुन्हा दुष्टचक्र सुरू होते. आता मी-सुद्धा हतबल आहे. कितीही अर्ज/दावे केले तरी व्यवस्थेपुढे काका टिकू शकत नाहीत. व्यवहार करणाऱ्यांना कोर्टाची भीती वाटत नाही. कोर्टाला चाकोरीबाहेर जाता येत नाही.

एक नि:स्वार्थीपणे जिंकलेली लढाई हताशपणे अर्धवट सोडावी लागली. त्यापेक्षा वाईट वाटते ते काकांच्या डोळ्यांतील नैराश्याचे! त्यांना मी न्याय देऊ शकलो नाही. इतरांनी तत्त्वे सोडली, साथ सोडली; पण काका तसे एकाकी लढणारे शिलेदार होते.

आज काकांची गावात चेष्टा होते. मुलेही त्यांच्या हेकेखोरगिरीला कंटाळलीत. उद्या गावात वाद होणार नाहीत, कारण सर्वच बेकायदेशीर व्यवहारात अडकलेत. इस्टेट एजन्सीचा धंदाही तेजीत आहे. आता गावात हळदी जोरात होतात. इलेक्शनला वारेमाप पैसा उडविला जातो. पुढचे काही दिवस, महिने गावकरी ऐषारामात राहतील; पैसे संपले की आणखी एखादी जमीन विकायला काढतील.

एका टुमदार गावाची जमीन अशी विकली गेली. पुढच्या पिढीस मोकळे मैदान नाही. भांडवलदार वर्षा-दोन वर्षांत दगडी कंपाऊंड टाकेल. गावाचे राजकारण बदलते आहे. लोकांची तत्त्वे बदलली आहेत. सरकारी नोकर श्रीमंत होत आहेत. ज्यांच्याकडे आशेने बघावे, त्या कोर्टातही असे दावे वीस-वीस वर्षे अडकून पडतात आणि ग्रामव्यवस्था, सामाजिक सलोख्याची ऐशी की तैशी होताना निर्विकारपणे पाहतात.

आजही तो म्हातारा काठी टेकत-टेकत कोर्टात येतो. आजही त्याचा वकिलांवर व कोर्टावर प्रचंड विश्वास आहे.

गावकऱ्यांना कधी तरी त्यांची चूक कळेल, असा त्याला अजून विश्वास वाटतोय.

तो व्यवस्थेविरुद्ध हार मानायला अजूनही तयार नाही.

तर, मी कशी त्याची साथ सोडणार?

✦✦

मनाई हुकूम

माणसाचं स्वत:च्या घरावर जीवापाड प्रेम असते. पै-पैसा जमवून बांधलेलं घर आपल्या डोळ्यांसमोर उद्ध्वस्त होताना बघणं यापेक्षा यातनामय काहीच असू शकत नाही. वकिलीच्या सुरुवातीच्या काळात अशीच एक केस हाताळावी लागली. चहाची टपरी चालवून कुटुंबाची जेमतेम गुजराण करणाऱ्या एका माणसाने आपले वडिलोपार्जित मिळकतीमध्ये किडुक मिडुक जमवून घर उभे केले होते.

पुढे शहराचा विकास झाला, म्हणून त्या घरात भाडेकरू ठेवले. कित्येक वर्षं हा माणूस नगरपालिकेचे कर भरत होता, पाणीपट्टी, लाईट बिलही भरत होता. या माणसाच्या घराच्या पुढील मिळकतीमध्येच नगरपालिकेचा जकात नाका होता. सिडकोने रस्ता काढण्याचे मनात आणले, प्लॅन तयार झाला आणि एके दिवशी धाड्कन त्याला घर खाली करण्याची नोटीस बजावण्यात आली.

बिचारा घरमालक धावत-पळत कोर्टात आला. रीतसरपणे मनाई हुकूम मागितला. दोन्ही बाजूंच्या वकिलांचे युक्तिवाद ऐकून त्या घरवाल्याची घालमेल होत होती. धड स्टॅम्पकरिताही पैसे नसणारा तो, त्याला कायद्यातील बारकावे काहीच माहीत नव्हते. तो वेडापिसा झाला होता. त्याच्या मते, त्याचे घर नगरपालिकेच्या क्षेत्रात होते. सिडकोने नगरपालिकेच्या बाहेरील जमिनी संपादित केल्या होत्या. त्यामुळे सिडकोला नगरपालिकेच्या हद्दीतील त्याच्या घरावर बुलडोझर फिरविण्याचा हक्क नव्हता किंवा रस्ता करण्याचाही हक्क नव्हता. मनाला पटले तरी आणि कोर्टात प्रयत्न करूनही त्या बिचाऱ्याला काही मनाई हुकूम मिळाला नाही. सिडको सार्वजनिक सुविधेच्या नावाखाली दंडुका घेऊन त्याच्या मागेच लागली होती. वरच्या न्यायालयातही त्याला मनाई हुकूम मिळविता आला नाही. कायदा आडवा आला. त्यातच त्याचे दुर्दैवही आडवे आले. काही करून घर जमीनदोस्त करायचेच, असा निर्धार सिडकोने केला होता. आम्ही परोपरीने मनाई हुकूम मिळवण्याचा आटोकाट प्रयत्न करीत असताना शेवटी सिडकोने मोठ्या फौजफाट्यासहित बुलडोझर त्याच्या मिळकतीत घुसवलाच.

त्या दिवशी मी पनवेलला होतो. धापा टाकत तो बिचारा मला कोर्टात शोधत आला. मीही तातडीने घटनास्थळी रवाना झालो. तोपर्यंत निम्मे-अधिक राहते घर जमीनदोस्त झाले. त्याचा, त्याच्या कुटुंबीयांचा आक्रोश पाहवत नव्हता. पोलीस खाते, सिडकोचे सुरक्षा कर्मचारी आणि निर्ढावलेले अधिकारी बिनदिक्कतपणे कोर्टात दावा विचाराधीन असताना त्याची सर्व स्वप्ने, मिळकत, झाडे भुईसपाट करीत होते. त्याचा आक्रोश, त्याची तळमळ पाहवत नव्हती. कुणी समजावून घेण्याच्याही मन:स्थितीत नव्हते. त्या दिवशी त्याच्या कुटुंबीयांची चाललेली परवड आणि आपली असहायता दोन्ही अनुभवायला मिळाली. त्याची बाजू बरोबर असूनही त्याला न्याय देणारे कुणीही शिल्लक राहिले नव्हते. आता पुढे दहा वर्षे भांडला तरी त्याची वास्तू उभी राहणार नव्हती. त्याच्या म्हणण्याप्रमाणे सिडकोने प्लॅन जाहीर करण्यापूर्वी त्याचे घर तिथे अस्तित्वात होते. तसे पुरावे त्याच्याकडे होते. सिडकोच्या म्हणण्याप्रमाणे सिडकोच्या जागेत ते अतिक्रमण ठरत होते. त्याची बाजू बरोबर असूनही तो सिडकोला समजावू शकत नव्हता. अधिकाऱ्यांना समजणाऱ्या भाषेचा वापर करण्याची त्याची कुवत नव्हती. घरावरच्या प्रेमापोटी तो तडजोडही करण्यास तयार नव्हता. शेवटी त्याला त्याच्या वकिलांच्या उपस्थितीत उद्ध्वस्त व्हावे लागले.

व्यवसायातील मनावर कोरल्या गेलेल्या दारुण दु:खद प्रसंगांतील हा

एक चटका लावणारा प्रसंग. आता पुढे कितीही वर्षे भांडलो, तरी त्याला त्याची जागा मिळणार नाही. जिथे घर होते तिथे रस्ता वाहतुकीला खुलासुद्धा झाला.

नंतर त्याच्या घराच्या जागेवर ठसठशीतपणे झोपडपट्टीदादा झोपड्या बांधतील आणि व्यवहारी पद्धतीने त्या कदाचित टिकतीलही. हा मात्र वर्षानुवर्षे खंगलेल्या मन:स्थितीत कोर्टाच्या खेपा मारत बसेल. नुकसानभरपाई मिळेल की नाही, याचीही शाश्वती नाही. मुलाबाळांच्या पुनर्वसनाची शक्यता नाही. कायद्याला दोष देत, नशिबाला दोष देत तो जमेल तिथे टपरी उभारून येणाऱ्या-जाणाऱ्याला चहा पाजून दिवस काढत आहे. कोर्टातील मनाई हुकूम हा प्रकार सर्वसामान्यांना न समजणारा असतो. सकृत्दर्शनी पुरावा म्हणजे काय, ते साध्या माणसांच्या डोक्यावरूनच जाते. खोटी प्रतिज्ञापत्रे करून, खोटे पुरावे दाखल करूनही अनेक वेळा अतिक्रमण केलेली किंवा बेकायदा बांधकाम केलेली माणसे कोर्टाकडून स्थगिती मिळवून सरकारला नामोहरम करतात.

या मनाई हुकमाच्या बडग्यामुळे किंवा जैसे थे परिस्थिती राखण्याच्या हुकमामुळे अनेक सरकारी योजना खितपत पडल्या आहेत. लाखो-करोडो रुपयांचे नुकसान सरकारला सोसावे लागत आहे. काही ठिकाणी खासगी पक्षकारांकडूनही या मनाई हुकमाचा बराच गैरफायदा घेतला जातो. एकदा मनाई हुकूम मिळवला की, वर्षानुवर्षे दावे प्रलंबित ठेवून न्यायाची चेष्टाही केली जाते. एखाद्या दिवाणी दाव्यात वर्षानुवर्षे कसलेली वाडी मनाई हुकूम नाकारल्याने हातची जाते. प्रतिवादी दावा सुरू असतानाही दादागिरी करून ताबा काढून घेतो. भरल्या शेतातले उभे पीक कापून घेतो. मुदतीची अट असतानाही वर्षानुवर्षे मनाई हुकमावर आदेशच होत नाही. त्यामुळे न्यायाचाच अपेक्षाभंग होतो. आपण हे रोज अनुभवत असतो, वाचत असतो. परंतु 'ज्याचं जळतं त्यालाच कळतं' या उक्तीप्रमाणे ज्याच्याविरुद्ध मनाई हुकूम मिळालेला असतो, तो मात्र तळमळत असतो. कोर्टापुढे येणारे पुरावे पुरेसे असतात का? नेहमी सत्य बाजूच कोर्टासमोर येते का? मनाई हुकमामुळे भरडला जाणारा माणूस परिस्थितीमुळे प्रत्येक वेळी वरच्या कोर्टात जाऊन न्याय मिळवू शकतो का? अशा सर्व प्रश्नांची उत्तरे विचार करायला लावणारी आहेत. शेवटी सामान्य माणूस बोलतो, तेच खरे—

'कोर्टात मिळतो त्याला न्याय म्हणतात; पण तो न्याय असतोच, असे नाही.'

✦✦

अनुभव

जीवनात चढ-उतार अनेक पाहिले, यश-अपयशही बरेच अनुभवले, सुखासोबत पराजयाचे दु:खही सोसले.

एकाच वेळी दोन मोठ्या मर्डर केसचा निकाल होता. एक शिवडीत— मुंबईत चाललेली गँगवॉरची केस होती. एका महाराष्ट्रीय मुलाने झोपडपट्टीतील दादास मारले. काहींना जखमी केले. अक्षरश: एकट्याच्या ताकदीवर ती केस खेचली; नव्हे, शिक्षेच्या दारातून आरोपींना बाहेर काढले. सोबतच्या वकिलांनीही माझा उलट तपासावरील हातखंडा आणि युक्तिवाद याला सलाम केला.

त्याच वेळी, रायगड मिलिटरी स्कूलच्या राजकारणातील दुसरी केस आचळोली मर्डर केस किंवा विजय पालांडे मर्डर केस मात्र विनाकारण शिक्षेला गेली होती. दोन्हींकडे मी आरोपी नं.१ करिता होतो. आचळोली केस तर सुटायलाच पाहिजे, अशा विश्वासात मी होतो. एका जज्जकडून दुसऱ्या

जज्जकडे ती केस ट्रान्सफर झाली होती.

एक जज्ज जास्तच बोलके; तर दुसरे अबोल, आतल्या गाठीचे. अर्धा-अधिक खटला दुसऱ्या जज्जसमोर चालला. पुरावा नोंदविताना ते चालढकलपणा करीत होते, कबुल्या बदलून लिहीत होते, असे निर्दशनास आल्यावर खटके उडू लागले.

त्यातच जोशी वकिलांनी साहेब फुटल्याची धक्कादायक बातमी आणली. नव्हे, त्यांनी तर तसा अर्जही हायकोर्टात केला. जज्ज मंत्र्यांना भेटून पोहोचविण्याची सुपारी घेऊन आले, असा सरळ आरोप होता. ट्रान्सफर अर्ज झाला. अर्थात, वरील कोर्टांनी तो फेटाळून लावला.

प्रकरण इथेच थांबले नाही. जिल्हा न्यायाधीशसाहेबांनी आपल्या जज्जना पूर्ण संरक्षण दिले. त्यांनीही मानभावीपणे प्रकरण चालविण्यास नकार देऊन खटला परत पाठविला. दुसरे साहेब पहिल्या दिवसापासून आपला मनोदय स्पष्ट करून देत होते.

आपल्या सहकाऱ्यांवर झालेले आरोप त्यांनी ठरवून लक्षात ठेवले होते. 'सत्या' पिक्चरमध्ये पोलिसांवरचा हल्ला जसा पोलिसांनी डोक्यात ठेवला होता, तसाच. येथेही एन्कांउटर झाला; पण तो 'असत्या'चा नाही, तर आरोपीचा.

राजकीय कार्यकर्ता मारला गेलेला, अगदी निर्घृण खून म्हणता येईल असा प्रकार. शिवसेना विरुध्द् राष्ट्रवादी असा लढा. अनुभवाप्रमाणे शिवसेनेने आरोपींना वाऱ्यावर सोडले. एकही नेता केससाठी धावला नाही की, फिरकलासुद्धा नाही. आरोपी अक्षरशः एकटे पडले. त्यांच्या परीने जामीनाकरिता त्यांनी महाराष्ट्रातील मोठमोठे वकील आणले. पैसे पण संपले आणि वकीलही दमले. मग शेवटचा पर्याय म्हणून प्रकरण माझ्याकडे आले.

पहिल्याच फटक्यात आरोपी नं. ६ ला मी दोषारोपातून मुक्त केले. आरोपी नं. ६ कृतघ्नपणे पुन्हा फिरकलाही नाही. पुढे आरोपी नं. १ साठी मी व २ ते ४ साठी जोशी वकील उभे राहिले. जोशींनीही खूप अभ्यास केला. पण अनुभवाचे- अभावी त्यांची प्रश्नांची मांडणी चुकली. त्याने खर्चही खूप केला, माहिती गोळा केली, टेलिफोन बिले आणली, मेडिकल इव्हिडन्स आणला; पण शेवटी त्याची एक चूक व बेबंदपणे न्यायालयावर आरोप करण्याची सवय नडली. तरीही मला त्याची सहानुभूती वाटते. तो वकील खिशातले पैसे टाकून लढला. एकतर्फी लढला. त्याच्या चुका मान्य करूनही त्याचे चिकाटीबद्दल कौतुक व्हायलाच पाहिजे.

दुसरे टोक म्हणजे, एक ज्येष्ठ वकील. सरकार पक्षाकरिता त्यांना खास नेमले आहे. स्पेशल पब्लिक प्रॉसिक्युटर. केवळ त्यांना सहन करावे लागत होते. वयाचा मान ठेवला तरी कधी तरी बांध तुटायचा. मग शाब्दिक चकमक व्हायची. अनेक चुका सरकार पक्षाकडून या खटल्यात घडल्या. खोटी प्रतिज्ञापत्रे साक्षीदारांतर्फे दिली गेली. उलटतपासात ही बाब आली.

दोषारोपपत्राप्रमाणे यात्रेतून सकाळी फिर्यादी शशी मोरे व मयत मोटारसायकलवरून येत असताना रस्त्यात अडवून मयताच्या दोन्ही हातांवर आरोपीने चॉपरने वार केले. फिर्यादी पळून मयताच्या घरी आला. घरच्यांना घेऊन परत रस्त्यावर आला.

मोटारसायकल व मयत जागेवर नव्हता. मग ते चालत रक्ताचा मागोवा घेत नदीकिनारी गेले. तेटघर हद्दीत पातोळा डोहात प्रेत पडले होते. शशी मोरेने सकाळी ९.३० वाजता फिर्याद दिली. पंचनामे झाले. अटक आरोपींनी हत्यारे काढून दिली. तज्ज्ञांचे रिपोर्ट जुळले. चार्ज झाला. खटला रखडत-रखडत चालला.

फिर्याद खोटी आहे, फिर्यादी प्रत्यक्ष साक्षीदार नाही, त्यांनी मागाहून कथा रचली आहे, आरोपी निर्दोष आहेत— असा बचाव होता.

घटना सकाळी न घडता रात्रीच घडली आहे. कोर्टासमोरच हत्यारांनी मारहाण झाली असती, तर मारणाऱ्याचे हात कापले असते. मयताचे प्रेत तरंगत होते, असे इन्व्हेस्ट पंचनाम्यात म्हटले होते. पूर्ण शरीरात 'रिगर मॉर्टिस' पसरल्या होत्या, असे पोस्टमॉर्टममध्ये होते. स्पॉट पंचनाम्यात मयताला एकटे गाठून मारले, असा लेखी उल्लेख होता. फिर्यादीत कुठेही डोक्यात मारले हे नसताना तसा गोषवारा असणे, मोबाईल पाण्यातच मिळाला तरी तो आरोपीने काढून घेतल्याचा आरोप करणे, दीड तोळ्याची चेन मयताच्या अंगावर असतानासुद्धा ती गेल्याचे सांगणे, तशी खोटी प्रतिज्ञापत्रे वारंवार करणे व उलटतपासात तशा कबुल्या असणे, मयताचे रक्तच काढले नाही अशी कबुली असतानाही सीएकडे बाटल्या गेल्या कशा? आरोपींनी फिर्यादीला कसे सोडले? त्याचे अंगावर, कपड्यांवर रक्त कसे उडाले नाही? फिर्यादी जीव वाचवण्यासाठी धावतानाही त्याला खरचटले कसे नाही? दोन तासांत मयताचे प्रेत कसे तरंगू लागले? त्याची हाताची कातडी वॉशरमॅन वुमन्स स्कीनप्रमाणे कशी झाली? शिवाय इतके ४६ वार होऊनही दीड किलोमीटर पडेपर्यंत एवढे रक्त आले कुठून? आरोपींनी रक्ताचे थारोळे धुतले, तर मयताच्या मुलाला आणि स्पॉट पंचनामामध्ये

थारोळे दिसले कसे? चॉपरची तलवार कशी झाली? एकाच वेळी स्पॉटवर व शवविच्छेदन वेळी फिर्यादी कसा हजर राहील? पोलीस कस्टडी रजिस्टरला नोंदी जुळत का नाहीत? आरोपी नं. १ च्या हाताला जखम का नाही? मयताचे कपडे काढून परत कसे घातले? शिवाय डॉक्टरांनी कबूल केल्यावर संशयास्पद इंटरेस्टेड फिर्यादीवर का विश्वास ठेवायचा? मयताचा मोबाईल रात्रभर बंद होता. फिर्यादीचा व विवेकचा मोबाईल रात्रभर चालू होता. सर्व साक्षीदार व पंच एकाच पक्षाचे होते. त्यांच्यावर आणि अशा पुराव्यावर विश्वास कसा ठेवायचा, असा प्रश्न होता.

त्यामुळे त्यांची साक्ष सर्व कसोट्यांवर का तपासली गेली पाहिजे, असे अनेक प्रश्न सुनावणीत उभे राहिले. तरीही कोर्टाने अनेक दिवसांचे मध्यंतर घेऊन अनपेक्षितपणे फिर्यादी व साक्षीदारांवर विश्वास ठेवला, हेच दुर्दैव. प्रकरण अपिलात असल्याने तेथे या सर्व पुराव्यांचे परीक्षण होईलच; पण तोपर्यंत आरोपी जेलमध्येच राहतील.

मे. कोर्टाने ॲप्रिसिएशन ऑफ इव्हिडन्स काय केले? दिलेला युक्तिवाद व केस-लॉ मनापासून वाचला का? युक्तिवाद पूर्ण समजून घेतला का? असे प्रश्न उभे राहावेत, इतका हा निर्णय धक्कादायक होता.

खून खटल्याचे पारंपरिक सर्व मापदंड मोडणारा हा निर्णय होता, असे मला वाटले. त्यासाठी मे. कोर्टाने मनाची काय धारणा केली, हे फक्त त्यांनाच माहिती. भ्रष्टाचार, राजकीय दबाव या खाली हा चुकीचा निर्णय झाला, असे मी नक्कीच म्हणणार नाही; पण कोर्टाने एकांगीच विचार केला, अशी शंका नक्की येते. आता तो निर्णय अपिलात विचाराधीन आहे. तेथे योग्य तो निर्णय होईलच. पण नंतर तेच न्यायाधीश नोकरी सोडून अलिबागला वकिलीच्या कामात आले होते. तेव्हा ते यावर मूग गिळून गप्प होते, यातच सर्व आले होते.

कोर्टाने साक्षीत घाई करणे, युक्तिवादात प्रतिक्रिया देणे, इतर वकिलांकडे केसबाबत भाष्य करणे अगदीच चुकीचे व मर्यादाभंगाचे वाटते. तरीही शिक्षेचा निर्णय स्वीकारलाच पाहिजे. शिवाय उद्या जरी आरोपींना सोडले असते, तरीसुद्धा कोर्टाबद्दलचे माझे मत बदलले नसते.

आरोपी नं.१ने खून केलेला नसताना तो केवळ नेता म्हणून असा खोट्या साक्षीत गुंतला जाणे अधिक क्लेशदायक आहे. त्याच्या पत्नीला मी स्पष्ट कल्पना दिलेली होतीच. अशा वेळी नातेवाईक बराच त्रास देतात. दीड वर्षात ज्यांना कधी आठवण झाली नाही; खटल्यासाठी कधी ज्यांचा खिशात

हात गेला नाही— ते शिक्षा झाल्यावर मात्र गळा काढायला पुढे होते.

वकिलीत शेवटी निकाल पाहिला जातो. लौकिकार्थाने मी एक महत्त्वाची केस हरलो. पण मी सचोटीने, प्रामाणिकपणे, जिद्दीने लढलो— याचेच जास्त समाधान मला वाटते. या पराजयामुळे माझा कोर्टाशी विनाकरण नमते न घेण्याचा स्वभाव अधोरेखित झाला.

अजूनही मेहनती वकिलांवर विश्वास ठेवणारी दीपक मारुती शेलार, विलासभाऊ पवार आणि श्रीधर शिंदेंसारखी माणसे जगात आहेत. जन्मठेपेला जाऊनही ती मला देव मानतात. माझ्या कष्टाला, युक्तिवादाला दाद देतात. या सर्वांनी गुन्हाच केला नसतो, असे नाही; पण न्यायदानाबद्दल त्यांच्या मनात अन्यायाची भावना असते.

त्यामुळे या अशा वाईट केसमध्ये मला पैसे किती मिळाले, शिक्षा का झाली, या सर्वांपेक्षा मी मेहनत केली तरी कमी पडलो. मी हरलो तरी जिंकलो, कारण शिक्षा ऐकणारे अनेक हळहळले. माझे आभार मानले. खरे तर वकील म्हणून मी नाही हरलो. व्यवसायात अपयशाने खचण्याएवढा मी कमकुवत नाहीच मुळी. पण आरोपींना शिक्षा झाली, हे मात्र जिव्हारीच लागले.

समाज काय बोलेल, आरोपींना सोडले तर संशयाला जागा उरेल का, साक्षीदार खोटेच कशाला बोलतील— असे अवांतर विषय डोक्यात शिजवून कोर्टही न्यायपीठावर बसते, पूर्वग्रहदूषित होते. ही धोक्याची घंटा आहे. आपण फक्त असे होणार नाही, एवढीच अपेक्षा करायची.

विधवा

जगात रोज शेकडो माणसे अपघातात जखमी होतात. काही अभागी दगावतातही. घरातला कर्ता-सवरता माणूसच गेल्यावर काही वेळा अगदी वाताहत होते. मग कोणी तरी सल्ला देतो किंवा कोणी तरी समाजसेवेचा बुरखा पांघरलेला दारावर धडकतो. हा अनाहूत पाहुणा इकडच्या-तिकडच्या गोष्टी करतो आणि बेधडकपणे विषयालाच हात घालतो.

सोबत त्याने छापील फॉर्म आणलेलेच असतात. काही गुंतवणूकदार मंडळी अशा अभागी कुटुंबाला थोडीशी हातखर्चाला रक्कमही देतात. मग सुरू होतो तो कोर्टाचा प्रवास. तो देवदूतासारखा वाटणारा पाहुणा मग बिले जमवतो, ग्रामपंचायतीपासून दाखले जमवतो. पुन्हा सह्या, आंगठे होतात. कधी तरी साक्ष होते. नाही तर लोक- अदालतमध्ये तडजोड होते. रक्कम मिळते. इमाने इतबारे दिलेला ॲडव्हान्स, खर्च, फी पद्धतशीरपणे वसूल केली जाते. अनेक वेळा

ओरबाडूनही घेतली जाते. काही वेळा गेलेल्या माणसाची आठवण काढत मिळेल त्यात समाधान मानावे लागते.

बँकेत अशा केसेसमध्ये विधवांना मिळणाऱ्या ड्राफ्टमधून किंवा बँकर्स चेकमधून वसुलीसाठी जी घासाघीस कधी कधी पाहायला मिळते, ती शरमेने मान खाली घालायला लावणारी असते. न्यायव्यवस्था, वकिली व्यवसायामधील स्पर्धा यावर मग बँकेत, लॉबीत दबक्या आवाजात चर्चा होते.

कर्मधर्मसंयोगाने कधी तरी अशा महाभागांवरही अपघाताची वेळ गुदरते किंवा त्यांचा प्रियजन अपघातात सापडतो. काय वाटत असेल तेव्हा त्यांना? की व्यावसायिक कोरडेपणाने टाळूवरचे लोणी खाल्ल्यावर कोरड्या मनाने ते खर्च करीत असतील? हा एक आता सामाजिक प्रश्न बनत आहे. तो व्यवस्थेतील स्पर्धा, झटपट पैसा मिळण्याचा मार्ग म्हणून स्वीकारला जातो.

'तिच्या'बाबतीत मात्र असं काहीच घडलं नाही. मोहल्ल्यात तिला विशेष स्थान होते. कारण तिचा शोहर सफरीवर होता. मस्कतहून चांगला पैसाही येत होता. दृष्ट लागेल असं सौंदर्य तिला अल्लाने बहाल केले होते. आई-बापाची ती लाडकी, एकुलती एक लेक होती. मस्कतच्या पैशातून मोहल्ल्याबाहेर टुमदार बंगला राहायला सज्ज होता. लग्नानंतर नवलाईचे दिवस संपले. आता कुठे सात महिनेच झाले होते. नवराही महिनाभर राहून नोकरीवर रवाना झाला होता. नव्या रूढी-परंपरेनुसार पाहायला, सजायला वावही होता. पण बुरखा पद्धत होतीच. सासू घरीच, सासरे निवृत्त मास्तर; पण त्यांना रहायला वेगळे घर होते. बंगला सजून तयार होत असतानाच, या बाईलाही व्हिसा मिळाल्याचा फोन आला. आता संसार मस्कतला सजणार होता. आनंदाला पारावार नव्हता. जायचा दिवस नक्की झाला. बॅगा भरल्या गेल्या आणि जुन्या हिंदी पिक्चरमध्ये घडावी तशी घटना घडली.

जायच्या आदल्या दिवशीच फोन आला. मोहल्ला जमा झाला. खरंच दृष्ट लागली होती. नवरा कंपनीतून कार बाहेर काढत असतानाच हायवेवरून येणाऱ्या ट्रकला ठोकर लागली. क्षणात स्वप्नांचा चक्काचूर झाला. मातम पसरला. वयाच्या पंचविशीत विधवापण आले. फासे उलटे पडले. तिसऱ्याच दिवशी अपशकुनी ठरवून सासू-सासऱ्यांनी या अभागी विधवा सुनेला घराबाहेर काढले. आई-बापही हादरले होते.

समाजापुढे पोलिसांनीही हात टेकले. कुणी देवदूतही मदतीला धावून आला नाही. बॉडीही भारतात आली नाही. शिवाय कायद्याने नवराच दोषी

ठरला. कंपनीने हात वर केले. थोडीशी रक्कम मिळणार होती, पण त्यावरही सासू-सासऱ्यांनी हक्क सांगितला. कधी तरी नवऱ्याने बायकोला 'नॉमिनी' नेमले होते, म्हणून जेमतेम लाखभर रुपये भारत सरकारकडे जमा झाले. पण त्यावरूनही भांडणे सुरू झाली. मुलगा गेला तरी सासू, सासरे, भाऊ यांचा हक्क निघत होता. धर्माप्रमाणे विधवेचा हक्क किती यावर वाद झाले. जमात बसली. विधवा दारोदार फिरू लागली. कोर्टकचेऱ्या झाल्या. नवऱ्याच्या नावावर नवे घर असूनही फायदा नव्हता, कारण ताबा सोडायला सासरे तयार नव्हते. वाटपाचा दावा लावला; पण कोर्टच्या फेऱ्या, त्यात वडिलांची नोकरी, विरुद्ध बाजूचे नवे-नवे डावपेच... ती विधवा पार थकून गेली.

जेमतेम भांडून सर्टिफिकेट मिळाली, भावना अडकलेली काही भांडी-कुंडी मिळाली. कुणाची तरी मध्यस्थी करून जवळच्या शहरात उर्दू शाळेत शिक्षिका म्हणून नोकरी लागली. आई-वडिलांचा बोजा थोडा हलका झाला होता. पुढे तिचे जवळच्या गावात लग्नही झाले. विधवेशी लग्न करणार कोण, म्हणून बापाचेही पाय थकले होते. बापाच्या चपला झिजल्या होत्या.

दुसरा अध्याय सुरू झाला. आता सासरच्या इस्टेटीवर पाणी सोडल्यात जमा होते. कोर्टात तारखांवर तारखा पडतच होत्या. वकीलही हतबल होते. त्यांच्याकडे पक्षकाराचे लग्न झाल्याचा पुरावा नव्हता. पक्षकारांना दाव्यात रस नसल्याचाही पुरावा नव्हता. सासू-सासरे मिळकत शांतपणे उपभोगीत होते. त्यांच्या दृष्टीने पांढऱ्या पायाची सून परागंदा झाली, तेच बरे होते. पुढे कधी तरी कोर्टानेच तो दावा फेटाळून लावला.

आपण बदलायला पाहिजे, आपले कायदे बदलायला पाहिजेत; पण हक्काची जाणीव धर्मरक्षकांना व्हायला हवी. हिंदू कायदा लवचिक आहे, तो कात टाकतोय; पण इतर धर्मीयांचे काय? त्यांच्याकडे सारखेपणा नाही. भारतभूमीवर वारसा कायदा समान असावा, असा फक्त सूर निघाला तरी वातावरण तापते.

आपला कायदा त्या विधवेला न्याय देऊ शकला नाही. परदेशी कंपनीकडून पुरेशी नुकसानभरपाई मिळवू शकला नाही. कायद्यातील तरतुदी इतक्या प्रदीर्घ, किचकट आणि खर्चिक होत्या की, एखाद्या विधवेला त्या फक्त हताश करू शकत होत्या. न्याय त्यांच्यामार्फत पोहोचू शकत नव्हता. ही शोकांतिका आहे, **'मसीहा'** कुणीच नाही!

पुढे दुसऱ्या मांडलेल्या डावातही ती दुर्दैवाने विधवा म्हणूनच जगली.

✦✦

तऱ्हेवाईक कोर्ट

'भारतातील न्यायव्यवस्था आदर्श मानली जाते', असे जर एखाद्या सत्तरीतल्या म्हाताऱ्याला— ज्याने कोर्टाची पायरी वीस-पंचवीस वर्षे झिजवली आहे, अशा अभाग्याला— सांगितले, तर तो भर चौकात दगडाने डोके फोडून घेईल!

'आता विश्वास फक्त न्यायालयावरच ठेवण्यासारखा आहे; कारण राजकारणी, पत्रकार, शिक्षक, सारेच बरबटलेत' असे आम्ही छातीठोकपणे सांगतो. वर्तमानपत्रात नाही तर टीव्हीवर राजकारण्याला नाही तर सरकारला कोर्टाने फटकारले हे आपण रोज अनुभवतोच. अलीकडे खड्डे केव्हा भरायचे, दांडिया कधी बंद करायचा, गाड्या कशा चालवायच्या, नोकरभरती कशी करायची, सण कुणी करायचे, वंदे मातरम का म्हणायचे, पेप्सी कोणी घ्यायची— असे सारेच कोर्ट ठरवू लागलेय. दोष कोणाचा? कशातही, कोणत्याही विषयावर

निर्णय देणाऱ्या कोर्टाचा? प्रसिद्धी मिळविणाऱ्या न्यायव्यवस्थेचा? की ऊठसूट कोणत्याही कारणावर जनहित याचिका दाखल करणाऱ्या वकीलमंडळींचा?

मला येथे न्यायव्यवस्थेवर प्रश्नचिन्ह उभे करायचे नाही व एक वकील असूनही न्यायालयावर टीका करून अपमान प्रकरण ओढवून घ्यावयाचे नाही. पण ही अनेक सामान्यांची भावना आहे. रस्त्यातील खड्डे कधी बुजवायचे, हे काय कोर्टाने ठरवायचे? का, वरिष्ठ अधिकारी फुकट बसून पगार घेणार? त्यांचे ते काम नाही? हजारो विषय महत्त्वाचे असताना, शेकडो न्यायालये वाढवूनही कामे तुंबलेली असताना कोर्टाने हे असे विषय हाताळायचे? पण कोर्टाने निर्णय देईपर्यंत सरकार कामाला लागत नाही, हेच तर खरे दुर्दैव आहे.

मंत्रालयाचा तुम्हाला अनुभव असेल, तर मंत्री फक्त हायकोर्टाला घाबरतो. त्याला एखादी फाईल अडकवून ठेवायची असेल, तर कधी तरी तोच एखाद्याला कोर्टात जायचा सल्ला देतो— असे बोलले जाते. केवळ बाब न्यायप्रविष्ट आहे म्हणून अनेक कामे सरकारी उंबरठ्यावर अडलेली आपण रोज पाहतो.

कोर्ट नावाचं हे अजब रसायन आहे. त्याचे किस्से तर एकापेक्षा एक. बरीच कोर्टं (न्यायाधीश) वकिली क्षेत्रातून आलेली. तिथले अनुभव, राग-लोभ कुठे तरी खोलवर रुजलेले असतात. शिवाय माणूस म्हणून, समाजातील एक सदस्य म्हणून रोजच्या जीवनात काही ना काही तरी न्यायाधीशांचे घरात, आजूबाजूला घडतच असते. त्यांनाही मुलांच्या करिअरची चिंता असते, त्यांचाही गॅस संपतो. कुणाची पत्नी खाष्ट असते, कुणाच्या तरी भावानेच प्रॉपर्टी हडपलेली असते. कधी तरी फार पूर्वी पोलिसी खाक्या कुणी तरी अनुभवलेला असतोच. पेपर, टीव्ही त्यांच्या मनावरही दडपण आणत असतो. त्याचा परिणाम कळत-नकळत अंतर्मनात खोलवर झालेला असतो. या कडू-गोड आठवणी केव्हा तरी उफाळून येतात. प्रत्येकाचा स्वभावधर्म वेगळा. काही जण जातीसाठी हळूच मऊ होणारे, काही जण घरचा राग कामावर काढणारे जाणवतात.

'व्यक्ती तितक्या प्रवृत्ती' असे असले, तरी आम्ही मात्र काळा कोट घातल्यावर न्यायाधीशांनी सारं काही विसरायचे, अशी भोळी अपेक्षा करतो.

परिपूर्ण आदर्श न्यायालय अजून मला तरी भेटलेले नाही. अनेकांमध्ये अनेक गुण होते. पण प्रत्येकात काही तरी कमी होतीच. आता हे ठरवणारा मी कोण, अशी समजूत काढून मीच स्वत:ची जीभ चावायचो. उगाच फटकळपणे कुठे तरी काही तरी बोलायचो आणि कुणीतरी वकील चेंबरमध्ये जाऊन कुणाच्या तरी कानी लागायचा.

माझ्यासारखा विचार करून कुणीही वकील स्वत:च्याच पायावर धोंडा मारून घेत नाही. व्यवहारीपणे जो-तो निकालाशी मतलब ठेवतो. एखादाच डेअरिंग करून साहेबांना 'सुनावतो'; पण सरतेशेवटी सुनाविणाराच मूर्ख ठरतो. तो स्वत:बद्दलचे मत वाईट करून घेतो आणि आगाऊ ठरतो.

न्यायालये पण तऱ्हेवाईक असतात. या सर्व काल्पनिक गोष्टी वाटाव्यात, अशी माझी इच्छा असल्याने त्यांचे वर्णन आणि प्रकरणे सविस्तर देता येत नाहीत.

एक न्यायाधीश निवृत्तीनंतर वाढीव मुदतीवर आलेले, स्वत:ला समाजसुधारक म्हणविणारे, पेपरातून नावासहित दुनियेला अध्यात्म शिकविणारे. ज्या पेपरात लिहायचे त्यांच्यावर मेहेरनजर ठेवणारे, एखाद्यावर ठरवून राग काढणारे, ज्ञानेश्वरीतील अर्थ समजवून सांगतानाच त्याविरुध्द जीवन जगणारे, हे योगी महाराज! स्वत: तर वकिलीत फार चमकले नाहीत; पण खुर्चीवरून वकिलांना कळतच नाही, अशा गर्वात वावरणारे. त्यांच्याशी एखाद्याने पंगा घेतला की, त्याचे मागे हात धुऊन लागणारे होते. पुढे निवृत्तीनंतर, पुन्हा न्यायाची याचना करत त्याच कोर्टात घुटमळत होते. खाली मान घालून 'यस युअर ऑनर' बोलत होते.

एक कोर्ट तर स्वत:च्याच तालात चालणारे! आपले कोण वाकडे करणार, असे दाखविणारे होते. त्यांनाही शेवटी नाक मुठीत धरून वकिलीत परत यावे लागले.

एक तर सकाळी अकरा वाजताच कर्तव्यकठोरपणे वकील नाहीत म्हणून अपिले फेटाळणारे, एका जातीच्या वकिलांना सांभाळणारे, पेपरातील बातम्या वाचून त्याचा परिणाम ऑर्डरवर करून घेणारे होते.

एक तर अध्यात्माच्या नावावर पुस्तके लिहिणारे, जाहीर कीर्तन करणारे आणि एकीकडे माया जमवणारे होते. त्यांना नंतर घरी बसावे लागले, अशी चर्चा होती.

एक एकाच वेळी तीन-चार विषय हाताळणारे. हुशार पण चंचल. त्यामुळे काम विस्कळीत करणारे होते. पण आपण पूर्ण प्रामाणिक असल्याचा गर्व, दुरभिमान बोलून दाखविणारे होते.

एक महाभाग मोठमोठ्याने **'शो'** करणारे, डायलॉग झोडणारे, जगाला सुधारण्याचा ठेका आपल्यालाच आहे, असे समजणारे होते. रोज संध्याकाळी अख्ख्या गावाला तरातरा चालत प्रदक्षिणा मारणारे.

काही भ्रष्टाचारी, तर काही अति प्रामाणिक, काही संयमी तर काही उतावीळ, काही सोईने वागणारे, सांभाळून घेणारे तर काही वकिलांशी दोस्ती करणारे, काही एकत्र बैठका करणारे तर काही वकिलांच्या मयतालाही न येणारे, काही कर्तव्याच्या बंधनात दबलेले तर काही शिस्तीच्या चाकोरीत दबलेले पण चाकोरीबाहेर पडू पाहणारे, काही नाही म्हणून जादा कमविणारे तर काही तत्त्व म्हणून एक वेळच जेवणारे— असे सर्व प्रकार न्यायालयात पाहायला मिळतात.

ब्रिटिशांनी न्यायव्यवस्था रचली; तेव्हाची सामाजिक, राजकीय आणि आर्थिक परिस्थिती वेगळी होती. तेव्हा न्यायाधीशांकडून वेगळ्या अपेक्षा होत्या. नव्हे, तेव्हा कायदा रचताना उद्देशच वेगळे होते. आपण आजही तेच कायदे-कानून उगाळत बसलोय. परिस्थितीनुसार काही कायद्यांत आपण बदल केलेत, दुरुस्त्या केल्यात; पण मूळ गाभा तोच राहिलाय.

पूर्वी कोर्ट समाजापासून दूर राहायची. त्यांना दूर ठेवून त्यांचे श्रेष्ठत्व समाजाने मान्य केले होते. आता सामान्यांचे सर्वसाधारणपणे न्यायव्यवस्थेबद्दल फारसे चांगले मत नाही. कारणे काहीही असतील— पोलीस यंत्रणा दुबळी असेल, भ्रष्ट असेल, कोर्ट कर्मचारी व वकील कामचुकार असतील, काही पक्षकार अप्रामाणिक व लबाड बुद्धीने कोर्टात प्रकरणे लांबवून ठेवण्यात यशस्वीसुद्धा होत असतील, 'तारीख पे तारीख' या चक्रात पक्षकार अडकत असतील, तडजोड करून फायदा नाही म्हणून प्रकरणे निकाली निघतही नसतील; पण पुन्हा एकदा नव्याने सक्त आचारसंहिता न्यायालयांसाठी बनवणे आणि तिची अंमलबजावणी होणेच गरजेचे आहे.

जज्जसाहेबांनी डायसवर बसून कुणाचीही अवांतर बाजू न घेणे, पक्ष-जात- धर्म यापलीकडे जाऊन नि:स्पृहपणे व तटस्थपणे काम करणे, कोणत्याही फायद्याची अपेक्षा न करणे, न चालणाऱ्या कामांना तारखा देऊन मोकळे करणे, टाईमपास करणाऱ्या वकिलांविरुद्ध सक्तीने वागणे, अवांतर चर्चा न करणे, मतप्रदर्शन व वायफळ विधाने टाळणे, अति शिस्तप्रियता दाखवून पक्षकारांचे नुकसान न करणे, वकिलांना सांभाळून घेताना एखाद्याचे फाजील लाड न करणे, एखाद्या वकिलाबद्दल पूर्वग्रहदूषित होऊ न देणे, समाजात मिसळताना आपल्याकडून काही चुका होणार नाहीत याची काळजी घेणे.

मुख्य म्हणजे— गैरसमजाला आणि अपप्रचाराला बळी न पडणे, आकर्षणे टाळणे, व्यसनापासून सक्तीने लांब रहाणे, दुसऱ्यावर टीका टाळणे,

आपल्या दैनंदिन गरजा मर्यादित ठेवणे आवश्यक आहे. नाही तर मानाने स्वत:हून नोकरीवरून पायउतार होणेही गरजेचे आहे. असे जनमत असते, त्याची माफक अपेक्षा असते.

जिल्हा न्यायालयात आणि तालुका कोर्टात अनेक जज्ज बदलून येत असतात. त्यांच्या मुलांच्या ॲडमिशनपासून ते गॅस कनेक्शनपर्यंत त्यांना तत्परतेने मदत करणारे वकीलही तितकेच दोषी आहेत. नाकाने कांदे सोलून आपला फायदा करून घेणारे काही वकीलच न्यायव्यवस्था बदनाम करण्यास मुख्य हातभार लावतात.

न्यायदानात शिरताना आपल्याला मर्यादितच पगार मिळणार आहे; त्यातच आपले कुटुंब चालवायचे आहे आणि दुसऱ्याचे वैभव पाहून आपल्यात असूया निर्माण होता कामा नये, अशी खूणगाठ प्रत्येक जज्जने आपल्या मनाशी बांधली पाहिजे.

आजही तत्त्वनिष्ठ जज्ज आहेत, पण त्यांतीलच काही जण इतरांचे प्रताप पाहून कुढत रहातात. त्यांच्या प्रामाणिकपणाची 'वैफल्यग्रस्तता' मग त्यांच्या कामातून डोकावते. शेवटी तेही आदर्श असून या न्यायदानात नापास ठरतात.

समाजातील अनिष्ट आकर्षणाचा परिणामही अनेकांवर होतो. आज पुन्हा न्यायव्यवस्थेची झाडाझडती होण्याची गरज आहे. काही वकील, काही जज्ज यांना या व्यवस्थेतून बाहेर काढण्याची गरज आहे. पण तसे होत नाही आणि होणारही नाही. मर्जी सांभाळण्याची रोज नवनवी तंत्रे सर्वच जण अवलंबत असतात.

न्यायालयासही 'मन' असते. त्याच्या जीवनातील चढ-उतार, राग-लोभ, अपमान, नोकरीतील अनुभव, घरचे प्रश्न, त्यांचा पूर्वेतिहास यांचा परिणाम, न्यायालयाची तत्कालीन गरज आणि त्यांची मूल्यमापन करावयाची कुवत याचा निकालावर व त्यांच्या न्यायालयीन कारकिर्दीवर, रोजच्या वागण्यावर प्रत्यक्ष परिणाम होत असतो.

या जगात सर्वगुणसंपन्न कुणीच नसते; पण तसे आदर्श बनण्याचा प्रयत्न न्यायालयांनी नाही करायचा, तर कुणी करायचा? न्यायालयीन मर्यादा आणि न्यायदानातील मर्यादा या दोन्ही गोष्टी आत्मसात करताना दोघांमधील फरक समजून घेणेही आवश्यक आहे. थोडक्यात— जज्ज निरीक्षक, तटस्थ, संयमी असावा. त्याच्याकडे न्यायदानातील अचूक निर्णयक्षमता असावी. अभ्यास

करून भांडणाचे मूळ शोधण्याची आणि वाद सर्वमान्यपणे समूळ नष्ट करण्याची वृत्ती असावी. हे बोलणे सोपे असते, पण प्रत्यक्ष आचरणात आणणे अशक्य असते.

लोकन्यायालयाचाही पुनर्विचार करण्याची गरज आहेच. न्यायालयाचा दर्जा मिळालेली अन्य ठिकाणे, ट्रॅब्युनल, ग्राहक मंच, सरकारी अधिकारी यांची मानसिकता, त्यांची न्यायपद्धती यांवरही निगराणी ठेवणे गरजेचे बनले आहे. यातील कोर्टाचा दर्जा मिळालेल्यांची तऱ्हेवाईकपणाची संख्या जास्त गंभीर आहे.

न्यायालयावरील जनतेचा विश्वास उडतोय, त्यांच्याबद्दलही चर्चा होऊ लागली आहे, हेच एकंदर गंभीर आहे.

पण जागे व्हायचे कोणी?

—आणि गळ्यात घंटा बांधायची कोणी?

—आणि कुणाच्या?

फजिती

या सर्व धावपळीत फजितीचेही प्रसंग काही कमी आले नाहीत. म्हणजे, हमखास बरोबर अंदाज असणारा आणि नेमका स्पष्ट सल्ला देणारा वकील म्हणून मी नावलौकिक मिळवला. पण स्वत:च्या बाबतीत म्हणाल, तर किती वेळा कपाळमोक्ष करून घेतला असेल, त्याची गणतीच नाही.

सातवीत असताना शेंगदाण्यासारख्या लागतात म्हणून एरंडाच्या बिया खा- खा खाल्ल्या आणि तीन दिवस विषबाधेने कळवळत होतो. पुढे चित्रकार व्हायचे ठरवले, पण दहावीनंतर घरून चोख दम मिळाल्यावर जमाखर्च शिकायला गेलो. हौस म्हणून किती तरी वेळा चांगले कपडे घ्यायला गेलो की, त्यातच दोष निघायचा.

आजपर्यंत मी अंदाज घेऊन प्लॅटफॉर्म बदलला आणि तिथे वेळेत गाडी आली, असे कधी घडले नाही. उलट जिथे येणार नाही असे वाटायचे, त्याच

प्लॅटफॉर्मवरून खिजवत गाडी धडधडत जायची. पूर्वी एस.टी.त धावत जाऊन जागा पकडायचो; पण नेमका मागचा किंवा पुढचा मुलगा गाडी खराब करायचा. त्याचे पाहून मी पण सुरुवात करायचो. नाही तर नेमका कुणी तरी फणस किंवा सुकी मच्छी घेऊन चढायचा. कोकणातून येणाऱ्या एस.टीं.मध्ये हे असे हमखास व्हायचे. बाबा आवळकट्टी, नाही तर आलेपाक देऊन गप्प बसवायचे.

शाळेत असताना हायस्कूलचा आनंद होता. ताईच्याच शाळेत जाणार, म्हणून धावत जाऊन आठवीचा वर्ग गाठला. आगाऊपणा म्हणून पहिला बेंच पकडला. सोबत संतोष घैसास बसलेला. गणिताच्या तासाला पोत्रीक सर होते. आम्ही हुशार, त्यात स्कॉलरशिप मिळालेली. 'संच' धडा शिकवत होते.

माझी कल्पनाशक्तीही थोर. सरांनी उदाहरणे विचारली. आंबा, काजू, फणस ही उत्तरे कुणीही देईल. मी हात वर केला. सरांनी उठवले. मी देशांची नावे सांगितली— इंग्लंड, अमेरिका ...फॉरिन! वर्गात हशा पिकला.

मंडणगडहून रवानगी अलिबागला झाली. मी खेड्यातून आलेलो. अलिबागची भाषा हेल काढणारी, पण मी भारी स्पष्ट बोलायचो. होय, नाही असे स्पष्ट उच्चार व्हायचे. सर्वांच्या कानाला ते खटकायचे. मी उभा राहिलो की, एकमुखाने सर्व चेष्टा करायचे. वैशंपायन नावाच्या वर्गशिक्षिका होत्या. त्यांना माझी दया यायची. त्या मला सोज्वळ समजायच्या. 'या बदमाशांच्या नादाला लागू नकोस' म्हणायच्या. सहा महिन्यांतच बाजी पलटली आणि मी पक्का अलिबागकर झालो.

शाळेमागेच समुद्र होता. पावसाच्या सुरुवातीला भरतीच्या पाण्याबरोबर केंड नावाचे मासे यायचे. वर्गात एक सो एक नग होते. ते मासे पकडायचे. तो भिंतीवर आपटला की फुगायचा. शिक्षकांना त्रास देण्यासाठी केंड माशांचा वापर व्हायचा. मी नाव सांगणार, म्हणून माझीच तक्रार व्हायची.

वैशंपायनबाईंचा तास होता. त्यांना अत्तराची ॲलर्जी होती. काही अतरंग मुलांनी मला प्रेमाने अत्तर लावले, उरलेले बाईंच्या हजेरी पटाला लावले. झाले— अख्ख्या वर्गाची तपासणी झाली; मी आयताच सापडलो. आठ दिवस बाईंच्या घरी जाऊ शकलो नाही. बाईंकडेच फक्त टी.व्ही. होता. सभ्य मुलगा म्हणून मला तेथे प्रवेश होता, पण मी त्याला आठवडाभर मुकलो होतो.

डोंबिवलीला होतो तेव्हा हायकिंग, ट्रेकिंग खूप केले. दादाचा ग्रुप छान होता. ट्रेकिंगचे प्लॅन दर वर्षी ठरलेले असायचे. श्रावणात तर भीमाशंकर नक्कीच असायचे. प्रत्येकाची मुले आता सोबतीला यायला लागलेली. आम्ही

हरिश्चंद्र-गडावर गेलो. रात्री जेवण झाल्यावर कडाक्याच्या थंडीत शेकोटी पेटती ठेवली. रात्रभर गप्पांचा फड रंगला. अनुभवी मंडळीचे ऐकतोय कोण?

सकाळी परतीचा प्रवास. हरिश्चंद्रगडावर त्या थंडगार पाण्याच्या गुंफेत दर्शन घेतले. ते चांगदेवाचे तप करण्याचे ठिकाण... गुहेतील कंबरभर पाण्यातून शिवपिंडीला प्रदक्षिणा मारताना पार गोठून गेलो, थरथरू लागलो. परतीचा प्रवास सुरू झाला. आमची टीम मागे होती.

एका कसोटीच्या क्षणी सॅक घेऊन मला उतरताच येईना. उभ्या कातळात कोरलेल्या खोबणीत पाय रोवून उतरायचे. खाली शेकडो फूट दरी. माझे तर डोळेच फिरले. सर्व मंडळी एक-एक करून उतरली. माझे पाय लटपटत होते. शेवटी मला दोरी बांधून उतरवायची वेळ आली. रात्रीच्या खिचडीने नको तिथून सुटकेचा निःश्वास टाकला. सोबती पोट धरून हसत होते. खऱ्या अर्थाने माझी 'फाटली' होती. पुढे अनेक वर्षे प्रत्येक ट्रेकिंगला माझा विषय हमखास निघायचा. मी लवकरच डोंबिवली सोडली आणि सह्याद्रीतले ते हायकिंग-ट्रेकिंग तर विसरूनच गेलो.

नंतर मात्र हिमालयात, उत्तर भारतात अनेक वेळा गेलो. तेव्हा 'युथ हॉस्टेल' हिमाचल प्रदेशात ट्रेकिंग प्रोग्राम आखायचे. डोंबिवलीच्या मंडळींसोबत मी जायचो. सकाळी नाश्ता आणि डबा मिळायचा. डब्यात पुरी-भाजी असायची. चार तास चालल्यावर एका झाडाच्या आसऱ्याला सर्व जण थांबले होते. मी एका झऱ्याचे पाणी पिण्यासाठी गेलो. पायात डकबॅकचे कॅनव्हॉस बूट होते, ते आधीच ओले झालेले. पायाला इजा होऊ नये म्हणून मी मोज्यांवर प्लॅस्टिक पिशवी चढवलेली. गळ्यात झेनिथचा कॅमेरा आणि टिफीन कॅरियर. वॉटरबॅग भरण्यासाठी डबा खाली ठेवला, पण तो कलंडला. काही कळायच्या आत मी डब्यावर झडप मारली. अंदाज चुकला. जो सरकलो, तो चांगला दहा-बारा फूट दरीत घसरलो. सोबती किंचाळले. अगदी बारीक, चिवट झाडात मी अडकून होतो. तो आधार नसता, तर खाली उभी दरी आणि खळखळणारी बियास नदी... माझा थांगपत्तासुद्धा लागला नसता. अनुभवी लोकांनी मला वर काढले. तरी आजही माझे हिमालयाचे आकर्षण कमी झालेले नाही. प्रत्येक वेळा हातून काही तरी चूक होतेच आणि त्याचा प्रसादही मिळतो. झालेल्या फजितीमुळे सोबत्यांची करमणूकही होते. पुन्हा चूक होणार नाही, असे ठरवून मी नव्याने पुन्हा न चुकता चुकतोच.

अपघात हे अपघातानेच होत असतात. पेणहून सर्वपित्री अमावास्येला

सिनिअरच्या सांगण्यावरून पेणची प्रसिद्ध सरस्वतीची मूर्ती आणत होतो. झेनच्या मागच्या सीटवर मोठ्या खोक्यात, पेंढ्यात मूर्ती पॅक केली होती. अलिबागच्या वाटेवर कार्लेखिंडीत व्हायची ती चूक झालीच. गाडीवरचा ताबा सटकला. गाडी उतारावर खिंडीत संरक्षक कठड्यावर आदळली. दोन चाके कठडा तोडून अधांतरी. मागून येणारे धावत आले. दुसऱ्या दारांनी मला बाहेर काढले. मी स्तब्धच झालो होतो.

पण माझ्या अंगावर ओरखडाही नव्हता. गाडीचा पुढचा भाग पुरता चेंदामेंदा झाला होता. गाडी सरळ गॅरेजलाच न्यावी लागली. मी कसा वाचलो, ते कोडेच होते. देवीचा खोका उघडला. प्लॅस्टर ऑफ पॅरिसच्या मूर्तीच्या पार ठिकऱ्या उडाल्या होत्या. गॅरेजवाला मुसलमान. तो म्हणाला, ''भगवानने आपका संकट खुद पर लिया!'' मला काय बोलावे, तेच सुचत नव्हते.

काही प्रसंग केवळ मनावरच कोरले जातात असे नाही, तर शरीरावरही खुणा ठेवून जातात. एकदा कमोडवर बसायची माझी खोड पुरी जिरली. कमोड फुटले! मला हसावे का रडावे, तेच कळेना. नको तिथे सात टाके पडले. डॉक्टर असलेली पत्नी राजश्री आणि टाके टाकणारा आमचा डॉक्टरमित्र त्यांचीही अवस्था बिकट. बरे, बोलायचीही चोरी. कुणाला काय सांगणार? आठ दिवस तोंड दाबून तो मार सहन केला.

धुळवडीला आम्ही थंडाई बनवायचो. मुंबईच्या एका वकीलमित्राला काळ्या मनुका आणायला सांगितल्या. मी बनवलेली थंडाई फार प्रसिद्ध. धुळवडीला सारे नात्यागोत्यातले जमायचे. मुबलक सुकामेवा, पेढे, बडीशेप, जायफळ, खसखस टाकून मोठी स्टीलची टाकी भरून ती व्हायची. येणाऱ्या-जाणाऱ्याला आग्रह व्हायचा. त्या दिवशी भांगेचे प्रमाण जास्तच झाले. जायफळ घरचीच, म्हणून तीसुद्धा जास्तच पडली. मोठी धमाल करून आम्ही समुद्रात धुडगूस घातला. आल्या-आल्या थंडाई प्यायलो.

मी गुपचूप घरी आलो. झोपलो, तो पाच तास उठलोच नाही. इकडे मित्राचे हॉस्पिटल आमच्या पाहुण्यांनी भरले. सर्वांचे पुरते हाल झालेले. मित्रकंपनीत सर्वच नामवंत व्यावसायिक. प्रत्येकाचे चाळे वेगळे. कोणी नुसताच हसत होता, तर कोण तेच ते बरळत होता. माझ्या भाचीचे लग्न ठरलेले होते. जावई इंजिनिअर, उत्तर भारतीय. त्याला सर्वांची सेवा करायला लागली. मित्र दांपत्याने टोपभर पोहे बनवले. त्यांचाही फडशा पाडला. एक काकी सतत बोलत होत्या— ''विलासऽ कंबक्तऽ तुमने जो भी पिलाया बडा मजा आया।'' मजा

कसली; दुसऱ्या दिवशी पेपरला हेडलाईन आली असती!

कहर तर पुढे झाला. संध्याकाळी डॉक्टर दांपत्य माझ्या घरी प्रकृतीची चौकशी करायला आले. हसत-हसत म्हणाले, ''नशीब आमचा वाटा आम्ही न पिता फ्रीजमध्ये ठेवला होता; नाही तर आम्हालाही ॲडमिट व्हावे लागले असते!'' पुन्हा मी थंडाईचे नाव काढले नाही. पण अजूनही प्रत्येक धुळवडीला सर्वांना चुकल्या-चुकल्यासारखे वाटते.

फजिती ही माझ्या पाचवीलाच पूजलेली असावी. आमची चप्पल ऐन लग्नात नवी कोरी असूनही तुटते. जेवणाच्या पंक्तीत नेमका समोरच्या वाढप्याच्या हातातील आमरस माझ्याच शर्टावर सांडतो. हौसेने घराची बेल वाजवायला गेलो तर ताड्कन शॉक बसतो. कधी नाही ती क्रिकेटची फायनल बघायची तर भारतच हरतो. आठवणीने जपून ठेवलेली लॉकरची चावी गरजेच्या वेळी जागा सोडून पळालेली असते. मोबाईलवर मेसेज द्यायचा तर नेमकी बॅटरी उतरलेली असते!

आमच्याच नशिबी असे का होते, कळत नाही. पण त्यामुळे तरी घटकाभर मी चर्चेचा विषय बनतो.

नाही तर आमची आठवण कशाला कोण काढील?

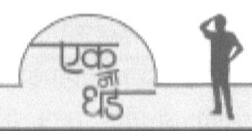

जिजी

काही व्यक्ती तुमच्या मनात घर करून राहतात. आमची जिजी त्यांपैकीच एक. कोकणात मोठ्या आत्याला 'जिजी' किंवा 'बायजी' असं संबोधलं जातं. जिजी व बायजी आत्या म्हणजे आमच्या घराची दोन पूर्ण वेगळी श्रद्धास्थाने.

जिजीला मी गेली २५ वर्षे पाहत आहे. ती पूर्वी होती तशीच आहे. वयाप्रमाणे व्याधी वाढल्या. तरीसुद्धा उत्साह तोच. परिस्थिती म्हणाल, तर अगदीच गरिबीची. आजही मातीच्या कुडाच्या भिंतीत राहणारी. तरीसुद्धा तिच्यामध्ये साक्षात अन्नपूर्णा वास करणारी.

जिजीचं घर म्हणजे लहानपणापासून आमचा सुट्टीतला मुक्काम. मे महिन्यात मंडणगडहून चौलला आल्यानंतर आजीच्या घरातून दीड-दोन मैल तापलेल्या मातीच्या रस्त्यावरून नजर चुकवून आम्ही जिजीकडे पळायचो. चुलीवरचं आटलेलं सुकटीचं कालवण, राखेत भाजलेल्या वाकट्या... अगदी जिच्यासारखा बारीक पण

जास्त कोंडा न काढलेला भात... वेळप्रसंगी कणेरी, चिंच, गूळ आणि भाताचा कोंडा मिसळून नक्षीच्या पेल्याने पुरीसारखी बनवलेली आणि राखेत भाजलेली 'कोंडकर'... भाताची पेज, एक कोपरा फुटलेल्या बिडाच्या तव्यात वर्षानुवर्षं एकच चव असणारे घरगुती भाजलेले वाल... भाजीसाठी वाल उकडताना त्याचे काढलेले पाणी... साखर-मीठ घातलेले आंबट-गोड जाम, ताडगोळे... कधी तरी निवडीचे कालवण, आंब्याच्या बाठ्यातील भाजलेल्या कोयी... खऱ्या अर्थाने जिभेचे चोचले पुरविले ते जिजीच्या हातांनी आणि त्या अन्नपूर्णेच्या चुलीनं.

चौल भागात मागच्या पडवीतल्या चुल्ह्याला 'इंदा' बोलायचे. तो दिवसभर धगधगतच असायचा. त्याचा पुरेपूर फायदा आम्ही उठवायचो. पाठीवर कुणीच नसायचे. वेळेचे भान नसायचे. काट्या-कुट्याची भीती नसायची. आयोडिन आणि मलमपट्टीची गरजच नसायची. पडणं, ठेचकाळणं हे नित्याचंच होतं. भामुर्डीचा किंवा निगडीचा पाला चोळून रक्त थांबवलं जायचं.

बरं, अति पराक्रम करण्यासारखी प्रकृतीही नव्हती. त्यामुळे आमच्या गावचे दादा गजू आणि सुरेश यांच्याकडे ती जबाबदारी असायची. आम्ही त्याचे स्वयंसेवक. पडलेले आंबे गोळा करणे, ते आढीत लावणे, सायकलवर डबलसीट बसणे, फार तर चोरी पकडायला कोण येतंय काय याची टेहळणी करणे— अशी पळपुटी कामे आमच्यावर असायची.

आज २० वर्षांनी जिजीकडे गेलो तरी आम्ही हक्कानं तव्यातलं आटवलेले कालवण, अर्धवट पिकलेल्या आंब्याचा बाठा घातलेले सुकटीचं कालवण, नाही तर शेगटाच्या शेंगा घातलेले आंबट वरण— यावर मनसोक्त ताव मारतो.

आज इतक्या वर्षांनीही तीच चव, मन तृप्त करणारी. बेताची परिस्थिती तरीही कोणीही पाहुणा कधीही उपाशी जात नाही. जिजीच्या हातचा चिंचेचा कोळ किंवा आंब्याचा कोळ आणि भातसुद्धा मिटक्या मारत खावा असा.

प्रेमाने, वेळ आली तर ओरडून सक्तीने, असेल ते वाढणारी अन् मनापासून आग्रह करणारी आमची जिजी...

अनेक शहरे फिरलो, शेकडोंचा पाहुणचार घेतला, स्टार हॉटेलमधले चमचमीत पदार्थ खाल्ले; पण सारच निःसत्त्व. जिजीचा हात म्हणजे पूर्णब्रह्म.

अनेक वेळा कोडं पडतं— ती चव चौलच्या पाण्याची, चुलीच्या नारळाची, थरपीलांची, कल्हई लावलेल्या भांड्याची, की जीव ओतून वाढणाऱ्या प्रेमळ हाताची?

उत्तर काही असो; पण जिजीची बातच और. बहुधा माझ्या जन्मापूर्वीच कारखान्यात अपघात होऊन तिचे पती गेले. गावाला जेमतेम पोटापुरती दहा माडांची वाडी. ओटीत तीन पोरं आणि सासू. माहेरची परिस्थिती बेताची. कोणाच्या तोंडाकडं बघावं, तर आशाच नाही. कारण सासर आणि माहेर— दोन्हीकडे 'आम्हालाच तू सांभाळ', अशी परिस्थिती. शेतात राब-राब राबलं तरी पाच तोंडांना पुरेल एवढा भात येणं मुश्कील.

मग त्यासाठी पडेल ते काम करण्याची तयारी. सुपारीच्या फडात जाऊन सुपारी पासटणे— म्हणजे सुपाऱ्या सोलण्यालासुद्धा जिजी यायची. मजुरी जेमतेम संध्याकाळचा मीठ-मसाला सुटणारी. वाडीत काय मिळेल ते टोपलीत नेऊन विकायचे. येताना त्यातून कच्च्याबच्च्यांसाठी किराणा माल आणायचा. पायात चपलेची वानवा; तरीही रडगाणं नाही, की कुरकुर नाही.

स्वभाव विनोदी, त्याहीपेक्षा हजरजबाबी. समोरच्याचा उलटतपास म्हणजे मेंदूला झिणझिण्या आणणारा. उत्तर देणाऱ्याला आपण चुकलो, हे पाच मिनिटांनी जाणवणारा. खवचटपणा तर चौलच्या मातीचाच गुण. दुःख विसरायला हसवण्यासारखा जालीम उपाय नाही; म्हणून समोरच्याला पोट धरून हसवायची. फाटक्या पदरातलं दुःख तिने कधी बाजारात विकले नाही.

जिजी शिकली असती तर सरपंच तरी नक्कीच बनली असती, अशी धडाडी. परिस्थितीला लढ म्हणणारी. म्हटलं, तर अगदी सामान्य. मुलांकडून मोठ्या अपेक्षा कधीही केल्या नाहीत.

आज नव्वदीच्या घरात जाऊनही राब-राब राबणारी. डॉक्टरांच्या चुकीमुळे एक डोळा गमावून बसलेली. निर्सगाचा कोप, नियतीचा राग आणि ग्रामपंचायतीची कृपा यामुळे आजही घरात नळाचे पाणी नाही. वैशाखात आटलेली विहीर, पावसाळ्यात गल्लीत कंबरभर पाणी, दारात रस्त्याचा ओढा झालेला, वाडीत चिखलाचे साम्राज्य. मर-मर मरणाऱ्या मुलांनाही यश असे नाही. प्रामाणिकपणे मेहनत करूनही प्रत्येक वेळी प्रत्येक धंद्यात बुडणारा असा संसार जिजी आजही समर्थपणे चालवते. वर्षातून एक-दोन वेळा वेळात वेळ काढून आम्ही जिजीला भेटतो; पण स्वागत तेच, फिरक्या घेणं तेच!

जिजी म्हणजे समृद्ध अन्नपूर्णाच!!

उतराई

पन्नास वर्षे आयुष्याची— म्हटली तर खडतर! इतरांकडे पाहिल्यावर, मनात डोकावलं तर एक सुंदर अध्याय, सुरांची एक मंजुळ मैफल, अगदी श्रावणातल्या सरींसारखी. ऊन-पावसाचा लपंडाव! श्रावणसरींतलं सुख उपभोगलं, कधी इंद्रधनू पाहून सुखावलो, वैशाख वणवा अनुभवला!

पुढे कुठे काय वाढून ठेवलंय, ते माहीत नाही; पण म्हणून आजचा आनंद का सोडायचा? जीवनसुगंध घ्यायचा, एवढेच माहीत आहे. हातात येणारी फुले घाणेरीची निघाली तरी भरभरून आनंद टिपता आला पाहिजे. तेव्हा प्राजक्त, सोनचाफा वा घाणेरी असो— साऱ्यांना त्याच प्रेमाने हुंगणारा मुसाफिर मी.

एक नाही तर जीवनातले दोन अध्याय संपताहेत. आणखी दोन अध्यायाचे पारायण बाकी आहे. पण म्हणून का, पहिले दोन अध्याय विसरायचे थोडेच?

म्हणून हा प्रपंच! मागे पाहताना प्रत्येक मुक्काम आठवतोय. कसा वाढलो, कसा घडलो, कसा पडलो, ठेचाळलो— ते आठवून क्षणभर अचंबित व्हायला होतेय. हे आत्मवृत्त नक्कीच नाही. अनुभवकथन लिहून ठेवण्याएवढे कोणतेच दिवे मी लावलेले नाहीत. दुरून पाहिले, तर अगदी सर्वसामान्य आयुष्य शेकडो जण जगतात, तसेच मीसुद्धा जगलो. इतरांसारखीच संधी समोर उभी असताना नको त्या तत्त्वांसाठी त्याकडे पाठ फिरवली, पळालो; कारण घाबरलो किंवा स्वत:वरच विश्वास नव्हता म्हणून काही तरी कारणे सांगून टाळत राहिलो.

प्रामाणिकपणे धावत राहिलो. अपेक्षा, महत्त्वाकांक्षा संपतच नव्हत्या; तशा त्या संपायलाही नकोत, कारण त्यामुळे तर पळण्याला अर्थ आहे. जे काही यश मिळाले, वाहवा झाली; ती केवळ बेदरकारपणे धावल्यानेच. तहान भागतच नव्हती, म्हणून चातकासारखा धावत होतो. ती आस कामाची काळजी होती किंवा पैशाची आसक्ती होती, हे सांगणे कठीण असले तरी उभ्या जीवनपटावर त्याचीच तर छाप होती.

वाचन-चिंतन तसे बेताचेच. त्यातच अण्णा ओवळेकरांचे 'येस माय लॉर्ड' आणि दत्ता खानविलकरांचे 'मागोवा' आत्मकथन वाचण्यात आले. ते दोघेही माझे व्यवसायातील आदर्श.

हा कृतज्ञता सोहळा नव्हे. उणे-दुणे काढण्याचा हा धोबीघाट नव्हे. सुरस कथांचा संग्रह नव्हे आणि पाठ थोपटून घेणारा मीपणाचा बहाणाही नव्हे. हे स्फुट लेखन 'सहज सुचले' म्हणून, या प्रकारातले. वेडेवाकडे, ओबड-धोबड. त्यात चौलच्या मातीचा गोडवा, मंडणगडचा कणखरपणा आणि अलिबागची भावुकता मिसळलेली आहे; आपण तो गोड मानून घ्यावा.

आभार नाही; पण ज्यांनी मला घडवले, त्या सर्वांच्याच कर्जावर हा डोलारा उभा आहे. त्यात सर्व कुटुंबीय, सगेसायरे, साथी आहेत. अनेक वर्षे लिखाण सुरू करायचे होते. निदान आता तरी तुमचा छळवाद सुरू झालाय, असे समजायला हरकत नाही.

तो असाच पुढेही होणार...

ही तर सुरुवात आहे...

परिचय

ॲड. विलास नाईक

पत्ता - 'मनिषा' श्रीबाग नं. ३
अलिबाग, रायगड
भ्रमणध्वनी - ९७६३६९३०३०

शिक्षण - बी.कॉम, एल.एल.बी., डी.बी.एम.

अनुभव -
* दिवाणी व फौजदारी वकीलीचा पंचवीस वर्षाचा अनुभव
* माजी जिल्हा सरकारी वकील व जिल्हा शासकीय अभियोक्ता, रायगड
* भारत सरकारकरिता वकीली
* कोकण मराठी साहित्य संमेलनाचे अलिबाग, येथे आयोजन
* कृषीपर्यटन योजनेअंतर्गत पर्यटन प्रकल्प
* प्रकल्पग्रस्त शेतकरी आंदोलनात सहभाग
* शिवसेना पक्ष संघटन व सामाजिक उपक्रमात सहभाग
* अध्यक्ष, सुमती सेवान्यास
* वृत्तपत्रलेखन, सामना, नवशक्ती करीता दिल्लीप्रतिनीधी म्हणून काही काळ कामकाज केले
* स्तंभलेखक व प्रभावी वक्ते